'एका पौगंडावस्थेतील मुलीची अद्‌भुतरम्य कथा. त्या वयातल्या संकोची स्वभावावर, असुरक्षिततेच्या भावनेवर केलेली मात, त्यामुळे तिच्यात झालेला सकारात्मक बदल याचं दर्शन या कथेत घडतं. धैर्य, कुटुंबीयांशी असलेल्या भावबंधांना दिलेलं महत्त्व आणि हुशारीने केलेला युक्तीचा वापर अशा तिच्या अंगभूत गुणांमुळे ती मुलगी विजयी होते ही बाब या अद्‌भुतरम्य कथेत ठळकपणे अधोरेखित होते.'

– कॅरोल प्लॅट लिबाव (लेखिका - न्यू यॉर्क पोस्ट)

'रोमहर्षक अनुभव.'

– कर्कस रिव्ह्यूज्

'हे कल्पनारम्य पुस्तक भविष्यकाळात वर्षानुवर्षे वाचले जाईल.'

– चिल्ड्रन्स लिटरेचर

'THE TIME QUINTET' या पंचकडीतील इतर पुस्तके

A Wind in the Door : मराठी अनुवाद - दारातील वादळ
A Swiftly Tilting Planet : मराठी अनुवाद - वेगाने कलणारा ग्रह
Many Waters : मराठी अनुवाद - अमाप पाणी
An Acceptable Time : मराठी अनुवाद - अनुकूल काळ

आपल्या स्नेहीजनांना पुस्तके भेट द्या

'THE TIME QUINTET' या पंचकडीतील पहिले पुस्तक

'A WRINKLE IN TIME' या इंग्रजी पुस्तकाचा अनुवाद

कालपटलावरील सुरकुती

मॅडेलिन लेन्गाल

अनुवाद

मुग्धा गोखले

मेहता पब्लिशिंग हाऊस

✆ +91 020-24476924 / 24460313 / Mob. No. 9545000513

Email : production@mehtapublishinghouse.com

Website : www.mehtapublishinghouse.com

Translated into Marathi Language by Mugdha Gokhale

कालपटलावरील सुरकुती / अनुवादित कादंबरी

अनुवाद : मुग्धा गोखले

Email : author@mehtapublishinghouse.com

मराठी अनुवादाचे व प्रकाशनाचे हक्क : मेहता पब्लिशिंग हाऊस, पुणे.

प्रकाशक : सुनील अनिल मेहता, मेहता पब्लिशिंग हाऊस,
१९४१, सदाशिव पेठ, माडीवाले कॉलनी, पुणे ४११०३०.

मुद्रक : पार्कसन्स ग्राफिक्स

मुखपृष्ठ : चंद्रमोहन कुलकर्णी

प्रथमावृत्ती : एप्रिल, २०२१

किंमत : ₹ २७०

P Book ISBN 9789353175450

E Book ISBN 9789353175467

E Books available on : amazonkindle Apple Books Google Play Books

चार्ल्स वॅडस्वर्थ कॅम्प
आणि
वॉलेस कॉलिन फ्रँकलिन
यांच्यासाठी...

रसग्रहणात्मक लेख

– ॲना क्विन्ड्लिन

बालपणी जी पुस्तकं एकटेपणा जाणवू देत नाहीत, ती पुस्तकं सदैव स्मरणात राहतात. तसंच आपली वैगुण्यं, विक्षिप्तपणा या गोष्टी एखाद्या बोटाच्या ठशाइतक्या वैयक्तिक, आणि उघड्या हाताइतक्या सार्वत्रिकही असतात, ही गोष्ट जी पुस्तकं पटवून देतात, तीदेखील आपल्या स्मरणात राहतात. म्हणूनच की काय, कालपटलावरील सुरकुती (A Wrinkle in Time) हे पुस्तक अजूनही माझ्याजवळ आहे. हे पुस्तक मी बारा वर्षांची असताना मला मिळालं होतं. आता त्याचं आवरण गेलंय, त्याची कापडी बांधणी जराशी सैल झालीये, पाण्याचे डाग पडलेत. त्या पुस्तकाच्या आतल्या पानावर मी सही केली होती, त्या सहीचं, माझ्या आत्ताच्या सहीशी काहीही साम्य राहिलेलं नाहीये. ते पुस्तक मिळालेली मुलगी आता मोठी झाली आहे, बदललेली आहे. तिच्या त्या आवडत्या पुस्तकाची जादू मात्र अजूनही कमी झालेली नाही, अगदी ते पुस्तक जीर्ण झालं असलं तरी.

या पुस्तकाच्या नायिकेला खरंच खूप एकटेपणा जाणवतो. मेग मरीच्या दातांना पट्ट्या बसवल्या आहेत, तिला चश्मा आहे आणि तिचे केस झिपरे आहेत. शाळेत तिच्याकडून सतत चुका होतात. प्रत्येकाला ती जराशी विचित्र आणि मूर्ख वाटते. लहान वयातच तिला इतर लोकांच्या तुच्छ नजरांचा, टोमण्यांच्या रूपातल्या दुष्टपणाचा सामना करावा लागला आहे. तिचे शास्त्रज्ञ असलेले बाबा गायब झालेले असतात. त्यामुळे गावातले लोक वेड्यावाकड्या चर्चा करतात, दुसऱ्या एखाद्या बाईबरोबर ते पळून गेलेले असल्याचे तर्क लढवीत राहतात.

मेग, तिचा लहान भाऊ चार्ल्स वॉलेस आणि कॅल्विन नावाचा एक मुलगा यांच्याबरोबर तिच्या बाबांना शोधून घरी आणण्यासाठी प्रवासास निघते. तोपर्यंत तिला खऱ्याखुऱ्या दुष्ट शक्ती माहीत नसतात. ते काल, अवकाश आणि त्यांच्या मनाच्या मर्यादा पार करतात. त्यांना सौ. व्हॉट्सइट, सौ. हू, सौ. विच, हॅपी मीडियम, आंट बीस्ट यांच्या

रूपात चांगुलपणा भेटतो. त्या सगळ्या या मुलांना मदत करतात. त्यांच्या या प्रवासाचा कळसाध्याय म्हणजे 'इट'बरोबर दिलेला लढा. 'इट' या थंड, मतलबी, शरीरविहीन मेंदूनं सगळ्या विश्वावर काळ्याकुट्ट सावलीची छाया पसरलेली असते. जगातल्या सर्वांनी तंतोतंत समान वागावं, फक्त त्याच्यावरच विश्वास ठेवावा, अशी त्याची इच्छा असते.

या पुस्तकाला 'वैज्ञानिक कादंबरी' असं म्हणणं हा त्याचं वर्णन करायचा एक मार्ग झाला. त्याला तुम्ही 'विज्ञानातील कल्पनारम्यता' असंही म्हणू शकता. मेग आणि चार्ल्सच्या हरवलेल्या बाबांचा शोध घेणं, ही पुस्तकातली महत्त्वाची क्रिया आहे, आणि ती 'टेसरॅक्ट' नावाच्या एका गोष्टीवर अवलंबून असते. 'टेसरॅक्ट' म्हणजे पाचव्या मितीचा वापर करून काल आणि अवकाशातून प्रवास करणं. हे समजायला सोपं जावं, म्हणून छोटंसं स्पष्टीकरणात्मक चित्रदेखील पुस्तकात आहे; पण तरी मला ते नीटसं समजलेलं नाही. अगदी पटापट, मनातल्या मनात, कुठल्याही संख्येची वर्गमुळं सांगू शकणाऱ्या, इतक्या बुद्धिमान मेगलादेखील ते पूर्णपणे समजलं नाहीये. ती म्हणते, 'अगदी एका क्षणाकरता समजलं मला! आत्ता मी ते समजावून सांगू शकणार नाही, पण एका सेकंदासाठी मला दिसलं ते!'

खरंतर मला विज्ञानकथा फारशा आवडत नाहीत. गणित आणि भौतिकशास्त्र या विषयांमध्ये मी अगदी कच्ची आहे. पण या पुस्तकात, आपल्यासारख्या मानवतेकडे, कलाशाखेकडे ओढा असलेल्या लोकांसाठीसुद्धा खूप काही आहे. सौ. हू यांचं भाषिक कौशल्य कमी असल्यामुळे, त्या इतर थोर लोकांची वचनं, अवतरणं, यांचे दाखले देऊन आपलं म्हणणं स्पष्ट करतात. दांते, युरिपिडस, सर्व्हान्टेस ही त्यांतली थोडीशी नावं. जेव्हा मेग, 'इट'ला आपल्या मेंदूचा ताबा घेण्यापासून रोखण्याचा प्रयत्न करत असते, तेव्हा तिच्या लक्षात येतं की त्यासाठी पाढे म्हणणं हे अगदीच यांत्रिक असल्यानं उपयोगी पडणार नाही. त्यामुळे मग ती मोठमोठ्यानं स्वातंत्र्याच्या जाहीरनाम्याचा सुरुवातीचा भाग म्हणायला लागते : 'विधात्यानं सर्व व्यक्तींना समान बनवलेलं आहे, या तथ्यास कोणत्याही पुराव्याची गरज नाही, ती स्वयंसिद्ध आहेत.' यावर 'इट' लगेच प्रत्युत्तर देतो की त्यालाही तेच तर म्हणायचं आहे : 'सगळे अगदी तंतोतंत एकसारखे.' विजयी स्वरात मेग उत्तर देते, 'नाही! समान आणि हुबेहूब एकसारखे या दोन गोष्टी अजिबातच समान नाहीयेत!'

डझनावारी प्रकाशकांनी नाकारल्यानंतर, मॅडेलिन लेन्गल (Madeleine L'engle) यांचं, 'कालपटलावरील सुरकुती' हे पुस्तक १९६२ मध्ये प्रकाशित झालं. त्या काळच्या परिस्थितीचं प्रतिबिंब, लेखिकेनं केलेल्या एकसारखे असण्याच्या जुलमी अट्टाहासाच्या वर्णनात दिसून येतं. हुबेहूब एकसारखी घरं, एकाच लयीत चेंडूचे टप्पे खेळणारी किंवा दोरीच्या उड्याही एकाच लयीत मारणारी एकसारखी मुलं, त्यांच्या खेळातही पराकोटीचं साम्य असतं. हे सगळं वर्णन, त्या काळी अनेक

अमेरिकन लोकांना कम्युनिस्ट राजवटीबद्दल वाटणारं भय दर्शवतं. कम्युनिस्ट राजवटीत राज्यकर्त्यांच्या हुकमांना, हितसंबंधांना, व्यक्तिगत हक्कांपेक्षाही खूप जास्तच जपलं जातं. चार्ल्स वॉलेसच्या मुखातून 'इट' मेगला विचारतो, 'लोक असे गोंधळून गेलेले आणि दुःखी का असतात? कारण ते स्वतंत्रपणे आपलं आयुष्य जगतात.' तो पुढे हेही सांगतो, की ही गोष्ट मेगला तिच्या व्यक्तिगत समस्यांमुळे चांगलीच माहिती आहे : 'वेगळेपणामुळे समस्या निर्माण होतात.'

कम्युनिस्ट देशांमधील नैराश्यजनक समानतेवरून लेन्गल यांना प्रेरणा मिळाली असली तरी, ही कथा, मेगची टाइपरायटर घेण्याची इच्छा वगळता, आजही पूर्णतया आजच्या काळातली वाटते. श्री. मरी यांच्या गायब होण्यानं आणि तिच्या आईला एकटेपणा जाणवत असल्याचं मेगच्या लक्षात आल्यानं (त्यांच्या खोलीतल्या मोठ्या पलंगावर आई आता एकटीच झोपत असे), मरींचं घर मोडकळीस आलं आहे. कॅल्विन एक खूप छान, गुणी मुलगा वाटत असला, तरी त्याचं कुटुंब मात्र त्याच्याकडे दुर्लक्ष करतं. आपण इतरांपेक्षा खूप वेगळे आहोत, सतत फक्त चुकाच करतो, ही मेगला सतत टोचत राहणारी जाणीव तर कालातीत आहे. एकसारखेपणाच्या गुणधर्माला स्थळ-काळाचं बंधन नसतं. इतरांसारखेच बनण्याचा, वागण्याचा दबाव सतत असतो. या दबावाला बळी न पडता आपण जसे आहोत तसं स्वतःला स्वीकारण्याच्या झगड्याला सर्वांनाच सामोरं जावं लागतं. सौ. व्हॉट्सइट, आयुष्याचे नियम, कर्तव्यं, त्यात असलेलं स्वातंत्र्य याबद्दल समजावताना, आयुष्याला 'सुनीत' या काव्यप्रकाराची उपमा देतात: 'तुम्हाला बाह्य स्वरूप निश्चित करून दिलेलं आहे; पण त्यानुसार 'सुनीत' मात्र तुमचं तुम्हीच लिहायचं आहे. तुम्हाला काय म्हणायचंय ते पूर्णपणे तुमच्याच हातात आहे.'

वरवर पाहता, हे पुस्तक तीन मुलं आणि त्या तिघांनी त्यांच्या ग्रहाला धोका पोहोचवू पाहणाऱ्या दुष्ट शक्तीशी दिलेल्या लढ्याबद्दल आहे. पण खरंतर हे पुस्तक अखिल मानवजातीच्या मूलभूत लढ्याबद्दल आहे. स्वतःचा आणि एकमेकांचा आदर करणं, संरक्षण करणं आणि प्रेम करणं याबाबतचा लढा. तिच्या भावाला वाचवण्यासाठी लढताना, अंतिम क्षणी मेग आपल्या भावनिक भात्यातून तिचं शेवटचं शस्त्र उपसते, त्या क्षणी खूपच छान वाटतं. फक्त मेगसाठीच नाही, तर दुर्लक्षित, गोंधळलेल्या, एकाकी वाचकांसाठीदेखील हा क्षण अत्यंत मोलाचा वाटतो. मी हे पुस्तक पहिल्यांदा वाचलं त्याला आता जवळपास चाळीसपेक्षाही जास्त वर्षं लोटली आहेत. मला जर टेसर करून भविष्यात फेरफटका मारता आला, तर कदाचित वेगळ्या जागी, वेगळ्या काळात मला माझ्या वयाची मेग मरी सापडू शकेल. तीसुद्धा मोठी झालेली असेल, अत्यंत बुद्धिमान, प्रेमळ आणि 'आपल्यातील भिन्नतेमुळेच जीवन जगण्याला अर्थ प्राप्त होतो,' हा अद्वितीय दृष्टिकोन असलेली. खरंच, तिला भेटायला मला इतकं आवडेल ना!

अनुक्रमणिका

१

सौ. व्हॉट्सइट

ती एक काळोखी, वादळी रात्र होती.

सगळ्यात वरच्या मजल्यावर असलेल्या, पोटमाळ्यावरच्या झोपायच्या खोलीत मार्गरिट मरी पलंगावर गोधडी लपेटून बसली होती. वारे वेड्यासारख्या वेगाने वाहत होते. त्यामुळे हेलकावे खाणाऱ्या झाडांकडे ती बघत होती. त्या झाडांआडून वाऱ्यामुळे पळणारे ढग दिसत होते. मधूनमधून ढगाआडून चंद्र डोकावून चमकायचा आणि तसं झालं की जमिनीवर भुतासारख्या दिसणाऱ्या सावल्या पळापळ करू लागायच्या.

एकदम घर हादरलं. गोधडी लपेटून बसलेल्या मेगलासुद्धा हादरा बसला.

खरंतर ती अशा वादळी हवामानाला घाबरत नसे. 'नुसतं साधंसुधं वादळ नाहीये हे,' तिच्या मनात आलं. 'इतर सगळ्या गोष्टींच्या वरताण आहे हे वादळ. माझ्याही वरताण. मेग मरीनं केलेल्या सगळ्या चुकांच्या वरताण.'

शाळा. या शाळेत सगळं काही चुकीचंच होत होतं. परीक्षेतील गुणांच्या बाबतीत तिची घसरण होऊन तिला सर्वांत खालच्या श्रेणीतले गुण मिळाले होते. सकाळी तिच्या एक शिक्षिका तिला तिरसटपणे म्हणाल्या होत्या, "खरंच मेग, मला कळतच नाही की इतक्या बुद्धिमान आई-बाबांची मुलगी इतकी बुद्धू कशी? नीट अभ्यास करून जरा बरे गुण मिळवले नाहीस तर नापास व्हायची वेळ येईल हं."

मधल्या सुट्टीत थोडी दंगामस्ती करून ती जरा खूश होण्याचा प्रयत्न करत होती, तर तिची एक मैत्रीण वैतागून म्हणाली, "अगं मेग, आपण काय प्राथमिक शाळेत शिकणाऱ्या लहान मुली आहोत का? नेहमीच काय छोट्या मुलीसारखी वागतेस?"

शाळा सुटल्यावर मेग तिची बरीचशी पुस्तकं हातात घेऊन घरी जात होती.

रस्त्यात शाळेतली काही मुलं घोळका करून उभी होती. त्यांतला एक मुलगा मेगच्या छोट्या भावाबद्दल 'मठ्ठ' आणि असंच काहीबाही वाईटसाईट बोलत असल्याचं तिनं ऐकलं. त्या क्षणी तिनं हातातली पुस्तकं रस्त्याच्या कडेला टाकून, त्या मुलाशी सगळी शक्ती एकवटून, मारामारी सुरू केली. मग काय, घरी पोचेपर्यंत तिचा ड्रेस फाटला होता आणि एका डोळ्याखाली चांगलीच जखम झाली होती!

तिला दहा वर्षांचे दोन जुळे भाऊ होते, सँडी आणि डेनिस. ते शाळेतून तिच्या एक तास आधी घरी येत असत. तिची अवस्था बघून, थोड्या कुत्सितपणे ते म्हणाले, "गरज पडेल तेव्हा आम्हाला मारामारी करू देत जा; तू नको."

'अपराधी! तशीच आहे मी' निराश होऊन ती विचार करत होती. 'आता असंच म्हणणार सगळे. आई नाही म्हणणार, पण बाकीचे सगळे नक्कीच म्हणतील. बाबा असते तर...'

बाबांची आठवण आल्यावर रडू आवरणं हे तर निव्वळ अशक्य. बाबांबद्दल फक्त तिची आई अगदी सहजरीत्या बोलायची. कधीकधी म्हणायची, "तुझे बाबा परत आले नं की मग..."

'कुठून परत येणार आहेत बाबा? आणि केव्हा? लोक काहीबाही बोलतात ते आईला नक्कीच माहीत असेल, लोकांमध्ये काय काय दुष्टपणानं चर्चा चालतात तेही माहीत असणार. ते ऐकून मेगला जसं दुःख होतं, तसं आईलासुद्धा होत असणार. पण ती तसं काहीच दाखवत नाही. तिच्या चेहऱ्यावरची शांतता जराही कमी होत नाही. मला का नाही असं वागता येत?' मेगच्या मनात विचार येत होते. 'मला जे वाटतं ते सगळं उघड का दाखवते मी?'

वाऱ्यामुळे खिडकीची दारं खडखडत होती. तिनं आपली गोधडी अंगाभोवती घट्ट लपेटून घेतली. एका उशीवर एक राखी रंगाचं मांजराचं पिल्लू अंगाचं मुटकुळं करून बसलं होतं. त्यानं आपली गुलाबी जीभ दाखवत एक जांभई दिली आणि ते पुन्हा झोपून गेलं.

मेग सोडून सगळे जण झोपले होते. अगदी चार्ल्स वॉलेससुद्धा. चार्ल्स वॉलेस हा तिचा छोटा भाऊ होता. तोच तो, ज्याला 'मठ्ठ' म्हटलं जायचं. त्याला आपोआप कळायचं की मेग केव्हा जागी आहे, दुःखी आहे ते. अशा वेळी तो हळूच जिना चढून तिच्या खोलीत यायचा. पण आता तर चार्ल्स वॉलेससुद्धा झोपला होता.

'असे कसे झोपू शकतात सगळे? दिवसभर रेडिओवर या चक्री वादळाबद्दल धोक्याचा इशारा दिला जात होता. सगळ्यात वरच्या मजल्यावर असलेल्या या खोलीत मला एकटीला का सोडलं सगळ्यांनी? घराचं छप्पर उडून गेलं तर? आणि या वादळी रात्री छपराबरोबर मी पण उडून गेले तर?'

घाबरून जाऊन ती थरथरायला लागली.

'तुलाच हवी होती ना, सगळ्यात वरच्या मजल्यावरची खोली?' ती स्वतःवरच वैतागली. 'आईनं तुला ही खोली घेऊ दिली; कारण तू सगळ्या भावंडांत मोठी आहेस... ही काही शिक्षा नाही काही, हा तर विशेष फायदा आहे,' ती स्वतःशीच बोलत होती.

"चक्री वादळाच्या वेळी मात्र मुळीच फायदा नाहीये हा" ती मोठ्यानं बोलली. आपली गोधडी पलंगाखाली टाकून ती उभी राहिली. छानसा आळस देऊन मांजराच्या पिल्लानं तिच्याकडे निरागसपणे बघितलं.

"झोप रे तू," मेग म्हणाली, "तू एक मांजराचं पिल्लू आहेस, माझ्यासारखा बेढब आणि विध्वंसक नाहीयेस याबद्दल खूश हो." मेगनं आरशात पाहिलं आणि तोंड वाकडं केलं. दाताच्या पट्ट्यांमध्ये अडकवलेले दात विचकून आरशात पाहिलं. डोळ्यांवर चश्मा चढवला. आपल्या भुऱ्या, झिपऱ्या केसांतून हात फिरवला आणि एक मोठ्ठा उसासा टाकला.

लाकडी जमीन पायांना गार लागत होती. खिडक्या अगदी घट्ट बंद केल्या होत्या, तरी बारक्याशा फटींमधून वारा येतच होता. धुराड्यातून वाऱ्याचा कर्कश आवाज ऐकू येत होता. तळमजल्यावरून तिला फोर्टिनब्रास या त्यांच्या कुत्र्याच्या भुंकण्याचा आवाज ऐकू येऊ लागला. फोर्टिनब्रास हा मोठा काळा कुत्रा होता. मेगला वाटलं, 'त्यालासुद्धा भीती वाटतीये का? कुणावर भुंकतो आहे हा एवढा? तो तर विनाकारण कोणावरही भुंकत नाही.'

अचानक तिला आठवलं- ती जेव्हा पत्रं आणायला पोस्टात गेली होती, तेव्हा तिला हवालदार साहेबांच्या बायकोनं, म्हणजे सौ. बनकंब यांनी, एका भटक्याबद्दल सांगितलं होतं. त्या म्हणाल्या होत्या, "त्यानं आमच्या बारा चादरी चोरल्या आहेत, आणि आता तो कदाचित तुमच्या घराच्या दिशेनं जाण्याची शक्यता आहे. तुमचं घर तसंही सुनसान रस्त्यावर, मागच्या बाजूला आहे. तो अजूनही पकडला गेला नाहीये आणि आता तो आणखीही काही चोरेल." मेगनं त्यांच्या बोलण्याकडे फारसं लक्ष दिलं नव्हतं; कारण त्याच वेळेला पोस्टमास्तरीणबाईनं गोड हसत तिला विचारलं, "बाबांची काही खबर आली का गं अशात?"

ती तिच्या छोट्याशा खोलीतून बाहेर आली आणि अंधारामुळे तिथे असलेल्या पिंगपॉन्गच्या टेबलाला धडकली. 'हं... या सगळ्याच्या वरताण म्हणजे आता माझ्या बुडालाही मार बसला,' तिच्या मनात विचार आला.

नंतर पुढे जाताजाता ती तिच्या बाहुलीच्या जुन्या घराला, चार्ल्स वॉलेसच्या खेळण्यातल्या झुलत्या घोड्याला, तिच्या जुळ्या भावांच्या खेळण्यातल्या आगगाडीला अडखळली. तिथं पडलेल्या एका मोठ्या टेडी बेअरला चिडून तिनं विचारलं, "हे सगळं माझ्यासोबतच का होतं?"

ती जिन्याजवळ आली आणि तिथेच उभी राहून तिनं कानोसा घेतला. उजवीकडच्या चार्ल्स वॉलेसच्या खोलीतून अजिबात आवाज येत नव्हता. डाव्या बाजूला असलेल्या आई-बाबांच्या खोलीतही शांतता होती. त्या खोलीतल्या मोठ्या पलंगावर आई आता एकटीच झोपत असे. तिनं हळूच तिच्या जुळ्या भावांच्या खोलीतही डोकावून पाहिलं. अंधारात नीट दिसावं म्हणून चश्मा एका बोटानं ढकलत नाकावर नीट बसवला. डेनिस घोरत होता. सँडी बेसबॉलबद्दल काहीतरी पुटपुटला आणि झोपून गेला. त्या दोघांच्या बाबत काहीच प्रश्न नव्हता. ते दोघे काही खूप हुशार विद्यार्थी नव्हते, पण अगदीच वाईटही नव्हते. सर्वसामान्य अशा 'ब' श्रेणीतले गुण त्यांना नेहमी मिळत असत. क्वचित अधूनमधून 'अ' किंवा 'क' श्रेणीतले गुण मिळत. ते दोघे ताकदवान होते आणि उत्तम खेळाडू होते. मरी कुटुंबाविषयी इतर लोक थट्टामस्करी करीत तेव्हा सँडी आणि डेनिसबद्दल मात्र कोणी काही बोलत नसे.

मेग तिच्या जुळ्या भावांच्या खोलीतून बाहेर पडली आणि जिना उतरून खाली आली. उतरताना जिन्याची करकरणारी सातवी पायरी तिनं लक्षपूर्वक टाळली. फोर्टिनब्रासचं भुंकणं आता थांबलं होतं. 'म्हणजे तो भटक्या इथं आलेला नसावा. कोणीही परका माणूस असता, तर फोर्ट भुंकतच राहिला असता,' ती मनात म्हणाली.

'पण तो भटक्या खरंच आला तर? आणि त्याच्याकडे सुरा असला तर? इथं जवळपास कोणी राहत पण नाही. आपण कितीही ओरडलो, किंचाळलो तरी कोणाला ऐकूही जाणार नाही.' तिच्या मनात विचार चालूच होते.

'जाऊ दे, मी थोडा कोको बनवते माझ्यासाठी,' तिनं ठरवलं. 'जरा बरं वाटेल, आणि जर घराचं छप्पर उडून गेलं तर निदान मी उडून तरी जाणार नाही.'

स्वयंपाकघरातला दिवा तर आधीपासूनच लावलेला होता आणि चार्ल्स वॉलेस टेबलापाशी बसून दूध पीत होता. पाव आणि जॅमदेखील खात होता. जुन्या पद्धतीच्या, मोठ्या स्वयंपाकघरात एकटाच बसलेला चार्ल्स खूप छोटासा आणि बिचारा दिसत होता. सोनेरी केसांच्या छोट्याशा चार्ल्सनं फिक्कट निळ्या रंगाचा नाइटड्रेस घातला होता. खुर्चीवर बसल्यावर त्याचे पाय जमिनीवर पोचत नव्हते. आपले पाय हलवत तो बसला होता.

"हाय मेग," तो आनंदानं म्हणाला, "तुझीच वाट बघत होतो."

टेबलाखाली, चार्ल्सच्या पायाशी फोर्टिनब्रास पहुडला होता. खाऊच्या तुकड्यांच्या आशेत तो तिथं बसला होता. मेग दिसल्यावर त्यानं आपलं काळं डोकं वर उचलून तिच्याकडे पाहिलं आणि शेपूट हलवली. एका हिवाळ्यातल्या रात्री तो त्यांच्या दाराशी आला होता. तेव्हा ते एक पिल्लू होतं. तेव्हा तो हडकुळाही होता आणि कोणीतरी त्याला सोडून दिलं होतं. मेगच्या बाबांच्या मते तो 'लेवलिन सेटर' आणि

'ग्रेहाउंड' या कुत्र्यांच्या जातींचा संकर असलेला कुत्रा होता. तो काळा आणि सडपातळ असून, त्याचं स्वतःचं असं सौंदर्य होतं.

"तू माझ्या खोलीत का नाही आलास रे?" मेगनी तिच्या भावाला विचारलं. तो तिच्याच वयाचा असल्यासारखा ती त्याला म्हणाली, "मला किती भीती वाटत होती."

"तुझ्या त्या खोलीत खूपच वारा होता गं," छोटा चार्ल्स म्हणाला, "मला वाटलंच तू खाली येशील असं. मी तुझ्यासाठीही दूध गरम करायला ठेवलंय. आत्तापर्यंत झालं असेल गरम."

चार्ल्स वॉलेसला, मेगच्या मनात नेमकं काय चालू आहे त्याबद्दल, नेहमीच कसं बरं कळायचं? डेनिस आणि सँडी यांच्याबद्दल तो असं काहीच सांगत नसे. त्याला फक्त त्याची आई आणि मेग या दोघींच्या मनातले विचार अगदी अचूकपणे ओळखता येत असत.

इतर लोकांच्या मनात चार्ल्सबद्दल किंचितशी सुप्त अशी भीती होती म्हणूनच की काय, ते मरींच्या या सगळ्यात छोट्या मुलाबद्दल कुजबूज करत असत. तो फारसा हुशार नाही अशी अफवा पसरली होती. मेगनी एकदा काही लोकांचं बोलणं ऐकलंही होतं. एक जण बोलत होता, "बुद्धिमान व्यक्तींची मुलं जरा कमी हुशार असतात असं ऐकलंय मी. ती जुळी भावंडं छान सामान्य मुलं आहेत; पण ती दिसायला कशीतरीच असलेली मुलगी आणि तो सगळ्यात छोटा मुलगा मात्र अजिबात सामान्य नाहीयेत."

आजूबाजूला कोणी असलं की चार्ल्स फारसा बोलतच नसे. त्यामुळे त्याला बोलता येत नाही, असंच अनेक लोकांना वाटायचं. हेही खरंच होतं की जवळजवळ चार वर्षांचा होईपर्यंत त्याला बोलता यायचं नाही. लोक त्याच्याकडे बघून खेदानं मान हलवीत चुकचुकायचे आणि अशा वेळी मेगला त्याचा प्रचंड राग यायचा.

मेगला अगदी छान, स्पष्ट आठवत होतं, तिचे बाबा घर सोडून जाण्याआधी एकदा म्हणाले होते, "चार्ल्स वॉलेसची काळजी करू नकोस मेग. तो अगदी ठीक आहे. फक्त तो सगळ्या गोष्टी त्याच्या पद्धतीनं करतो आणि त्याला हवा तितका वेळ तो त्या गोष्टी पूर्ण करण्यासाठी घेतो, इतकंच."

"तो माझ्यासारखा मठ्ठ झालेला मला नाही आवडणार," मेग म्हणाली होती. तेव्हा बाबा म्हणाले, "अगं बाळा, तू मठ्ठ नाहीयेस काही, तू पण चार्ल्स वॉलेससारखी आहेस. तुम्ही तुमच्या स्वतःच्या गतीनं वाढत आहात. इतर सामान्य मुलांच्या वाढीच्या गतीइतकी, तुमच्या वाढीची गती नाहीये इतकंच."

"तुम्हाला कसं माहीत? तुम्हाला कसं कळलं की मी मठ्ठ नाहीये ते? तुम्हाला मी खूप आवडते म्हणून असं म्हणताय नं तुम्ही?" मेगनं विचारलं.

"अगं, माझी लाडकी आहेसच तू, पण म्हणून तसं म्हणत नाहीये हं मी. आईनं आणि मी तुझ्या काही चाचण्या घेतल्या होत्या, आठवतंय?" बाबा म्हणाले.

'हो, खरंच की,' मेगला आठवलं. तिचे आईबाबा तिच्या सोबत काही खेळ खेळत असत. ते खेळ म्हणजे एक प्रकारच्या चाचण्या होत्या. तिच्या जुळ्या भावांपेक्षा तिला आणि चार्ल्सला जास्त चाचण्या दिल्या होत्या. "म्हणजे तुम्हाला बुद्धिमत्ता चाचणी म्हणायचं आहे का?" मेगनं विचारलं.

"हो. त्यापैकी काही तशा होत्या" बाबा म्हणाले.

"माझा बुद्ध्यंक ठीकठाक आहे नं बाबा?"

"हो, 'ठीक'पेक्षाही जास्तच."

"किती आहे?"

"हं... ते मात्र नाही हं सांगणार तुला. पण माझी खात्री आहे की जेव्हा तू आणि चार्ल्स मोठे व्हाल तेव्हा तुम्हाला जे काम करायला आवडेल ते तुम्ही खूप छान कराल. चार्ल्स बोलायला लागला की बघशीलच तू," बाबा म्हणाले होते.

'किती बरोबर बोलले होते बाबा!' मेगच्या मनात विचार आला. 'चार्ल्स वॉलेस बोलायला लागण्याआधीच बाबा घर सोडून निघून गेले होते आणि त्यानंतर इतर लहान बाळांसारखं बोबडं वगैरे न बोलता चार्ल्स एकदम संपूर्ण वाक्यच्या वाक्यं बोलायला लागला होता. त्याला असं बोलताना पाहून बाबांना किती अभिमान वाटला असता!'

"दुधाकडे लक्ष दे हं," चार्ल्स मेगला म्हणाला. तो फक्त पाच वर्षांचा होता आणि वयाच्या मानानं तो अतिशय स्पष्ट बोलत असे. 'तुला माहीत आहे नं, दुधावर साय आलेली तुला आवडत नाही.'

"खूप जास्त दूध घेतलंयस रे गरम करायला," दुधाच्या पातेल्यात डोकावत मेग म्हणाली.

शांतपणे मान डोलावून चार्ल्स म्हणाला, "मला वाटलं आईलाही आवडेल थोडंसं दूध."

"मला काय आवडेल?" अचानक आईचा आवाज आला. आई स्वयंपाकघराच्या दारात उभी होती.

"कोको," चार्ल्स म्हणाला, "आई, तुला शिजवलेल्या मांसाचे तुकडे आणि चीज घातलेलं सॅन्डविच आवडेल का खायला? मी करतो तुझ्यासाठी."

"हो, खूप आवडेल," आई म्हणाली, "पण तू काही काम करत असशील तर मी करते सॅन्डविच."

"नाही नाही, मी करतो." चार्ल्स खुर्चीवरून खाली उतरत म्हणाला आणि फ्रिजकडे गेला. त्याच्या छोट्या छोट्या पावलांचा हळुवार आवाज आला, "तू गं

मेग? सॅन्डविच खाशील?''

"हो, पण मला मांसाचा तुकडा नको. टोमॅटो आहेत का आपल्याकडे?'' मेग म्हणाली.

चार्ल्सनं फ्रिजमध्ये डोकावून पाहिलं आणि म्हणाला, "एक आहे. आई, मी तो मेगच्या सॅन्डविचसाठी वापरू?''

"हो, वापर की'' सौ. मरी हसून म्हणाल्या, "आणि मोठ्यांदा बोलू नकोस चार्ल्स, नाहीतर तुझे जुळे भाऊ जागे होऊन खाली येतील.''

"फक्त आपली आपलीच खास पार्टी करू या!'' चार्ल्स म्हणाला, "खास... आज मी हा नवा शब्द वापरतो! मस्त ना?''

"हुशारच आहेस तू'' सौ. मरी म्हणाल्या, "मेग, ये गं, बघू तुझी जखम.''

मेग आईच्या पायापाशी बसली. स्वयंपाकघरातल्या उबेमुळे आणि उजेडामुळे आता तिला भीती वाटत नव्हती. शांत वाटत होतं. उकळत्या कोकोचा सुगंध दरवळत होता. खिडकीच्या कट्ट्यावर ठेवलेल्या कुंडीतल्या जिरॅनिअमच्या झाडाला फुलं आली होती आणि पिवळ्या शेवंतीच्या छोट्या छोट्या फुलांचा गुच्छ टेबलावरच्या फुलदाणीत ठेवला होता. लाल रंगाचे पडदे ओढलेले होते. त्यावर निळ्या आणि हिरव्या रंगांच्या भौमितिक आकृत्यांचं डिझाइन काढलेलं होतं. सगळ्या खोलीत उत्साह पसरलेला वाटत होता. घर उबदार ठेवणाऱ्या भट्टीचा मंद आवाज येत होता. दिवे शांतपणे प्रकाशत होते. बाहेर मात्र वारा अजूनही घराला धडका देतच होता, पण मेगला आता त्याची एवढी भीती वाटत नव्हती. सौ. मरींच्या खुर्चीखाली बसलेल्या फोर्टिनब्रासने एक समाधानाचा सुस्कारा टाकला.

सौ. मरींनी मेगच्या खरचटलेल्या गालाला हळूच हात लावला. मेगनी आईकडे थोडं प्रेमानं, कौतुकानं आणि थोडंसं वैतागानं पाहिलं. शास्त्रज्ञ आणि सुंदर अशी आई असणं हे काही फारसं फायदेशीर नव्हतं. सौ. मरींचे लाल केस, मुलायम त्वचा, लांबसडक दाट पापण्या असलेले निळसर डोळे हे सगळं मेगच्या अत्यंत साध्या, सामान्य रूपाच्या तुलनेत अधिकच उठून दिसत असे. मेगच्या केसांच्या नीट चापूनचोपून वेण्या घातल्या तर जरा बरे दिसत केस. आधी तिचे केस कापलेले होते; पण आता मात्र तिला आणि तिच्या आईला केस नीट बसवण्यासाठी झगडावं लागे. एका बाजूचे केस नीट चापून बसवले तर दुसऱ्या बाजूचे कुरळेच राहत, त्यामुळे ती आणखीनच सामान्य दिसत असे.

"अगं काय हे? संयम म्हणजे काय हे तुला माहीतच नाही नं बाळा?'' तिची जखम पाहून सौ. मरी म्हणाल्या, "आनंदानं, संयमानं वागायला कधी शिकशील असं वाटतच नाहीये. किती लागलंय गं, त्या हेन्डरसन मुलानी चांगलंच मारलंय तुला. आणि हो... तू झोपायला गेल्यानंतर त्या मुलाच्या आईचा फोन आला होता.

तुझी तक्रार केली, तू खूप मारलंस त्याला अशी. पण मी मात्र सांगून टाकलं तिला की तो मेगपेक्षा एक वर्षानं मोठा आहे, शिवाय तो जवळजवळ पंचवीस पौंडांनी अधिक वजनदारसुद्धा आहे. त्यामुळे खरंतर मीच त्याची तक्रार करायला हवी; पण त्याच्या आईनं काही ऐकूनच घेतलं नाही. तिला वाटतंय की सगळी चूक तुझीच आहे.''

''मला वाटतंय की ते सगळं आपल्या दृष्टिकोनावर अवलंबून असतं,'' मेग म्हणाली. ''आणि तसंही, काहीही घडू दे, लोकांना दर वेळेला माझीच चूक आहे असंच वाटतं. अगदी माझा त्याच्याशी काहीही संबंध नसला तरीही. पण खरंच, त्याच्याशी मारामारी करायला नको होती मी. हा सगळा आठवडाच फार वाईट होता. मला खूप वाईट वाटतंय.''

मेगच्या डोक्यावरून हात फिरवत सौ. मरी म्हणाल्या, ''का गं? का वाटतंय असं?''

''मला असं सगळ्यांपेक्षा वेगळं असायला अजिबातच आवडत नाही,'' मेग म्हणाली, ''सँडी आणि डेनिसलासुद्धा त्रास होत असणार. मला कळतच नाही, ती दोघं इतरांसारखीच आहेत, का तसं असल्याचं ते भासवतात. मी पण इतरांसारखीच असल्याची बतावणी करायचा प्रयत्न करते; पण मला ते जमतच नाही.''

''तू जशी नाहीयेस तशी असल्याची बतावणी करूच शकत नाहीस. तू फार साधी, सरळ आहेस.'' सौ. मरी म्हणाल्या, ''माफ कर बेटा, बाबा इथे असते तर त्यांनी कदाचित तुला मदत केली असती. काही काळानंतर तू स्वतःच शिकशील. तोपर्यंत तरी मी काही करू शकेन असं मला वाटत नाही. काही काळानंतर तुला सगळं सोपं वाटायला लागेल. पण आत्ता तरी फारसं काहीच करू शकत नाही, हो ना?''

''जर मी इतकी कुरूप नसते तर... मी जर तुझ्यासारखी दिसायला छान असते तर...'' मेग म्हणाली.

''आई दिसायला नुसतीच छान नाही, ती सुंदर आहे,'' शिजवलेल्या मांसाचे काप करीत चार्ल्स म्हणाला, ''त्यामुळे माझी खात्री आहे की ती जेव्हा तुझ्या वयाची होती तेव्हा तीसुद्धा सुमारच दिसत असणार.''

''अगदी बरोब्बर बोललास,'' सौ. मरी म्हणाल्या, ''थोडा काळ जाऊ दे गं मेग.''

''आई, तुझ्या सॅन्डविचमध्ये लेट्यूसची पानं घालू का?'' चार्ल्सनं विचारलं.

''नको''

त्यानं सॅन्डविचचे तुकडे कापले, ताटलीत ठेवले, आणि आईसमोर टेबलावर ठेवले. ''तुझंही एक मिनिटात तयार होईल हं मेग आणि मला वाटतंय की मी सौ.

व्हॉट्सइट यांच्याशी तुझ्याबद्दल बोलावं.''

''या सौ. व्हॉट्सइट कोण आहेत?'' मेगनं विचारलं.

''मला वाटतंय, थोडा वेळ त्यांची माहिती मी फक्त माझ्याकडेच ठेवावी.'' चार्ल्स म्हणाला, ''कांदा आणि मीठ घालू?''

''हो, चालेल.''

''सौ. व्हॉट्सइट या शब्दाचा अर्थ काय?'' सौ. मरींनी विचारलं.

''ते त्याचं नाव आहे,'' चार्ल्सनी उत्तर दिलं, ''रानात असलेलं ते जुनं कौलारू घर माहितीये ना? ते नाही का, तिथे भूत आहे अशा अफवेमुळं मुलं त्याच्याजवळ जात नाहीत ते? तिथच राहतात ते लोक.''

''ते लोक म्हणजे?''

''सौ. व्हॉट्सइट आणि त्यांच्या दोन मैत्रिणी. दोन-तीन दिवसांपूर्वी मी आणि फोर्टिनब्रास फिरायला गेलो होतो. मेग, तू आणि आपले जुळे भाऊ शाळेत गेला होतात. रानात फिरायला आवडतंच नं आम्हाला आणि अचानक फोर्टिनब्रास एका खारीच्या मागे लागला. मीही त्याच्या मागे मागे पळालो. पळतापळता त्या भुताटकी असलेल्या घरापाशी आलो. असं अचानकच भेटलो मी त्यांना.''

''पण तिथे तर कोणीच राहत नाही,'' मेग म्हणाली.

''सौ. व्हॉट्सइट आणि त्यांच्या मैत्रिणी राहतात. त्या सगळ्या खूप चांगल्या आहेत.''

''हे सगळं तू मला आधी का नाही सांगितलंस?'' सौ. मरींनी विचारलं, ''आणि तुला माहितीये न चार्ल्स, की आपल्या घराच्या आवाराबाहेर परवानगी न घेता जायचं नाही ते?''

''हो, माहीत आहे,'' चार्ल्स म्हणाला, ''म्हणूनच तुला सांगितलं नाही. मी कसलाही विचार न करता फोर्टिनब्रासच्या मागे पळालो. आणि मग मी ठरवलं की जाऊ दे, नंतर वेळ येईल तेव्हाच सांगू.''

वाऱ्याच्या एका नव्या जोरदार झोतामुळे घर पुन्हा हादरलं, आणि एकदम जोरात पाऊस सुरू होऊन पावसाचे सपकारे खिडकीवर आदळू लागले.

''हे असलं वादळ मला आवडत नाही,'' मेग अस्वस्थपणे म्हणाली.

''घराची काही कौलं नक्कीच पडली असणार आज,'' सौ. मरी म्हणाल्या, ''मेग, जवळजवळ दोनशे वर्षं झाली या घराला, आणि अजून काही वर्षं नक्कीच तग धरून राहील हे घर. आत्तापर्यंत अशा खूप वादळांचा सामना केलाय घरानं.''

''अगं, पण हे चक्री वादळ आहे,'' मेग रडक्या आवाजात म्हणाली, ''रेडिओवर सतत सांगत होते, चक्री वादळ आहे असं!''

''ऑक्टोबर महिना आहे,'' सौ. मरींनी तिला सांगितलं, ''याआधीही ऑक्टोबरमध्ये

वादळं आली होतीच की.''

चार्ल्स वॉलेसनी मेगला सॅन्डविच दिलं तेव्हाच फोर्टिनब्रास टेबलाखालून बाहेर आला. तो हळू आवाजात गुरगुरू लागला. त्याचे पाठीवरचे काळे केस उभे राहू लागले. मेगच्या अंगावर काटा आला.

''काय झालं?'' चिंतातुर होऊन तिनं विचारलं.

फोर्टिनब्रास सौ. मरींच्या प्रयोगशाळेच्या दाराकडे टक लावून बघत होता. स्वयंपाकघराला लागूनच त्यांची प्रयोगशाळा होती आणि प्रयोगशाळेला जोडून, बाहेरच्या बाजूला, एक छोटेसं कोठीघर होतं. त्या कोठीघराचा दरवाजा घराच्या बाहेरच्या बाजूला उघडत असे. सौ. मरींनी, सगळ्यांना बाहेरून घरात येताना प्रयोगशाळेतून न येता, घराच्या मुख्य दारातून किंवा गॅरेजच्या दारातून येण्याची सवय लावायचा खूप प्रयत्न केला होता. आता फोर्टिनब्रास प्रयोगशाळेच्या दाराकडे बघूनच गुरगुरत होता.

''तू प्रयोगशाळेत कुठलं घाणेरड्या वासाचं रसायन गरम करत ठेवलेलं नाहीयेस न आई?'' चार्ल्सनी विचारलं.

सौ. मरी उभ्या राहिल्या. ''नाही रे, तरीही मी जाऊन बघते, फोर्ट इतका अस्वस्थ का झालाय ते.''

''भटक्या असणार, माझी खात्री आहे, भटक्याच असणार तो.'' मेग अस्वस्थपणे म्हणाली.

''कोण भटक्या?'' चार्ल्सनं विचारलं.

''आज दुपारी पोस्ट ऑफिसमध्ये लोक बोलत होते. एक भटक्या सौ. बनकंबच्या सगळ्या चादरी चोरून पळाला, असं.''

''मग आपण आपले उशांचे अभ्रे सांभाळायला हवेत, आपण बसू या अभ्र्यांवर,'' सौ. मरी थट्टेनं म्हणाल्या. ''मेग, अगं, अशा रात्री भटक्यासुद्धा बाहेर पडणार नाही.''

रडवेली होऊन मेग म्हणाली, ''कदाचित म्हणूनच तो बाहेर पडला असेल, तो आसरा शोधत फिरत असेल.''

''बरं... तसं झालं तर त्याला सकाळ होईपर्यंत गोदामात राहू देईन मी.'' दरवाजाकडे जात जात सौ. मरी म्हणाल्या.

''मीही येते तुझ्याबरोबर,'' कर्कश आवाजात मेग म्हणाली.

''नाही मेग, तू चार्ल्ससोबत थांब आणि तुझं सॅन्डविच खा.''

''खा?'' सौ. मरी प्रयोगशाळेत गेल्यावर मेग मोठ्याने उद्गारली, ''मी खाऊ शकेन असं वाटलंच कसं तिला?''

''आई स्वतःची काळजी घेऊ शकते,'' चार्ल्स म्हणाला. तो टेबलापाशी

असलेल्या बाबांच्या खुर्चीत पाय हलवत बसला. त्याचे पाय टेबलाच्या पायांना धडकत होते. इतर लहान मुलांसारखा नव्हता तो, एका जागी शांत बसू शकत असे.

थोडा वेळ गेला. मेगला तो वेळ खूप जास्त वाटला. सौ. मरी स्वयंपाकघरात परत आल्या आणि त्यांनी दार उघडून धरलं...कोण होतं ते? भटक्या तर नव्हे? मेगच्या कल्पनेतल्या भटक्यापेक्षा ती व्यक्ती लहान दिसत होती. त्या व्यक्तीचं वय किंवा लिंग ओळखणं अशक्य होतं. ती व्यक्ती संपूर्णपणे कपड्यात गुंडाळलेली होती. वेगवेगळ्या रंगांचे अनेक मफलर डोक्याभोवती गुंडाळलेले होते आणि एक पुरुषी हॅट डोक्यावर ठेवली होती. एक गडद गुलाबी रंगाचा स्कार्फ ओव्हरकोटवरून गुंडाळून त्याची गाठ मारली होती. तो ओव्हरकोट खरबरीत होता आणि पायात काळे रबरी बूट घातलेले होते.

"सौ. व्हॉट्सइट?" संशयानं चार्ल्सनं विचारलं, "तुम्ही काय करताय इथं? आणि तेही इतक्या रात्री?"

"तू नको काळजी करूस बेटा," त्या सगळ्या कपड्यांच्या गाठोड्यातून आवाज आला. जरासा चिरकाच आवाज होता तो, पण अगदी असह्यसुद्धा नव्हता.

"सौ. अं.. व्हॉट्सइट... म्हणतायत की त्या रस्ता चुकल्या आहेत." सौ. मरी म्हणाल्या, "सौ. व्हॉट्सइट, तुम्ही थोडंसं चॉकलेट घातलेलं गरम दूध घेणार का?"

"अगदी आनंदानं," सौ. व्हॉट्सइट म्हणाल्या आणि त्यांनी हॅट आणि गुलाबी मफलर काढून ठेवला. "रस्ता चुकल्याचं एवढं काही विशेष नाही, पण मी या सोसाट्याच्या वाऱ्यामुळे मार्ग भरकटले. आणि जेव्हा माझ्या लक्षात आलं की मी छोट्या चार्ल्सच्या घरापाशी आले आहे, तेव्हा मी विचार केला की आत जाऊन थोडा आराम करावा आणि मगच पुढे जावं."

"तुम्हाला कसं कळलं की हे चार्ल्स वॉलेसचं घर आहे?" मेगनं विचारलं.

"वासावरून." सौ. व्हॉट्सइटनी बोलताबोलता डोक्याभोवती गुंडाळलेले स्कार्फ सोडायला सुरुवात केली. त्यांनी एक निळ्या आणि हिरव्या रंगाचा, कुयऱ्यांचं डिझाइन असलेला मऊ मफलर सोडून ठेवला, लाल आणि पिवळ्या फुलांची नक्षी असलेला स्कार्फ काढला, सोनेरी नाजूक नक्षी असलेला स्कार्फ आणि नंतर लाल आणि काळ्या रंगाचा कपाळावर बांधलेला स्कार्फ काढला. सगळे मफलर काढल्यानंतर त्यांचं डोकं दिसू लागलं. त्यांच्या विरळ आणि अर्धवट पिकलेल्या केसांचा छोटाच, पण नीटनेटका अंबाडा घातलेला होता. त्यांचे डोळे पाणीदार होते आणि नाक म्हणजे गोल गोळाच जणू! ओठांचा चंबू केल्यानं सुरकुत्या पडल्या होत्या. "वा, किती छान आणि उबदार वाटतंय इथं," त्या म्हणाल्या.

"बसा नं!" सौ. मरींनी त्यांना खुर्ची दिली. "तुम्ही सॅन्डविच खाणार का सौ.

व्हॉट्सइट? आत्ताच मी मांसाचे तुकडे आणि चीज घालून सॅन्डविच खाल्लं. चार्ल्सनी पावाला जॅम लावून खाल्लं, आणि मेगनी लेट्यूस आणि टोमॅटो घालून.''

"अं... काय खावं बरं...'' सौ. व्हॉट्सइट विचार करू लागल्या, "मला रशियन कॅविअर (माशाची अंडी) प्रचंड आवडतं.''

"तुम्ही हळूच डोकावून पाहिलंत ना फ्रिजमध्ये?'' चार्ल्स चिडून ओरडला, "ते आम्ही आईच्या वाढदिवसासाठी राखून ठेवलंय आणि तुम्हाला ते अजिबात मिळणार नाही!''

सौ. व्हॉट्सइटनी दुःख झाल्यासारखा एक खोल सुस्कारा सोडला.

"आई, नाही हं,'' चार्ल्स आईला म्हणाला, "तू अजिबात द्यायचं नाहीयेस त्यांना, नाहीतर मला खूप राग येईल. ट्यूना मासा आणि सॅलड चालेल का तुम्हाला?''

"बरं...' नम्रपणे सौ. व्हॉट्सइट म्हणाल्या.

"मी बनवते,'' मेग म्हणाली आणि ट्यूना माशाचा डबा आणायला कोठीघरात गेली.

"काय फालतूपणा आहे,' तिच्या मनात विचार आला, 'ही कोण, कुठली म्हातारी मध्यरात्री घरात घुसली आहे आणि आईलासुद्धा त्यात काहीही विचित्र वाटत नाहीये. अगदी पैजेवर सांगते मी की तो भटक्या म्हणजे ही बाईच असेल. माझी खात्री आहे की तिनंच चोरल्या आहेत त्या चादरी. चार्ल्सनी मैत्री करावी अशी मुळीच नाहीये ती. तो तर अनोळखी लोकांशी बोलतही नाही.'

मेगनं कोठीघराचा दिवा बंद केला आणि ती ट्यूना माशाचा डबा घेऊन स्वयंपाकघरात आली. "मी इथं, तुमच्या घराजवळ नुकतीच राहायला आलीये,'' सौ. व्हॉट्सइट म्हणत होत्या, "हा छोटा चार्ल्स कुत्र्यासोबत आमच्या घरी येईपर्यंत मला असंच वाटायचं की शेजाऱ्यांशी फारसं जमायचं नाही आपलं.''

"सौ. व्हॉट्सइट,'' कठोरपणे चार्ल्सनी विचारलं, "तुम्ही सौ. बनकंब यांच्या चादरी का चोरल्या?''

"अरे मला हव्या होत्या त्या चार्ल्स.''

"तुम्ही त्या ताबडतोब परत करा.''

"चार्ल्स बेटा, मी तसं नाही करू शकत. मी वापरल्या आहेत त्या.''

"हे तुम्ही अत्यंत चुकीचं वागलेल्या आहात,'' चार्ल्स रागावला, "तुम्हाला चादरींची इतकीच गरज होती तर तुम्ही मला मागायच्या.''

सौ. व्हॉट्सइट त्यांचं डोकं हलवत चुकचुकत म्हणाल्या, "तू मला देऊ शकला नसतास. सौ. बनकंबकडे होत्या.''

मेगनं थोडी सेलरी (कोथिंबिरीसारखी पालेभाजी) कापली आणि ट्यूनामध्ये

मिसळली. क्षणभर घुटमळून तिनं फ्रिज उघडला आणि गोड लोणच्याची बरणी बाहेर काढली. 'हे सगळं मी त्या बाईसाठी का करतीये मलाच कळत नाहीये,' तिच्या मनात विचार आला, 'माझा अजिबात विश्वास नाहीये तिच्यावर.'

"मी चांगली आहे हे तुझ्या बहिणीला सांग रे," सौ. व्हॉट्सइट चार्ल्सला म्हणाल्या, "सांग तिला की माझा हेतू चांगला आहे."

"नुसता हेतू चांगला असून काय उपयोग? कृतीही तशीच हवी... नरकाकडे जाणारा रस्ताही चांगल्याच हेतूनं बनवलेला असतो..." एखादी कवितेची/गाण्याची ओळ म्हणावी तसं चार्ल्स म्हणाला.

"अगंबाई, लब्बाड आहेस हं," सौ. व्हॉट्सइट त्याच्याकडे प्रेमानं बघत म्हणाल्या, 'त्याला समजून घेणारं कोणीतरी आहे हे सुदैवच म्हणायचं.'

"मला नाही तसं वाटत," सौ. मरी म्हणाल्या, "आमच्यापैकी कोणाचाही दर्जा त्याच्याइतपत नाहीये."

"पण निदान तुम्ही त्याला दडपून टाकायचा प्रयत्न करीत नाही," सौ. व्हॉट्सइट डोकं जोरजोरात हलवीत म्हणाल्या, "तुम्ही त्याला मोकळं सोडता, जसा आहे तसा त्याला स्वीकारता."

"हे घ्या तुमचं सॅन्डविच," मेग त्यांना सॅन्डविच देत म्हणाली.

"खाण्याआधी मी माझे बूट काढून ठेवले तर चालेल का?" सॅन्डविच उचलत सौ. व्हॉट्सइटनी विचारलं. "हे बघा, ऐका," त्यानी त्यांचे पाय बुटात वर खाली हलवले. पाण्याचा आवाज आला. "माझ्या पायांची बोटं ओली झाली आहेत. हे बूटही जरा घट्टच आहेत आणि म्हणून मला एकटीला माझे बूट काढता येत नाहीत."

"मी मदत करतो तुम्हाला," चार्ल्स म्हणाला.

"तू नको, तुझ्यात तेवढी ताकद नाहीये."

"मी करते मदत," सौ. मरी सौ. व्हॉट्सइटच्या पायाशी उकिडव्या बसल्या. एक बूट हातात धरून खसकन ओढला. ओढल्याओढल्या बूट अचानक वेगानं, पटकन पायातून निघाला. सौ. मरी एकदम मागे आदळल्या. सौ. व्हॉट्सइटची खुर्ची त्यांच्यासकट मागच्या बाजूला उलटली. सॅन्डविच मात्र त्यांनी एका हातात उंच धरूनच ठेवलं होतं. बुटातून पाणी बाहेर आलं आणि जमिनीवर आणि जमिनीवरच्या विणलेल्या जाजमावर पसरलं.

"अरे देवा!" सौ. व्हॉट्सइट म्हणाल्या. त्या अजूनही उलटलेल्या खुर्चीतच, पाठीवर आडव्या पडलेल्या स्थितीतच होत्या. त्यांचे पाय वर गेले होते. त्यांच्या एका पायातला लाल आणि पांढऱ्या पट्ट्यांचा मोजा दिसत होता. दुसऱ्या पायात बूट होता.

सौ. मरी उभ्या राहिल्या. "तुम्ही ठीक आहात नं सौ. व्हॉट्सइट?"

"तुमच्याकडे एखादं वेदनाशामक मलम आहे का? कमरेवर लावीन," सौ. व्हॉट्सइट अजूनही आडव्याच होत्या. "मला वाटतंय, कंबर लचकली माझी. थोड्याशा लवंगांच्या तेलात लसूण नीट मिसळून ते तेल चोळलेलं चांगलं असतं." त्यांनी सॅन्डविचचा एक मोठा घास घेतला.

"कृपया उभ्या राहा," चार्ल्स म्हणाला, "तुम्हाला हे असं आडवं पडलेलं बघवत नाहीये मला. तुम्ही जरा जास्तच करताय."

"कंबर लचकलेली असताना उभं राहायचा प्रयत्न केलायस का तू कधी?" पण असं म्हणत सौ. व्हॉट्सइट कशाबशा उठल्या. खुर्ची सरळ करून जमिनीवरच पाय पसरून बसल्या. एका पायात बूट अजूनही तसाच होता. त्यांनी सॅन्डविचचा आणखी एक मोठा घास घेतला. वयाच्या मानानं त्या चांगल्याच चपळ होत्या. मेगला तरी त्या खूप म्हाताऱ्या वाटत होत्या.

तोंडात घास असतानाच सौ. व्हॉट्सइटनी सौ. मरींना सांगितलं, "मी खाली बसलेली आहे तोवर दुसरा बूटही ओढून काढ."

या सगळ्या प्रकारात काहीच विशेष, वेगळं नसल्यासारखं सौ. मरींनी दुसरा बूट ओढून काढला. या पायात निळा आणि राखी रंगाचा मोजा होता. सौ. व्हॉट्सइट तिथेच बसून राहिल्या. आपल्या पायाच्या बोटांची हालचाल केली, समाधानानी आपलं सॅन्डविच संपवलं आणि मग उठून उभ्या राहिल्या. "वा! किती बरं वाटतंय" असं म्हणून दोन्ही बूट सिंकपाशी नेले आणि हलवून, सगळं पाणी झटकून रिकामे केले आणि म्हणाल्या, "पोट भरलं माझं, छान उबदारही वाटतंय. आता मला घरी जायला हवं."

"सकाळ होईपर्यंत राहिलात तर बरं होईल असं नाही वाटत का तुम्हाला?" सौ. मरींनी विचारलं.

"धन्यवाद गं, पण मला खूप कामं आहेत, इथं बसून वेळ निरर्थक वाया जाईल."

"अजूनही वादळ आहेच आणि रात्रही खूप झालीय."

"वादळाच्या रात्री तर मला मजा येते," सौ. व्हॉट्सइट म्हणाल्या, "मी चक्री वादळाच्या खाली येणाऱ्या वाऱ्याच्या झोतामुळे रस्ता भरकटले इतकंच."

"बरं, पण तुमचे मोजे वाळेपर्यंत तरी..."

"ओल्या मोज्यांचा मला काही त्रास होत नाही. मला माझ्या बुटात पाणी शिरलेलं आवडत नाही एवढंच. माझी काळजी करू नकोस गं पिल्ला!' (इतर कोणालाही सौ. मरींना 'पिल्लू' अशी हाक मारावी असं सुचलंही नसतं.) 'मी जरा वेळ बसते, माझे बूट घालते आणि माझ्या रस्त्याला लागते. 'रस्ता' या शब्दावरून

आठवलं, टेसरॅक्ट (Tesseract) नावाची एक गोष्ट असते बरं का.''

सौ. मरींचा चेहरा पांढराफटक पडला. एक हात मागे नेऊन त्यांनी खुर्चीचा आधार घेतला. कापणाऱ्या आवाजात त्यांनी विचारलं, ''काय म्हणालात तुम्ही?''

पायात बूट घालत सौ. व्हॉट्सइट म्हणाल्या, ''मी म्हटलं...,'' त्या बुटात पाय घुसवू लागल्या, ''की...' त्यांनी पाय बुटात पुन्हा जोरात ढकलला, 'टेसरॅक्ट' नावाची एक गोष्ट असते.'' त्यांचा पाय बुटात व्यवस्थित बसला. त्यांनी आपल्या शाली, मफलर, हॅट अशा सगळ्या वस्तू उचलल्या आणि त्या घाईघाईनं घराबाहेर पडल्या. सौ. मरी स्तब्धच होत्या. त्यांनी वस्तू गोळा करायला त्या म्हातारीला कसलीही मदत केली नाही. दार उघडल्यावर फोर्टिनब्रास आत आला. तो धापा टाकत होता. ओला झाल्यानं त्याच्या त्वचेवर सील माशासारखी तकाकी आली होती. त्यानं सौ. मरींकडे बघितलं आणि तक्रारीच्या सुरात कूं कूं केलं.

दरवाजा आपटून बंद झाला.

''आई, काय झालं?'' मेग ओरडली, ''काय म्हणाल्या त्या?''

''टेसरॅक्ट...'' सौ. मरींच्या तोंडून हळूच शब्द फुटले. ''काय म्हणायचं होतं त्यांना? आणि त्यांना कसं माहीत?''

२

सौ. हू

घड्याळाच्या गजराच्या आवाजानं मेग जागी झाली. अजूनही वारं वाहत होतं, पण आता सूर्य चमकत होता. वादळ जरा शमलं होतं. ती बिछान्यात उठून बसली आणि कालच्या आठवणी झटकून टाकल्यासारखं डोकं हलवलं.

'स्वप्नच असणार हे.' तिच्या मनात विचार आला. 'त्या वादळाची आणि त्या भटक्याची एवढी भीती वाटत होती की स्वयंपाकघरात गेल्याचं, सौ. व्हॉट्सइट भेटल्याचं आणि 'त्या' शब्दामुळे आईदेखील घाबरल्याचं स्वप्नच पडलं. काय होता तो शब्द? टेस... टेस असंच काहीतरी'

कपडे बदलून ती तयार झाली. पलंगावर मुटकुळं करून झोपलेल्या मांजराच्या पिल्लाला उचलून जमिनीवर ठेवलं. पिल्लानं एक छानपैकी आळस देऊन जांभई दिली आणि केविलवाण्या आवाजात 'म्याँव' केलं. पिल्लू खोलीबाहेर आलं आणि जिना उतरून खाली गेलं. मेगनं आपला बिछाना आवरला आणि त्याच्या मागे गेली. स्वयंपाकघरात आई फ्रेंच टोस्ट (पावावर अंड्याचं मिश्रण पसरवून भाजणे) बनवत होती. मेगचे जुळे भाऊ टेबलापाशी बसून खात होते. मांजराचं पिल्लू त्याच्या बशीतून दूध पीत होतं.

''चार्ल्स कुठं आहे?'' मेगनी विचारलं.

''अजून झोपलाच आहे. रात्री जरा जागरणच झालं आपल्याला, आठवतंय ना?''

''मला ते सगळं स्वप्न असेल अशी आशा वाटत होती.''

आईनं तव्यावरचे चार टोस्ट काळजीपूर्वक उलटले आणि शांतपणे म्हणाली, ''नाही मेग. ते स्वप्न असेल अशी आशा करू नकोस. मलासुद्धा ते सगळं फारसं कळलं नाहीये. पण सगळं समजायलाच हवं असं काही नाही, हे मात्र माझ्या लक्षात आलंय. मी अस्वस्थ झाल्याचं तुला कळलं त्याबद्दल मला वाईट वाटतंय. तुझे बाबा

आणि मी टेसरॅक्टबद्दल थट्टामस्करी करायचो.''

''टेसरॅक्ट म्हणजे काय?'' मेगनं विचारलं.

''ती एक संकल्पना आहे,'' सौ. मरींनी जुळ्या भावांना पाक (syrup) देत म्हटलं, ''तुला नंतर समजावून सांगेन मी. आता शाळेला उशीर होईल, जास्त वेळ नाहीये.''

''पण मला कळतच नाहीये की तुम्ही आम्हाला का नाही उठवलं?'' डेनिस म्हणाला, ''सगळी मजा हुकली नं आमची.''

''अरे बाबा, पण त्यामुळे आता तू शाळेत जागा राहशील, मला झोप येऊ शकते,'' मेग तिचे फ्रेंच टोस्ट टेबलापाशी नेत म्हणाली.

''त्याची कोणाला फिकीर आहे?'' सँडी म्हणाला, ''आई, तू जर अशा भटक्या म्हाताऱ्या लोकांना मध्यरात्री घरात येऊ देणार असशील, तर डेन आणि मला तुझ्या रक्षणासाठी तुमच्यासोबत राहू देत जा.''

''आणि बाबाची पण अशीच अपेक्षा असणार नं आमच्याकडून,'' डेनिसनं सँडीला दुजोरा दिला.

''आई, तू खूप बुद्धिमान आहेस हे माहीत आहे गं,'' सँडी म्हणाला, ''पण तुला वागायचा पोच नाहीये. आणि मेग आणि चार्ल्सला तर मुळीच नाहीये.''

''हो, हो..., आम्ही तर मूर्खच आहोत.'' मेग चिडून बोलली.

''मेग, तू इतकी बावळट नसतीस नं तर बरं झालं असतं. पाक दे मला,'' सँडी टेबलावर ठेवलेल्या पाकाच्या भांड्याकडे हात नेत म्हणाला, ''प्रत्येक गोष्ट स्वतःवर ओढवून, मनाला लावून घेण्याची काही गरज नसते. आनंदी राहत जा गं. शाळेत नुसते गोंधळ घालत असते, आणि वर्गात अजिबात लक्ष देत नाहीस, खिडकीबाहेर बघत राहतेस.''

''स्वतःसाठी सगळंच अवघड करून ठेवतेस तू,'' डेनिस म्हणाला, ''आणि पुढच्या वर्षी चार्ल्स शाळेत जायला लागला की त्यालाही सगळं त्रासदायकच होणार आहे. तो खूप हुशार आहे हे आम्हाला माहीत आहे; पण जेव्हा तो इतरांसोबत असतो, तेव्हा तो इतका चमत्कारिक वागतो ना, आणि आधीच सगळ्यांना तो मठ्ठ वाटतो. मला नाही माहीत कसं काय होणारय त्याचं. त्याला कोणीही त्रास दिला तर सँडी आणि मी ठोकून काढू त्याला, पण तेवढंच करू शकतो ना आम्ही...''

''आधी हे वर्ष तर नीट पार पडू दे, पुढच्या वर्षाची चिंता आत्ता नको करायला,'' सौ. मरी म्हणाल्या, ''मुलांनो तुम्हाला आणखी टोस्ट हवे आहेत का?''

शाळेत मेगला थकवा जाणवत होता. तिच्या पापण्या जड झाल्या होत्या; पण मन मात्र भरकटत होतं. सामाजिक शास्त्राच्या तासाला तिला निकारागुआ हा देश प्रामुख्यानं काय आयात आणि निर्यात करतो ते विचारलं गेलं. तिनं आदल्या संध्याकाळी हे सगळं नीट वाचलं होतं, तरी आता मात्र तिला काहीच आठवेना. तिच्या शिक्षिकेनं तिला टोमणे मारले आणि सगळा वर्ग हसू लागला. मेग चिडून तिच्या जागेवर धाडकन बसली. "निकारागुआ देशाच्या आयात, निर्यातीची इथे कोणाला फिकीर आहे?" ती पुटपुटली.

"मार्गारेट, तुला उद्धटपणा करायचा असेल तर वर्गाबाहेर जा," शिक्षिका म्हणाल्या.

"बरं, जाते," मेग म्हणाली आणि पाय आपटत बाहेर गेली.

स्वयंअध्ययनाच्या तासाला (study hall) हेडमास्तरांनी तिला बोलावलं. "आता काय झालं मेग?" त्यांनी स्मितहास्य करत विचारलं.

मेगनं फुरंगटून खाली मान घातली आणि ती जमिनीकडे पाहू लागली. "काही नाही मिस्टर जेनकिन्स."

"मिस पोर्टर मला म्हणाल्या की तू अत्यंत उद्धटपणा करत होतीस असं."

मेगनं खांदे उडवले.

"तुझ्या लक्षात येत नाही का, तू तुझ्या अशा वागण्यामुळे, स्वतःसाठी सगळं जास्तच अवघड करून ठेवतीयेस ते?" सरांनी विचारलं. "हे बघ मेग, मला खात्री आहे की तू मनात आणलंस तर छान अभ्यास करून चांगले गुण मिळवशील; पण तुझ्या काही शिक्षकांची मात्र तशी खात्री नाहीये. स्वतःच्या भल्यासाठी तुला स्वतःच काहीतरी करायला हवं. तुझ्यासाठी दुसरं कोणीही हे काम करू शकत नाही." मेग गप्पच होती. "मग? काय करशील मेग?" सरांनी विचारलं.

"काय करावं ते कळत नाहीये मला," मेग म्हणाली.

"एक म्हणजे, तू गृहपाठ करत जा. त्यासाठी तुझी आई मदत करेल ना तुला?"

"मी तिला विचारलं तर करेल की ती."

"मेग, तुला काही त्रास किंवा अडचण आहे का? घरी काही अडचण आहे का? घरी उदास असतेस का तू?"

मेगनं त्यांच्याकडे पाहिलं. चश्मा एका बोटानं नाकावर ढकलला. "घरी सगळं छान आहे."

"हे ऐकून बरं वाटलं. पण बाबांचं घरी नसणं हे जरा अवघडच असणार तुझ्यासाठी."

मेगनं जरा सावधपणे त्यांच्याकडे पाहिलं. आपली जीभ दातांना लावलेल्या

तारांवरून फिरवली.

"त्यांची काही बातमी कळली का एवढ्यात?"

मिस्टर जेनकिन्स दाखवत असलेल्या वरवरच्या काळजीमागे अतिशय कुतूहल दडलं आहे, अशी मेगची खात्री होती. 'यांना सगळी माहिती हवीय!' ती मनात म्हणाली. 'आणि मला जरी काही कळलं तरी यांना तर मी सांगणारच नाही, किंवा अगदी नाइलाज झाला तरच, सगळ्यात शेवटी सांगेन.'

'बाबांचं अखेरचं पत्र येऊन एक वर्षं होत आलं, हे पोस्टमास्तरीणबाईंना चांगलंच ठाऊक आहे, आणि इतर किती लोकांना त्यांनी ते सांगितलंय, देवालाच माहीत. पत्र न येण्यामागच्या कारणांबद्दलही किती वेगवेगळे आणि वाईटसाईट अंदाज केले असतील तेही देवच जाणे.' तिच्या मनात विचार आला. मिस्टर जेनकिन्स तिच्या उत्तराची वाट पाहत होते, पण मेगनं फक्त खांदे उडवले.

"तुझे बाबा काय व्यवसाय करायचे गं?" मिस्टर जेनकिन्सनी विचारलं, "काहीतरी शास्त्रज्ञ वगैरे होते ना ते?"

"ते भौतिकशास्त्रज्ञ आहेत." मेगनं दात विचकले. तिच्या दातांना बसवलेल्या तारा उघडपणे दिसल्या.

"मेग, तू जर प्रत्यक्ष सत्याला सामोरी गेलीस तर तुला तुझ्या आयुष्याशी नीट जुळवून घेता येईल असं नाही वाटत का तुला?"

"मी सत्याला सामोरी जातच असते," मेग म्हणाली, "माणसांना सामोरं जाण्यापेक्षा ते फारच सोपं असतं, हे मी नक्कीच सांगू शकते तुम्हाला."

"अगं मग तू तुझ्या बाबांबद्दलचं सत्य का स्वीकारत नाहीयेस?"

"बाबांबद्दल काही बोलायचं नाही," मेग ओरडली.

"ओरडू नकोस," मिस्टर जेनकिन्स तीव्रपणे म्हणाले, "सगळ्या शाळेनं ऐकावं असं वाटतंय का तुला?"

"मग काय झालं त्यात?" मेग ठामपणे म्हणाली, "मी जे काही बोलतेय त्याची मला अजिबात लाज वाटत नाहीये, तुम्हाला वाटतीये का?"

मिस्टर जेनकिन्सनी सुस्कारा टाकला. "तुला अशी अत्यंत भांडखोर आणि कोणाचंही अजिबात न ऐकणारी मुलगी बनायला आवडतं का गं?"

मेगनं या बोलण्याकडे दुर्लक्ष केलं. ती सरांच्या टेबलावर थोडं पुढे झुकून म्हणाली, "मिस्टर जेनकिन्स, तुम्ही माझ्या आईला भेटलेले आहात, हो ना? ती सत्याला सामोरी जात नाही असं तर तुम्ही म्हणूच शकत नाही, हो की नाही? ती एक शास्त्रज्ञ आहे. तिनं दोन दोन विषयांत 'डॉक्टर' ही पदवी मिळवली आहे, जीवशास्त्र आणि सूक्ष्मजीवशास्त्र या दोन्ही विषयांत. सत्य शोधणं, हाच तिचा व्यवसाय आहे. जर तिनं मला सांगितलं की बाबा घरी येणार नाहीत, तरच त्यावर

मी विश्वास ठेवीन. बाबा घरी येणार आहेत असं जोपर्यंत आई सांगतीये, तोपर्यंत ती सांगते त्याच्यावरच मी विश्वास ठेवणार.''

मिस्टर जेनकिन्सनी पुन्हा सुस्कारा टाकला. ''तुझ्या आईला, बाबा घरी परत यावे असंच वाटणार, यात काहीच शंका नाही मेग. बरं, ठीक आहे, आणखी काही करू शकत नाही मी. जा, अभ्यास कर. तुझा स्वभाव थोडासा जरी आज्ञाधारक असता तरी तुझ्या अभ्यासात सुधारणा होऊ शकली असती.''

मेग शाळेतून घरी आली. आई प्रयोगशाळेत काम करत होती, तिचे जुळे भाऊ बेसबॉल खेळायला गेले होते. चार्ल्स, मांजराचं पिल्लू आणि फोर्टिनब्रास तिची वाट पाहत होते. ती दिसल्याबरोबर फोर्टिनब्रासनी उडी मारून त्याचे पुढचे पंजे मेगच्या खांद्यांवर ठेवले आणि तिची पापी घेतली. मांजराचं पिल्लू त्याच्या रिकाम्या बशीजवळ जाऊन थांबलं आणि त्यानं मोठ्यानी 'म्यांव' केलं!

''चल,चल, आपण जाऊ या,'' चार्ल्स म्हणाला.

''कुठे?'' मेगनं विचारलं, ''मला भूक लागलीय चार्ल्स, काही खाल्ल्याशिवाय मी कुठेही जाणार नाहीये.'' मिस्टर जेनकिन्ससोबत झालेल्या बोलाचालीमुळे ती अजूनही मनात वैतागलेली होती. तिचा आवाज जरासा चिडकाच वाटत होता. विचारात पडून चार्ल्सनं तिच्याकडे बघितलं. ती फ्रिजपाशी गेली, दूध बाहेर काढून पिल्लाच्या बशीत थोडं दूध ओतलं आणि स्वतःसाठीही कपभर दूध घेऊन प्यायली.

चार्ल्स तिच्या हातात एक कागदी पिशवी देत म्हणाला, ''यात सॅन्डविच, थोडी बिस्किटं आणि एक सफरचंद आहे. आपण सौ. व्हॉट्सइटना भेटायला जावं असं मला वाटतंय.''

''अरे बापरे, का रे चार्ल्स?'' मेगनं विचारलं.

''तुझं अजूनही त्यांच्याबद्दल बरं मत नाहीये ना?'' चार्ल्सनं विचारलं.

''अं.., हो''

''अगं, त्या चांगल्या आहेत. मी तुला खात्री देतो, त्या आपल्याच बाजूनं आहेत.''

''तुला कसं माहीत?''

तो उतावीळपणे म्हणाला, ''मेग, मला कळतं गं.''

''पण आपण आत्ता कशाला भेटायला जायचं तिला?''

''मला त्या टेसरॅक्ट प्रकाराबद्दल माहिती करून घ्यायची आहे. तू बघितलंस ना, आई किती अस्वस्थ झाली होती? तुला माहितीये की जेव्हा आई तिच्या भावना लपवू शकत नाही, तेव्हा त्याचा अर्थ असाच असतो की काहीतरी मोठी गडबड

आहे.''

मेग क्षणभर विचारात पडली, आणि मग म्हणाली, ''बरं, जाऊ या आपण, पण फोर्टिनब्रासला आपल्याबरोबर घेऊन जाऊ.''

''अर्थातच, त्याचंही फिरणं होईल.''

ते घरातून निघाले. फोर्टिनब्रास जोरात पळून पुढे जायचा, आणि पुन्हा या मुलांकडे मागे पळत यायचा. मरी कुटुंब गावाबाहेर चार मैलांच्या अंतरावर राहत होतं. घराच्या मागच्या बाजूला पाइन वृक्षांचं दाट रान होतं. या रानातून चार्ल्स मेगला घेऊन जात होता.

''चार्ल्स, इतर लोकांना जर कळलं ना की सौ. व्हॉट्सइट त्या भुताटकीवाल्या घरात राहतात, तर त्यांना चांगलाच त्रास होईल हं. आणि सौ. बनकंबच्या चादरी चोरल्याचं कळलं ना, तर लोक तुरुंगातही पाठवू शकतील त्यांना.''

''त्यांना भेटायला जाण्याचं तेही एक कारण आहे. मला त्या सगळ्यांना सावध करायचं आहे.''

''त्या सगळ्यांना? म्हणजे?''

''मी सांगितलं ना तुला, त्या त्यांच्या दोन मैत्रिणींसोबत राहतात. सौ. व्हॉट्सइटनी स्वतः त्या चादरी चोरल्या असतील याबद्दल मला जरा शंकाच आहे. पण अर्थातच, काहीही असलं तरी चुकीचंच आहे ते.''

''त्यांना कशासाठी हव्या असतील त्या चादरी?''

''तेही विचारणार आहेच मी त्यांना,'' चार्ल्स म्हणाला, ''आणि काळजी घ्यायला सांगणार आहे मी. मला नाही वाटत की त्या त्यांच्यापर्यंत कोणाला पोहोचू देतील असं, तरी आपण या शक्यतेबद्दल सांगायला हवं. सुट्ट्या असल्या की कधी-कधी काही मुलं उगाच काहीतरी थरारक गोष्टी शोधायच्या इच्छेनं जातात तिथं. अर्थात आत्ता कोणी तिथं जाईल असं वाटत नाही, बास्केटबॉल आणि इतर गोष्टीही चालू आहेत ना.''

थोडा वेळ काहीही न बोलता ते रानातून पुढे चालत राहिले. पाइन वृक्षाची लालसर तपकिरी झालेली पानं जमिनीवर पसरली होती. झाडांच्या फांद्यांमधून वारा शीळ घालत वाहत होता. चार्ल्सनं तिचा हात हातात घेतला. आपल्या छोट्या भावाच्या या गोड कृतीमुळे तिच्या मनावरचा ताण हळूहळू कमी होऊ लागला. 'चार्ल्सचं खूप प्रेम आहे माझ्यावर,' तिच्या मनात विचार आला.

''आज पुन्हा शाळेत खूप वाईट असं काही घडलंय वाटतं?''

''हो. मला मिस्टर जेनकिन्सकडे पाठवलं. त्यांनी बाबांबद्दल उगाच वाईटसाईट शेरेबाजी केली.''

''माहितीये मला'' चार्ल्सनी सुज्ञपणे मान डोलावली.

"तुला कसं माहीत?"

"मला नक्की सांगता नाही येणार. तूच सांग."

"मी तर तुला कधीच काही सांगत नाही. तुला आपोआपच कळतं सगळं."

"तुझ्याबद्दलचं सगळं कळतं मला," चार्ल्स म्हणाला.

"आणि आपल्या जुळ्या भावांबद्दल? मेगनं विचारलं, "त्यांच्याबद्दलही कळतं का सगळं?"

"जर मला वाटलं तर किंवा त्यांना माझी गरज भासली तर कळूही शकेल. पण ते जरासं दमवणारं असतं, त्यामुळे मी फक्त तुझ्यावर आणि आईवर लक्ष एकवटतो."

"म्हणजे तू आमचं मन वाचू शकतोस?"

चार्ल्स वॉलेस जरा बुचकळ्यात पडला आणि म्हणाला, "अगदी तसंच नाही. एखादी भाषा कळावी तसं, म्हणजे कधीकधी जर मी माझं मन अगदी पूर्ण एकाग्र केलं, तर वारा झाडांशी काय बोलतोय हे मला समजू शकतं. आपोआपच होतं ते.... तो काय शब्द आहे त्यासाठी? अनव... हां... अनवधानानं. छान शब्द आहे ना? त्या शब्दासाठी मी आईला शब्दकोशात बघायला सांगितलं आज सकाळी. खरंच, मला आता वाचायला शिकलंच पाहिजे. पण मग शाळेत जायच्या आधीच जर मला सगळं येऊ लागलं तर शाळेत पंचाईतच होईल माझी! मी फार हुशार नाहीये असं लोकांना वाटतंय तेच बरं! लोक माझा तिरस्कार तरी करणार नाहीत."

त्यांच्या पुढे चालणारा फोर्टिनब्रास जोरात भुंकू लागला. अनोळखी माणूस किंवा वाहन दिसल्यावर तो असाच भुंकत असे.

"कोणीतरी आहे तिथं," चार्ल्स मोठ्यानं म्हणाला, "त्या घराजवळ फिरतंय कोणीतरी. चल पटकन." चार्ल्स पळू लागला. रानाच्या एका कडेला एका मुलासमोर फोर्टिनब्रास उभा राहिला आणि जोरजोरात भुंकू लागला.

धापा टाकत मेग आणि चार्ल्स तिथं पोहोचले. त्यांना पाहून तो मुलगा म्हणाला, "ए, अरे काय हे, त्या कुत्र्याला गप्प करा आधी."

"हा कोण आहे?" चार्ल्सनं मेगला विचारलं.

"कॅल्विन ओ'कीफ. माझ्याच शाळेत आहे, पण तो माझ्यापेक्षा मोठा आहे."

तो मुलगा फोर्टिनब्रासला म्हणाला, "ठीक आहे रे मित्रा, मी तुला दुखापत करणार नाहीये."

"खाली बस बरं फोर्ट," चार्ल्सनं फर्मावलं, आणि फोर्टिनब्रास त्या मुलासमोरच खाली बसला. त्याचं मंद आवाजात गुरगुरणं सुरूच होतं.

"बरं," चार्ल्स आपले हात कमरेवर ठेवून म्हणाला, "आता सांग, तू इथं काय करतो आहेस?"

"हाच प्रश्न मीसुद्धा तुला विचारू शकतो," जरासं चिडूनच तो मुलगा

म्हणाला, "त्या मरींच्या मुलांपैकी आहात ना तुम्ही दोघं? आणि हे काही तुमचं घर किंवा आवार नाहीये, हो ना?" तो तिथून निघून जायला लागला, पण फोर्टिनब्रासचं गुरगुरणं वाढलं तसं तो थांबला.

"मेग, याच्याबद्दल सांग बरं मला," चार्ल्सनं मेगला विचारलं.

"मला काय माहिती असणार?" मेगनं प्रश्न केला. "तो माझ्यापेक्षा दोन वर्षांनी मोठा आहे आणि तो शाळेच्या बास्केटबॉल संघात आहे."

"मी उंच आहे ना म्हणून," कॅल्विन जराशा लाजऱ्या आवाजात म्हणाला. चांगलाच उंच होता तो, उंच आणि बारीक. त्यानं घातलेल्या निळ्या स्वेटरमधून त्याची हडकुळी मनगटं बाहेर आली होती. त्याची कॉर्डरॉय पॅन्टही जुनी असल्यानं त्याला ती सुमारे तीन इंच आखूड होत होती. त्याचे नारिंगी केस वाढलेले होते आणि तशाच रंगाचे ठिपके त्याच्या गालांवर होते. त्याचे डोळे चमकदार आणि एका वेगळ्याच निळ्याशार रंगाचे होते.

"सांग ना, तू इथं काय करतोय?" चार्ल्सनी विचारलं.

"हे काय? पोलिसांसारखी तपासणी करताय की काय? तूच ना रे तो, ज्याला सगळे मठ्ठ म्हणतात?"

मेग रागानं लाल झाली. चार्ल्स मात्र शांतपणे म्हणाला, "हो. जर मी माझ्या कुत्र्याला आवरावं असं तुला वाटत असेल तर उत्तर दे आधी."

"मला भेटलेल्यांपैकी सगळ्यात चमत्कारिक मठ्ठ आहेस रे बाबा." कॅल्विन म्हणाला, "मला माझ्या कुटुंबापासून जरा दूर जावंसं वाटलं म्हणून इथे आलो."

"कुटुंब? कशा प्रकारचं आहे ते?"

"त्या सगळ्यांची नाकं वाहत असतात. अकरा मुलांपैकी मी तीन नंबरचा मुलगा आहे. मी खेळाडू आहे."

आता मात्र चार्ल्सच्या चेहऱ्यावर हसू पसरलं. "मी पण तिसरा आहे."

""म्हणजे बेसबॉलमध्ये असतं त्यासारखं, असं नाही म्हणायचं मला."

"हो, कळलं, मला पण तसं नाहीच म्हणायचं."

"जीवशास्त्राप्रमाणे, असं म्हणायचंय मला," साशंकतेनं कॅल्विन म्हणाला.

"गुणसूत्रात बदल झाल्यामुळे दोन्ही पालकांमध्ये नसलेला एखादा गुणधर्म त्यांच्या अपत्यात दिसून येऊ शकतो," चार्ल्स म्हणाला.

"अरेच्या, काय चाललंय?" कॅल्विननं विचारलं, "मला तर कळलं होतं की तुला बोलतासुद्धा येत नाही."

"लोक जर मी मठ्ठ आहे या समजुतीनं खूश होत असतील तर मी त्यांचा भ्रमनिरास का करू?" चार्ल्स म्हणाला, "तू किती वर्षांचा आहेस कॅल?" त्यानं विचारलं.

"चौदा."

"कितवीत आहेस?"

"अकरावीत. हुशार आहे हं मी. ऐक ना, तुम्हाला आज दुपारी इथं कोणी बोलावलं होतं का?"

फोर्टचा गळपट्टा चार्ल्सनं धरून ठेवला होता. कॅल्विनकडे संशयानं बघत त्यानं विचारलं, "बोलावलं म्हणजे? काय म्हणायचंय तुला?"

कॅल्विननं खांदे उडवले आणि म्हणाला, "तुझा अजूनही विश्वास नाहीये माझ्यावर, हो ना?"

चार्ल्स म्हणाला, "अविश्वासही नाहीये तुझ्यावर."

"मग तू इथे का आला आहेस ते सांगशील का मला?"

"मेग, फोर्ट आणि मी, आम्ही तिघांनी फिरायला जायचं ठरवलं. आम्ही असं बऱ्याच वेळेस जातो दुपारी.'

कॅल्विननं खिशात हात खुपसले आणि म्हणाला, "तू काहीतरी लपवतोयस माझ्यापासून."

"तू पण तेच तर करतोयस की" चार्ल्स म्हणाला.

"बरं, ठीक आहे, सांगतो. कधीकधी ना, मला काही गोष्टींबद्दल आतून, अगदी मनातून वाटतं, की अमुक गोष्ट मी केलीच पाहिजे. अगदी भागच पडतं मला, किंवा सक्तीच केल्यासारखं होतं. सक्ती म्हणजे काय ते माहीत आहे ना तुला?" कॅल्विन म्हणाला.

"जबरदस्ती, कर्तव्य, एखाद्यावर सक्ती होणे. खूप चांगली व्याख्या नाहीये, पण संक्षिप्त शब्दकोशात एवढंच आहे."

"हो रे बाबा...तुझ्या बुद्धिमत्तेविषयी आता लक्षातच ठेवायला हवं मला!" कॅल्विन सुस्कारा टाकत म्हणाला.

मेग बाजूच्या हिरवळीवर बसली. चार्ल्सनं फोर्टचा गळपट्टा धरून ठेवला होता. त्याच्या हातातून सुटका करून घेऊन फोर्ट मेगजवळ आला आणि तिच्या मांडीवर डोकं ठेवून गवतावर आडवा झाला.

मेग आणि चार्ल्स, दोघांना उद्देशून कॅल्विन जरा अदबीनं बोलू लागला, "असं जेव्हा मला अगदी आतून एखादी गोष्ट करण्याची अंतःप्रेरणा मिळते ना, म्हणजे मघाशी मी ज्या सक्तीबद्दल बोलत होतो तशी सक्ती केल्यासारखं होतं ना, तेव्हा मी ती विशिष्ट गोष्ट नेहमीच करतो. ही प्रेरणा कुठून येते, कशी येते, ते मला समजावून नाही सांगता येत. आणि असं सारखं सारखं नाही घडत, पण मी ती गोष्ट करतो. त्या प्रेरणेची आज्ञा मी पाळतो. आणि आज दुपारी मला असं आतून वाटलं की मी या भुताटकीच्या घरापाशी आलंच पाहिजे. तुमची आणि माझी भेट व्हायची

होती म्हणून असेल कदाचित. आता तू सांग.''

चार्ल्स त्याच्याकडे क्षणभर शोधक नजरेनं बघत राहिला आणि मग त्याच्या डोळ्यांत चमक आली. चार्ल्स त्याच्याबद्दल विचार करत होता. कॅल्विन स्तब्ध उभं राहून चार्ल्स बोलायची वाट पाहत होता.

अखेर चार्ल्स म्हणाला, ''ठीक आहे. मी ठेवतो तुझ्यावर विश्वास, पण...मला नक्की सांगता येत नाहीये. तुझ्यावर विश्वास ठेवायला आवडेल मला. तू आमच्याबरोबर घरी आलास आणि रात्रीचं जेवलास तर बरं होईल.''

''अं... बरं, येईन मी, पण तुझी आई काय म्हणेल?''

''तिला आनंदच होईल. माझी आई चांगली आहे. ती आपल्यापैकी नाहीये, पण चांगली आहे.''

''आणि मेगचं काय?''

''मेगचं जरा अवघडच आहे,'' चार्ल्स म्हणाला, ''खरं म्हणजे ती 'हे' पण नाहीये आणि 'ते' पण नाहीये.''

''आपल्यापैकी म्हणजे काय?'' मेगनं विचारणा केली. 'आणि मी 'हे' पण नाही आणि 'ते' पण नाही म्हणजे काय? काय, म्हणायचं काय आहे तुला?'

''आत्ता नाही मेग,'' चार्ल्स म्हणाला, ''शांत राहा. तुला नंतर सांगतो सगळं.'' त्यानं कॅल्विनकडे नजर टाकली आणि पट्कन निर्णय घेतला. ''बरं, आपण याला सौ. व्हॉट्सइटकडे नेऊ या. तो चांगला नसला तर ते त्यांना लगेच कळेल.'' असं म्हणून तो त्या मोडकळीला आलेल्या घराकडे जाऊ लागला.

ते भुताटकीचं घर एल्म वृक्षांच्या छायेत होतं. त्या एल्म वृक्षांची पानं गळून पडली होती. घराभोवतीची जमीन त्या ओलसर पिवळ्या पानांनी झाकली गेली होती. संध्याकाळचा प्रकाश खिडकीच्या काचांवरून परावर्तित होऊन हिरवट झाक पसरवत होता. जरा भीतिदायकच दिसत होतं ते.

एका बिजागरी नसलेल्या खिडकीचं दार आपटून बंद झालं. कुठूनतरी 'कर्र' असा आवाज आला. 'भुताटकीचं घर असा या घराचा लौकिक आहे त्यात काय आश्चर्य?' मेगच्या मनात विचार आला.

घराच्या पुढच्या दरवाजावर एक आडवी फळी ठोकून बसवली होती. चार्ल्स सगळ्यांना घराच्या मागच्या बाजूला घेऊन गेला. मागचं दारसुद्धा असंच बंद होतं; पण चार्ल्सनं दारावर ठकठक केली. हळूहळू ते दार बाहेरच्या बाजूला उघडलं. बिजागऱ्या गंजल्या होत्या त्यामुळे दार उघडताना त्या करकरल्या. एल्म वृक्षाच्या फांदीवर बसलेल्या एका कावळ्यानं मोठ्यांदा कावऽकाव सुरू केली आणि एक सुतार पक्षी झाडाच्या बुंध्यावर जोरजोरात ठकठक करू लागला. एक मोठा उंदीर घराच्या एका बाजूला झपाट्यानं पळून गेला आणि मेग जोरात किंचाळली.

"भुताटकीचा असा ठरावीक देखावा उभा केल्यानं मज्जा येते त्यांना," समजुतीच्या स्वरात चार्ल्स म्हणाला. "चला, माझ्या मागे या."

कॅल्विननं मेगचा हात कोपरापाशी पक्का धरला, आणि फोर्ट तिच्या पायाला चिकटून उभा राहिला. त्यामुळे तिची भीती पळून गेली आणि चार्ल्सच्या मागोमाग ती त्या अंधाऱ्या घरात शिरली.

त्यांनी स्वयंपाकघरात प्रवेश केला होता. तिथे एक मोठी शेकोटी होती आणि त्या शेकोटीच्या वर एक मोठं काळं मडकं टांगलं होतं. त्या मडक्यात काहीतरी उकळत होतं आणि त्याचा वास सौ. मरींच्या रसायनांच्या वासासारखा होता. खाण्याच्या पदार्थांसारखा मुळीच नव्हता तो वास. एका जुनाट झुलत्या खुर्चीत एक छोटीशी, गुटगुटीत बाई बसली होती. 'ही सौ. व्हॉट्सइट नाहीये, म्हणजे ही त्यांच्या मैत्रिणींपैकी एक असणार,' मेगच्या मनात आलं. त्या बाईनं मोठ्ठा चश्मा घातला होता. मेगच्या चश्म्यापेक्षा दुप्पट जाड आणि मोठा होता तो चश्मा. ती बाई एका चादरीवर भराभर टाके घालत शिवणकाम करत होती. इतर बऱ्याच चादरी जमिनीवर पडल्या होत्या. जमिनीवर धूळ होती. त्यातच चादरी पडल्या होत्या.

चार्ल्स तिच्याजवळ गेला. अतिशय तिरसटपणे आणि अधिकारवाणीनं तो म्हणाला, "तुम्ही मला विचारल्याशिवाय सौ. बनकंबच्या चादरी घ्यायला नको होत्या. तुम्हाला त्या कशासाठी हव्या होत्या हो?"

चार्ल्सला पाहून तिच्या चेहऱ्यावर हसू पसरलं. "चार्ल्सी... माझा लाडका गं तो! मनाला कुठलीही कारणं, कुठलाही तर्क लागू पडत नाही. फ्रेंच भाषेत पास्कलनी म्हटलंय तसं."

"पण हे वागणं अजिबातच योग्य नाही," चार्ल्स तिरसटपणे म्हणाला.

'पण तुझ्या आईला पटतंय की ते," हसऱ्या चेहऱ्यानी ती बाई म्हणाली.

"माझ्या आईला माझ्या बाबांबद्दल काय वाटतं त्याबद्दल बोलत नाहीये मी," रागावून चार्ल्स म्हणाला. "मी सौ. बनकंबच्या चादरींबद्दल बोलतोय."

त्या बाईनं एक सुस्कारा सोडला. त्यांच्या चष्म्याच्या काचांवर प्रकाशाचे किरण पडून चश्मा एकदम चमकला. घुबडाच्या डोळ्यांसारखाच वाटला तो चश्मा. त्या म्हणाल्या, "भुतांचा आभास निर्माण करण्यासाठी हव्या होत्या चादरी... मला वाटलं तू ओळखलं असशील आत्तापर्यंत. सौ. व्हॉट्सइटच्या मते जर लोकांना घाबरवायचं असेल, तर ते काम अगदी पद्धतशीरपणे करायला हवं. म्हणूनच तर भुताटकीच्या घरात राहायला मज्जा येते! पण खरंच, चादरींबद्दल तुला कळू द्यायचं नव्हतं आम्हाला. नेमकं ते करतानाच आम्ही पकडले गेलो. बरं, पण मी काय म्हणत होते..."

पण चार्ल्सनं आपला हात उंचावून त्यांना थांबवलं आणि विचारलं, "सौ. हू,

तुम्ही या मुलाला ओळखता का?''

अभिवादन करण्यासाठी कॅल्विननं मान तुकवली आणि म्हणाला, ''गुड आफ्टरनून मॅडम, मला तुमचं नाव नीटसं कळलं नाही.''

''सौ. हू असंच म्हण मला. चार्ल्सी, मी कल्पना केली होती तसा नाहीये हा, पण मला तो चांगला वाटतोय.''

''सौ. व्हॉट्सइट कुठे आहेत?'' चार्ल्सनं विचारलं.

''त्या कामात आहेत. वेळ जवळ येत चाललीये चार्ल्सी, जवळ येतीये हं वेळ. रोमन तत्त्वज्ञ 'सेनेका' म्हणतच असे की सत्कृत्य करण्यापासून चांगल्या व्यक्तीला कसलाही अडथळा रोखू शकत नाही. आणि हा एक चांगला मुलगा आहे चार्ल्सी बेटा, पण आत्ता मात्र त्याला आपल्या मदतीची गरज आहे.''

''कोणाला?'' मेगनं विचारलं.

''आणि या छोट्या मेगसीलासुद्धा! बाळा, तुला भेटून किती छान वाटलं! तुझे बाबा.... अर्थातच.... पण बाळांनो आता घरी जा. अजून योग्य वेळ आलेली नाहीये. पोटभर जेवा आणि आराम करा. या कॅल्विनला पण जेवू घाला. चला, पळा बरं आता, लॅटिन भाषेतली ती म्हण आहे ना, 'न्याय आणि विश्वास एकमेकांची भावंडं आहेत.' आमच्यावर विश्वास ठेवा आणि पळा आता!'' त्या खुर्चीवरून उठल्या आणि मुलांना दरवाजाबाहेर जोरात ढकलून दिलं. विलक्षण जोर होता त्यांच्या ढकलण्यात.

''चार्ल्स,'' मेग म्हणाली, ''मला काहीही कळत नाहीये.''

चार्ल्सनं तिचा हात धरला आणि तिला ओढत त्या घरापासून दूर घेऊन गेला. फोर्टिनब्रास त्यांच्या पुढे पळत होता आणि कॅल्विन त्यांच्या मागोमाग. चार्ल्स म्हणाला, ''मलाही फारसं काहीच कळलेलं नाहीये. मला जे थोडंफार माहीत आहे ते शक्य तितक्या लवकर सांगेन मी तुला. पण तुझं फोर्टकडे लक्ष होतं का? अगं तो साधं गुरगुरलासुद्धा नाही, किंवा कसलीही हालचालही केली नाही. काहीच विचित्र किंवा वेगळं नव्हतंच जणू. म्हणजे ठीकच आहे सगळं. आणि हे बघा, तुम्ही दोघं आता माझ्यावर एक उपकार करा. आपण घरी जाऊन काहीतरी खाल्ल्याशिवाय या विषयावर काहीही बोलायचंच नाही. मला पोटभर खायला हवं आहे आत्ता. मगच मी या सगळ्यावर नीट विचार करू शकेन.''

''चला तर मग मठ्ठोबा!'' कॅल्विन आनंदानं ओरडला, ''मी तुमचं घर पाहिलेलंच नाहीये, आणि एक गम्मत सांगू? मला पहिल्यांदाच आतून असं वाटतंय की मी माझ्या घरी जातोय!''

३

सौ. विच

ते सगळे अगदी शांतपणे चालत होते. संध्याकाळ होऊ लागली होती. चार्ल्स आणि फोर्ट सगळ्यांच्या पुढे बागडत बागडत चालले होते. कॅल्विन मेगसोबत चालत होता. त्याच्या बोटांचा आश्वासक स्पर्श मेगच्या हाताला होत होता.

'माझ्या आयुष्यातली सगळ्यात अशक्य आणि गोंधळात टाकणारी दुपार आहे ही,' मेगच्या मनात विचार आला, 'आणि तरीसुद्धा मी गोंधळून गेलेली किंवा अस्वस्थ झालेली नाहीये. का असेल असं?'

"याआधी आपण भेटावं असं देवाच्या मनात नसेल कदाचित," कॅल्विन म्हणाला, "म्हणजे तुझ्याबद्दल शाळेत काय बोललं जातं वगैरे सगळं माहीत होतं मला, पण तुला नीट ओळखलंच नव्हतं मी. आता आपण भेटलो याबद्दल खूश आहे मी मेग. आपली छान मैत्री होईल, हो ना?"

"मीही खूश आहे," मेग हळूच म्हणाली, आणि ते पुन्हा शांतपणे चालू लागले.

ते सगळे घरी पोचले तेव्हा सौ. मरी प्रयोगशाळेतच होत्या. एका चंचुपात्रातील (Beaker) निळसर रंगाचा द्रव दुसऱ्या एका बकपात्रात (Retort) एका नळीच्या द्वारे हळूहळू जात होता. त्याकडे सौ. मरी बघत बसल्या होत्या. एका बन्सेन बर्नरवर (Bunsen Burner – प्रयोगशाळेत पदार्थ तापवण्यासाठी वापरला जाणारा गॅसचा लहान बर्नर.) मातीच्या भांड्यात भाज्या घातलेला मटणाचा रस्सा उकळत होता.

"सँडी आणि डेनिसला सांगू नका हं मी इथे स्वयंपाक करतीये ते," त्या म्हणाल्या, "स्वयंपाकात माझी रसायनं मिसळतील अशी शंका त्यांना नेहमीच असते, पण आत्ता मला या प्रयोगाकडेही लक्ष द्यायचं आहे."

"वास मस्त येतोय! आई, हा कॅल्विन ओ'कीफ आहे. आज तो आपल्याकडे जेवला तर चालेल? पुरेसा स्वयंपाक आहे ना?" मेगनं विचारलं.

"हॅलो कॅल्विन," सौ. मरींनी त्याच्याशी हस्तांदोलन केलं. "छान वाटलं तुला भेटून. मटणाचा रस्साच केलाय आज फक्त. पण छान दाट आहे."

"मला आवडेल," कॅल्विन म्हणाला, "तुमचा फोन वापरू का मी? आईला फोन करून सांगतो की मी तुमच्याकडे आहे ते."

"हो हो, अर्थातच, त्याला आपला फोन कुठे आहे ते दाखवतेस मेग? प्रयोगशाळेतला फोन मात्र मी वापरू देणार नाही हं, हा प्रयोग पूर्ण करायचा आहे मला."

मेग त्याला घरात घेऊन आली. चार्ल्स आणि फोर्टिनब्रास बाहेर गेले होते. बाहेर मेपलच्या झाडापाशी सँडी आणि डेनिस किल्ला बनवत होते, त्याचा आवाज येत होता. "इकडून ये," मेग त्याला म्हणाली आणि ते दोघे स्वयंपाकघरातून दिवाणखान्यात गेले.

"मी घरी येणार नसेन तेव्हा आईला फोन करून तसं का कळवतो मी, मला कळतच नाही," कॅल्विनच्या आवाजात कडवटपणा होता. "तिच्या लक्षातही नसतं." त्यानी सुस्कारा सोडला आणि नंबर फिरवला. "आई?" तो म्हणाला, 'ओ, हिंकी का? आईला सांग, मला घरी यायला खूप उशीर होणार आहे. नक्की सांग, विसरू नकोस. मला पुन्हा घराबाहेर राहायचं नाहीये." त्यानं फोन ठेवला, मेगकडे नजर टाकून म्हणाला, "तू किती नशीबवान आहेस, तुला काही कल्पना आहे का?"

ती लटकं हसून म्हणाली, "बऱ्याच वेळा नाही येत लक्षात तसं."

"अगं, अशी आई! असं घर! किती छान आहे तुझी आई! तू माझ्या आईला बघ एकदा. तिचे वरचे दात बाहेर आलेले आहेत. बाबांनी तिला दातांसाठी पट्ट्या आणून दिल्या आहेत, पण ती त्या वापरतच नाही. बरेच दिवस तर ती केससुद्धा विंचरत नाही. असं सगळं करूनही काही फरक पडतच नाही म्हणा." त्यानं आपल्या मुठी घट्ट वळल्या. "पण गंमत म्हणजे माझं फार प्रेम आहे तिच्यावर. सगळ्यांवरच. पण त्यांना मात्र माझी काहीच पर्वा नसते. म्हणूनच मी घरी जाणार नसलो तर फोन करतो. कारण मला काळजी आहे त्यांची. बाकी कोणालाच नाहीये. घरच्यांचं प्रेम मिळतंय तुला, तुला कळतच नाहीये तू किती नशीबवान आहेस ते."

मेग अचंबित होऊन म्हणाली, "मी असा कधी विचारच केला नव्हता. मी आपलं सगळ्यांचं प्रेम गृहीतच धरलं."

कॅल्विनचा चेहरा उदास झाला; पण क्षणभरानंच त्याच्या चेहऱ्यावर पुन्हा छान हसू पसरलं. "आता सगळं छान होणार आहे मेग, मला जाणवतंय तसं." तो हळूहळू इकडेतिकडे फिरू लागला. दिवाणखाना जुनाट असला तरी सुखद वाटत होता. पियानोवर ठेवलेल्या एका फोटोसमोर तो थांबला. त्या फोटोत समुद्रकिनारी

उभ्या असलेल्या माणसांचा एक गट दिसत होता. "कोण आहेत हे?" त्यानं विचारलं.

"शास्त्रज्ञांचा संघ आहे तो."

"कुठे काढलाय फोटो?"

मेग त्या फोटोजवळ गेली. म्हणाली, "केप कॅनावरल (Cape Canaveral). हे बघ, हे बाबा आहेत."

"कोणते?"

"हे"

"चश्मा घातलेले?"

"हो. आणि केस वाढलेले," मेगला हसू यायला लागलं. कॅल्विनला तो फोटो दाखवताना तिच्या सगळ्या चिंता गायब होऊ लागल्या. "त्यांच्या आणि माझ्या केसांचा रंग एकसारखाच आहे. केस कापणं विसरायचे ते सारखे. शेवटी आईच ते काम करायची. तिनं त्यासाठी कात्री पण आणली होती. न्हाव्याकडे जाऊन केस कापण्यासाठी वेळ काढायचेच नाहीत ते."

कॅल्विन त्या फोटोकडे बघत राहिला. "मला आवडले तुझे बाबा," तो म्हणाला. 'साधारणपणे चार्ल्स वॉलेससारखे दिसतात, हो नं?'

मेग पुन्हा हसली. म्हणाली, "चार्ल्स लहान बाळ होता नं, तेव्हा तो अगदी हुबेहूब बाबांसारखा दिसायचा. खूप गंमत वाटायची."

कॅल्विन फोटोकडे एकटक बघत म्हणाला, "अगदी खूप देखणे नाहीयेत, पण मला आवडले तुझे बाबा."

चिडखोरपणे मेग म्हणाली, "ते खूप देखणे आहेत."

कॅल्विन मान हलवत म्हणाला, "नाही हं, ते माझ्यासारखे उंच आणि बारीक आहेत."

"मला तर तू देखणा वाटतोस, बाबांचे डोळे पण तुझ्यासारखे आहेत. खरेखुरे निळे. चश्म्यामुळे तुझ्या नीट लक्षात आलं नसेल."

"आता कुठे आहेत ते?"

मेग एकदम ताठरली. पण तिला उत्तर द्यावं लागलाच नाही; कारण प्रयोगशाळेचं दार लावून घेत सौ. मरी स्वयंपाकघरात आल्या. त्यांच्या हातात रश्श्याचं भांडं होतं. त्यांनी हाक मारून सांगितलं, "आता मी हे आपल्या स्वयंपाकाच्या स्टोवर नीट शिजवते. तुझा गृहपाठ झाला का मेग?"

"सगळा नाही झाला," स्वयंपाकघरात जात मेग म्हणाली.

"जेवायच्या आधी पूर्ण करून टाक. चालेल नं कॅल्विन?"

"हो, कर की!" कॅल्विननं आपल्या खिशात हात घालून घडी केलेल्या

कागदांचं बंडल बाहेर काढलं. 'खरं म्हणजे मला पण माझा गृहपाठ पूर्ण करायचा आहे. गणित विषय मला फार अवघड जातो. शब्दांशी खेळणं, भाषा आवडतात मला, पण आकड्यांचं आणि माझं नाही जमत.''

सौ. मरी हसून म्हणाल्या, ''तू मेगची मदत का घेत नाहीस?''

''पण मी तिच्यापेक्षा वरच्या वर्गात आहे.''

''प्रयत्न तर करून बघ, गणितं सोडवायला मदत करू दे तिला,'' सौ. मरींनी सुचवलं.

''बरं ठीक आहे,'' कॅल्विन म्हणाला, ''हे घे गं, पण ते फार गुंतागुंतीचं आहे हं.''

मेगनं ते कागद सरळ केले आणि वाचायला सुरुवात केली. ''कुठल्या पद्धतीनं सोडवायचं ते काही सांगितलं आहे का?'' तिनं विचारलं, ''म्हणजे कोणत्याही पद्धतीनं सोडवलेलं चालतं का?''

''हो, चालेल की, फक्त मला समजलं आणि उत्तर बरोबर आलं की झालं.''

''तसं नाही रे, त्यांना त्यांच्या पद्धतीनंच सोडवलेलं हवं असतं. आता हे बघ कॅल्विन, या पद्धतीनं सोडवलेलं किती सोप्पं असतं ते कळलं का तुला?'' तिची पेन्सिल कागदावर भराभर लिहीत गेली.

''ए...'' कॅल्विन उद्गारला, ''ए अगं.., मला वाटतं मला कळलंय. हे दुसरं पण एकदा सोडवून दाखव नं.''

मेगची पेन्सिल पुन्हा कामाला लागली. ''एकच गोष्ट लक्षात ठेवायची. ती म्हणजे कोणत्याही सामान्य अपूर्णांकाचे (Ordinary Fraction) रूपांतर अनंत (Infinite) आणि आवर्ती (Periodic) अशा दशांश अपूर्णांकात (Decimal Fraction) करता येतं. कळलं? म्हणून ३/७ म्हणजे ०.४२८५७१. आता या आकड्याचीच पुनरावृत्ती होत राहील.''

कॅल्विनला आता हसू यायला लागलं. हसत तो मेगला म्हणाला, ''हे सगळ्यात विचित्र कुटुंब आहे हं. आता कुठल्याही गोष्टीचं आश्चर्य वाटून घेणं बंद करायला हवंय मला. अगं, तुला शाळेत सगळे मठ्ठ म्हणतात ना? नेहमीच बोलणी खात असतेस!''

''हो, खरंय!''

सौ. मरी पटकन म्हणाल्या, ''मेग आणि तिचे बाबा नेहमी गणिती खेळ खेळत असत. त्या खेळांतून मेग गणितं सोडवायच्या खूप प्रकारच्या सोप्या पद्धती शिकली. शाळेत गणितं सोडवायच्या लांबलचक पद्धती शिकवतात, आणि त्याच पद्धतीनं मुलांनी गणितं सोडवावीत, असं सांगितलं जातं. अशा वेळी मेग चिडचिड करते, हट्टीपणा करते आणि गणितं सोडवतच नाही. स्वतःसाठी एक प्रकारचा

मानसिक अडथळा निर्माण करते.'

"मेग आणि चार्ल्ससारखं आणखीही कोणी मठ्ठ आहे का या घरात?" कॅल्विननी विचारलं, "जर असतील तर मला भेटायलाच हवं त्या सगळ्यांना."

"आणि मेगचं हस्ताक्षरही फारच वाईट आहे," सौ. मरी म्हणाल्या, "मलासुद्धा तिचं अक्षर समजायला चांगलेच कष्ट घ्यावे लागतात. तिचे शिक्षक एवढे कष्ट घेतच नसणार अशी शंका आहेच मला, तिनं लिहिलेलं समजून घ्यायला वेळ लागतो. एवढा वेळ ते नक्कीच देणार नाहीत. या नाताळच्या सणाला तिला एक टाईपरायटर देण्याचा विचार करतीये मी. तिला नक्की उपयोगी ठरेल."

"मी काहीही अचूक लिहिलं तरी ते मी लिहिलंय यावर कोणीही विश्वास ठेवणार नाही," मेग म्हणाली.

"मेगापारसेक (Megaparsec) म्हणजे काय?" कॅल्विननं विचारलं.

मेग म्हणाली, 'बाबांनी माझी काही टोपणनावं ठेवली होती, हे त्यापैकीच एक आहे. एक मेगापारसेक म्हणजे ३.२६ दशलक्ष प्रकाश वर्षं (Light Years).'

"बरं, सांग बरं, E=mc2 म्हणजे काय?'

"आइनस्टाईनचं समीकरण आहे ते."

"'E' चा अर्थ काय?"

"ऊर्जा (Energy)"

"m चा?"

"वस्तुमान (Mass)"

"आणि c2 म्हणजे?"

"सेंटीमीटर प्रतिसेकंद या एककात व्यक्त केलेला प्रकाशाच्या गतीचा वर्ग."

"पेरू या देशाच्या अवतीभोवती कोणते देश आहेत?"

"ए बाबा, मला अजिबात माहीत नाही हं, दक्षिण अमेरिकेत आहे कुठेतरी."

"न्यू यॉर्कची राजधानी कोणती?"

"अर्थात न्यू यॉर्क शहरच की!"

"बॉसवेलचं 'लाइफ ऑफ जॉन्सन' कोणी लिहिलंय?"

"ए कॅल्विन, माझं इंग्लिश मुळीच चांगलं नाहीये हं"

"हं..." कॅल्विन निराशेनं सुस्कारला आणि सौ. मरींना म्हणाला, "तुम्हाला काय म्हणायचंय ते कळलं मला. तिला शिकवावंसं नाही वाटणार मला."

सौ. मरी म्हणाल्या, "ती जराशी एककल्ली आहे. अर्थात त्याला मी आणि तिचे बाबा जबाबदार आहोत. तिला अजूनही बाहुल्यांशी खेळायला आवडतं!"

"आई..." मेग किंचाळली.

"ओ.. सॉरी गं शोनू, माफ कर मला" सौ. मरी पटकन म्हणाल्या. "पण

कॅल्विनला नक्की समजलंय माझं बोलणं.''

अचानक उत्साहानं कॅल्विननं आपले हात पसरले. जणू काही तो ते घर, मेग आणि तिची आई , सगळ्यांना कवेत घेत होता. ''हे सगळं कसं काय घडलं? किती छान आहे ना हे सगळं? मला तर नवा जन्म मिळाल्यासारखंच वाटतंय! आता मी एकटा नाहीये! तुझ्या लक्षात येतंय का, मला काय वाटतंय ते?''

''अरे पण तू तर छान बास्केटबॉल खेळतोस, आणि इतरही गोष्टी चांगल्याच करतोस की,'' मेग विरोध केल्यासारखं बोलली, ''शाळेत तर सगळ्यांना आवडतोस तू.''

''हो ना, पण सगळ्या बिनमहत्त्वाच्या कारणांसाठी आवडतो, आत्तापर्यंत मला, मी संवाद साधू शकेन असं कोणीही, अगदी या जगात कोणीही भेटलेलंच नाहीये. अर्थात, इतर सामान्य लोकांच्या पातळीवर उतरून मी त्यांच्यासारखं वागू-बोलू शकतो. मला खालच्या पातळीवर उतरता येतं, पण मग तो खराखुरा मी नसतो.''

मेगनं ड्रॉवरमधून जेवणासाठी काटे बाहेर काढले. ते उलटसुलट करत, त्याकडे बघत ती म्हणाली, ''मी पुन्हा पूर्णपणे गोंधळून गेले आहे.''

''हो गं, मीसुद्धा,'' खुशीत कॅल्विन म्हणाला. ''पण आता मला निदान माहीत तरी आहे की आपण योग्य मार्गावर आहोत.''

सँडी आणि डेनिस, दोघांनाही कॅल्विन आपल्यासोबत जेवणार आहे हे कळल्यावर अतिशय आनंद झाला, आणि या गोष्टीचं मेगला आश्चर्य वाटलं. ती खूश झाली. तिच्या जुळ्या भावांना कॅल्विनच्या उत्तम खेळाबद्दल तिच्यापेक्षाही जास्त माहिती होती आणि त्या दोघांच्या मनावर कॅल्विनचा चांगलाच प्रभाव पडलेला होता. कॅल्विननं पाच वाट्या रस्सा खाल्ला, तीन वेळा जेलो (जिलेटिन आणि फळं वापरून केलेला गोड पदार्थ) हा गोड पदार्थ घेतला आणि डझनभर बिस्किटं खाल्ली. त्यानंतर चार्ल्सनी त्याला आपल्याबरोबर झोपायला येऊन गोष्ट वाचून दाखव असा आग्रह धरला, म्हणून ते दोघे चार्ल्सच्या खोलीत गेले. सँडी आणि डेनिसचा गृहपाठ झालेला असल्यानं त्यांना अर्धा तास टीव्ही बघायची परवानगी मिळाली. मागची आवराआवर करण्यात मेगनी आईला मदत केली आणि मग ती टेबलापाशी बसून उरलेला गृहपाठ करायचा प्रयत्न करू लागली, पण अभ्यासात तिचं लक्षच लागत नव्हतं.

''आई, तू खूप अस्वस्थ झाली आहेस का?'' तिनं अचानक विचारलं.

सौ. मरी एक वैज्ञानिक मासिक चाळत बसल्या होत्या. त्यांनी मान उचलून मेगकडे पाहिलं. क्षणभर काहीच बोलल्या नाहीत. नंतर म्हणाल्या, ''हो.''

"का?"

सौ. मरी काहीच बोलल्या नाहीत. आपल्या तळहातांकडे बघत राहिल्या. सुंदर, लांबसडक आणि मजबूत होते त्यांचे हात. डाव्या हाताच्या तिसऱ्या बोटात घातलेल्या सोन्याच्या अंगठीशी खेळत गप्पच राहिल्या. शेवटी म्हणाल्या, "तुम्हा मुलांना ही गोष्ट कळायला अवघड आहे, मला माहिती आहे..., मी अजूनही तरुण आहे गं, आणि माझं तुझ्या बाबांवर खूप प्रेम आहे. त्यांची खूप जास्त आठवण येते."

"तुला असं वाटतंय का, की या सगळ्या घटनांचा बाबांशी संबंध आहे?"

"नक्कीच असेल असं वाटतंय मला."

"पण काय?"

"ते मलाही माहिती नाही. पण तेच एकमेव स्पष्टीकरण असणार असं दिसतंय."

"प्रत्येक गोष्टीला स्पष्टीकरण असायलाच हवं का?"

"हो तर, प्रत्येक गोष्टीला असतंच ते. मानवाला असलेल्या मर्यादांमुळे आपल्याला प्रत्येक वेळी ते समजेलच असं नाही. पण बरं का मेग, आपल्याला कळत नाही, लक्षात येत नाही, म्हणजे एखाद्या घटनेला स्पष्टीकरणच नाही असं नसतं ना."

"मला सगळं समजावून घ्यायला आवडतं," मेग म्हणाली.

"आपल्या सगळ्यांनाच आवडतं. पण प्रत्येक वेळेला ते शक्य नसतं."

"आपल्या सगळ्यांपेक्षा चार्ल्सला जास्त समजतं, हो ना गं?"

"हो."

"का?'

"अं.. तो नं... जरासा वेगळा आहे मेग."

'वेगळा म्हणजे?'

"मलाही नक्की सांगता नाही येणार, तुला माहितीय ना, तो इतर कुणासारखाही नाहीये."

"नाहीये. आणि माझी इच्छा पण नाहीये तो तसा असावा अशी." मेग त्याचा बचाव केल्यासारखं म्हणाली.

"तुझ्या इच्छेचा काही संबंध नाहीये. चार्ल्स जसा आहे, तसा आहे. वेगळा, नवा.'

"नवा?"

"हो. बाबांना आणि मला तसंच वाटतं."

मेगनं हातातली पेन्सिल इतकी पिरगळली की ती मोडली. तिला हसू आलं. "सॉरी आई, माफ कर हं, मला खरंच मोडतोड करायची नाहीये. मी फक्त सगळं

समजून घेण्याचा प्रयत्न करतीये."

"हो, कळतंय मला."

"पण चार्ल्स दिसायला इतरांपेक्षा वेगळा नाहीये. इतरांसारखाच दिसतो की तो."

"नाही मेग, पण एखाद्याचं दिसणं म्हणजेच सगळं काही नसतं. चार्ल्स शारीरिकदृष्ट्या मुळीच वेगळा नाहीये. हा फरक त्याच्या आत्म्यात किंवा अंतर्मनात (Essence) आहे."

मेगनं एक खोल सुस्कारा टाकला, चश्मा काढला, हातात उलटसुलट फिरवला आणि पुन्हा डोळ्यांवर चढवला. "हं.. मला माहितीये की चार्ल्स वेगळा आहे, आणि हे पण माहितीये की त्याच्यात इतरांपेक्षा काहीतरी अधिक आहे. मला वाटतंय की जरी मला काही कळलं नाही तरी मला ते स्वीकारावं लागेल."

सौ. मरी तिच्याकडं पाहून हसल्या. "तुला हेच समजावून सांगत होते मी."

"हं...," मेग साशंकतेने म्हणाली.

तिची आई हसून म्हणाली, "म्हणूनच की काय, काल रात्री आपल्याकडे आलेल्या पाहुण्या बाईंचं मला आश्चर्य नाही वाटलं किंवा म्हणूनच कदाचित त्या सगळ्यावर विश्वास ठेवू शकतीये मी. चार्ल्स वॉलेसमुळे.

"तू पण चार्ल्ससारखी आहेस का आई?' मेगनं विचारलं.

"मी? नाही गं बाई, इतर सामान्य लोकांपेक्षा जास्त बुद्धिमत्ता आणि संधी मिळाली आहे मला, पण तरीही इतर सगळ्यांपेक्षा अगदीच वेगळं किंवा विशेष असं काही नाही माझ्यात."

"तुझं सौंदर्य करतं की तुला इतरांपेक्षा वेगळं," मेग म्हणाली.

सौ. मरी हसल्या. "अगं, अशी तुलना करण्यासाठी तुझ्याकडे काहीही आधार नाहीये. मेग, मी अगदी इतर सामान्य लोकांसारखीच आहे गं, खरंच!"

त्याच वेळी कॅल्विन आत येत हसत हसत म्हणाला, "हा, हा"

"चार्ल्स झोपला का?" सौ. मरींनी विचारलं.

"हो."

"काय वाचून दाखवलंस त्याला?"

"जेनेसिस. त्यानंच निवडलं वाचायला. बरं, सौ. मरी, तुम्ही दुपारी कोणता प्रयोग करत होतात?"

"अरे, माझे पती आणि मी, आम्ही दोघांनी मिळून हा प्रयोग सुरू केला होता. ते जेव्हा परत येतील, तेव्हा मी मागे पडलेली असू नये असं वाटतंय मला."

"आई गं," मेगच्या डोक्यात अजून तोच विषय सुरू होता. "चार्ल्स म्हणाला की मी 'हे' पण नाही आणि 'ते' पण नाही."

“अरे देवा, काय फालतूपणा चाललाय?” कॅल्विन म्हणाला, “तू मेग आहेस, हो ना? चल,चल, जरा फिरून येऊ आपण.”

मेगचं अजूनही समाधान झालं नव्हतं. “आणि या कॅल्विनबद्दल काय म्हणशील तू?” तिनं आईला विचारलं.

सौ. मरी हसल्या. “अगं, काय म्हणायचं? मला खूप आवडला तो, आणि आपल्या घरी तो आला याबद्दल आनंदच आहे मला.”

“आई, तू मला टेसरॅक्टबद्दल सांगणार होतीस.”

“हो.” सौ. मरींच्या डोळ्यांत त्रासिक छटा उमटली. “पण आत्ता नाही मेग, आत्ता नाही. जा कॅल्विनबरोबर फिरून ये. मी चार्ल्सची पापी घेऊन येते आणि मग सँडी अन् डेनिसला झोपायला पाठवते.”

बाहेर दव पडल्यामुळं हिरवळ ओली लागत होती. आकाशात चंद्र अर्धा वर आला होता आणि त्यामुळे तारे मंदावले होते. कॅल्विननं मेगचा हात हातात घेतला. अगदी मैत्रीपूर्ण हेतूनं. चार्ल्ससारखंच. “तू आईला त्रास देत होतीस का?” त्यानं हळूच विचारलं.

“त्रास नव्हते देत. पण ती अस्वस्थ झाली होती.”

“कशाबद्दल?”

“बाबा”

त्यांनी आता हिरवळ पार केली होती. झाडांच्या लांबलचक सावल्या एकमेकांत गुंतल्या होत्या. शरद ऋतू असल्यानं हवेत शरद ऋतूचा विशिष्ट असा खास सुगंध पसरला होता. अचानक थोडासा उतार लागल्यामुळे मेग अडखळली, पण कॅल्विननं तिला सावरलं. तिच्या जुळ्या भावांनी लावलेल्या भाज्यांच्या वाफ्यांमधून ते दोघे काळजीपूर्वक चालू लागले. कोबी, बीट, ब्रोकोली, भोपळे यांच्या रांगांमधून वाट काढत ते चालत होते. डाव्या बाजूला मक्याची उंच रोपं डोलत होती. ते पुढे आले. आता त्यांच्या पुढ्यात सफरचंदांची छोटीशी बाग होती. त्या छोट्या बागेभोवती दगडी भिंतीचा बांध होता. त्या भिंतीपलीकडे जंगल होतं. याच जंगलात दुपारी सगळे गेले होते. ते दोघे त्या भिंतीपाशी गेले आणि बसले. कॅल्विनच्या लालसर केसांवर चंद्रप्रकाश पडल्यानं ते त्या चंदेरी प्रकाशात चमकत होते. त्याच्या अंगावर झाडाच्या फांद्यांच्या सावल्या पडल्या होत्या. त्यानं हात लांबवून एका फांदीवरचं सफरचंद तोडलं आणि मेगला दिलं. स्वतःसाठी पण एक सफरचंद तोडलं आणि म्हणाला, “तुझ्या बाबांबद्दल सांग ना मला.”

“ते भौतिकशास्त्रज्ञ आहेत.”

“हो, ते सगळ्यांनाच माहिती आहे. आणि ते तुझ्या आईला सोडून दुसऱ्याच कोणा बाईबरोबर निघून गेलेले असणार.”

मेग एका दगडावर बसली होती. ती खाडकन उठून उभी राहिली, पण कॅल्विननं तिचा हात धरून तिला पुन्हा खाली बसवलं. "थांब, थांब, अगं मुली, आत्तापर्यंत हे असलं ऐकलं असशीलच ना तू? मी त्यापेक्षा काय वेगळं बोललो?"

"काही नाही," मेग आपला हात सोडवायचा प्रयत्न करत म्हणाली, "जाऊ दे मला."

"ए, शांत हो आधी. हे खरं नाहीये ते तुला आणि मला पण माहिती आहे. अगं, तुझ्या आईला बघितल्यावर, तिला सोडून दुसऱ्या बाईकडे कोणी जाईल, असल्या गोष्टीवर कोणीतरी विश्वास ठेवू शकेल का? मत्सरापोटी लोक किती खालच्या पातळीवर जातात तेच दिसून येतं गं अशातून. बरोबर आहे ना?"

"हो, मला पण तसंच वाटतं." मेग म्हणाली, पण तिचा सगळा आनंद आता पळून गेला होता आणि तिला पुन्हा संताप येऊ लागला होता.

"ए बावळट," कॅल्विननं तिला हळूच हलवलं. "हे बघ, मला फक्त सगळं नीट समजून घ्यायचं आहे. काल्पनिक गोष्टींमधून सत्य वेगळं करायचं आहे. तुझे बाबा भौतिकशास्त्रज्ञ आहेत. हे सत्य आहे, हो ना?"

"हो"

"त्यांनी अनेक वेळा पीएच.डी. (Ph.D.) ही पदवी मिळवलेली आहे."

"हो"

"बऱ्याच वेळेला ते एकटेच संशोधनाचं काम करतात, पण काही काळ ते प्रिन्स्टन या विद्यापीठातील (Princeton University) उच्च शिक्षणासाठी असलेल्या संस्थेत (Institute for Higher Learning) काम करत होते. बरोबर?"

"हो"

"नंतर त्यांनी आपल्या सरकारसाठी पण काम केलं होतं. हो ना?"

"हो"

"मला इतकंच माहितीये. आता पुढचं सांग."

"अरे मला पण एवढंच माहितीये." मेग म्हणाली. "आईला माहीत असेल कदाचित. मला माहीत नाही ते नक्की काय करायचे... अं.. म्हणजे इतर कामांपेक्षा वेगळ्या गटातलं.. असं काहीतरी.."

"अत्यंत गुप्त, असं म्हणायचंय का तुला?"

"हो, बरोबर."

"आणि ते काम काय होतं याची तुला कसलीच कल्पनासुद्धा नाहीये?"

मेगनं मान हलवली आणि म्हणाली, "नाही, ते जिथं राहायचे त्यावरून नुसता अंदाज आहे किंचितसा"

"कुठे असायचे ते?"

"काही काळ न्यू मेक्सिकोमध्ये; तेव्हा आम्ही पण होतो त्यांच्याबरोबर, आणि नंतर फ्लोरिडामध्ये केप कॅनावरल इथे. तिथेसुद्धा आम्ही त्यांच्यासोबत होतो. नंतर त्यांना सतत प्रवास करावा लागू लागला, म्हणून मग आम्ही इथे आलो.'

"हे घर आधीपासूनच होतं का तुमचं?"

"हो, पण आम्ही फक्त उन्हाळ्यात राहायचो इथे."

"तुझ्या बाबांना कुठे पाठवलं ते तुला माहीत नाही?"

"नाही. सुरुवातीला खूप पत्रं यायची. आई-बाबा एकमेकांना रोज पत्रं लिहायचे. मला तर वाटतंय की आई अजूनही रोज रात्री पत्र लिहिते त्यांना. त्या पोस्टमास्तरीण बाई तिच्या पत्रांबद्दल सारखे टोमणे मारत असतात."

"तुझी आई बाबांच्या पाठीमागे लागलीये, असं त्यांना वाटत असेल कदाचित," कॅल्विन कडवटपणे म्हणाला. "साधंसुधं, निर्व्याज प्रेम समजूच शकत नाही लोकांना. बरं, तू सांग, पुढे काय झालं?"

"काहीच झालं नाही. आणि हीच खरी समस्या आहे," मेग म्हणाली.

"बरं, आणि बाबांच्या पत्रांचं काय?"

"बाबांची पत्रं येणं एकदम थांबलं."

"त्यानंतर काहीच कळलं नाही?"

"नाही, काहीही नाही," मेग दुःखी आवाजात म्हणाली.

अगदी खरीखुरी शांतता पसरली त्या दोघांत. झाडाच्या सावल्या त्यांच्या अंगावर पडल्या होत्या, त्यांचाही भार वाटू लागला.

सरतेशेवटी कॅल्विन भावनाशून्य कोरडेपणानं, मेगकडे न बघता, म्हणाला, "त्यांचं निधन झालेलं असू शकेल का?"

मेग पुन्हा खाडकन उठली, आणि पुन्हा कॅल्विननं तिला हात धरून खाली बसवलं. "नाही...! तसं असतं तर त्यांनी कळवलं असतं आम्हाला! अशा वेळी नेहमी तार येते तशी, किंवा दुसऱ्या कोणत्यातरी मार्गानी ते नेहमीच कळवतात!"

"काय सांगतात अशा वेळेला?"

मेगच्या गळ्यात हुंदका दाटून आला. ती कशीबशी म्हणाली, "ए खरंच कॅल्विन, आईनं खरं काय ते शोधायचा खूप प्रयत्न केला. अगदी वॉशिंग्टनला पण गेली. सगळी चौकशी केली; पण ते एवढंच सांगायचे की बाबा एका गुप्त आणि धोकादायक मोहिमेवर गेले आहेत, आणि आम्हाला बाबांचा अभिमान वाटायला हवा. असं पण सांगायचे की काही काळ बाबा आमच्याशी संपर्क साधू शकणार नाहीत आणि त्यांच्याकडे काही बातमी आली तर ते आम्हाला लगेच कळवतील."

"रागावू नकोस मेग, पण त्या लोकांना काही माहीतच नसेल असं पण होऊ शकतं ना?"

मेगच्या डोळ्यांतून अश्रू ओघळून गालावर आला. "मला त्याचीच भीती वाटतेय."

कॅल्विन हळुवारपणे म्हणाला, "तू मोकळेपणी रडून का घेत नाहीस? तुझ्या बाबांवर तुझं अगदी वेड्यागत प्रेम आहे, हो नं? अगदी मोकळेपणानं रडून घे. तुला बरं वाटेल."

आसवं दाटून आल्यानं कापऱ्या आवाजात मेग म्हणाली, "मी सारखीच खूप रडत असते. मी आईसारखी असायला हवीये. मला स्वतःवर नियंत्रण ठेवता यायलाच हवं."

"तुझी आई पूर्णपणे वेगळी आहे आणि ती तुझ्यापेक्षा खूप मोठी पण आहे."

"मी पण वेगळी असते तर किती बरं झालं असतं," मेग थरथरत्या आवाजात म्हणाली. "मी मला स्वतःलाच अजिबातच आवडत नाही..."

कॅल्विननी पुढे होऊन तिचा चश्मा काढला. आपल्या खिशातून रुमाल काढून तिचे डोळे पुसले. त्याच्या या हळुवार कृतीमुळे तिला आणखीनच रडू कोसळलं. त्याच्या गुडघ्यांवर डोकं ठेवून ती हुंदके देत रडायला लागली. कॅल्विन शांतपणे तसाच बसून तिच्या डोक्यावर थोपटत राहिला. थोड्या वेळानं हुंदके देत ती म्हणाली, "माफ कर हं, खरंच खूप वाईट वाटतंय मला. आता तुलाही मी आवडेनाशी होईन."

"मेग, खरोखर मूर्ख आहेस हं तू," कॅल्विन म्हणाला. "तुला माहितीये का, तू मला खूप खूप दिवसांनी भेटलेली सगळ्यात छान व्यक्ती आहेस!"

मेगनं डोकं वर केलं. तिच्या आसवांनी माखलेल्या चेहऱ्यावर चांदणं पसरलं होतं. चश्म्याशिवाय तिचे डोळे अत्यंत सुंदर दिसत होते. "चार्ल्सला जर खेळाडू म्हणायचं झालं, तर मी म्हणजे जीवशास्त्रीय गफलत आहे." ती बोलत असताना तिच्या दातांना बसवलेल्या पट्ट्यांवर चंद्रप्रकाश पडून चमकत होता.

कॅल्विन तिच्या या वाक्याला विरोध करेल असं तिला वाटत होतं; पण कॅल्विन म्हणाला, "तुला मी चश्म्याशिवाय पहिल्यांदाच पाहिलंय."

"चश्मा नसेल तर आंधळीच असते मी. लांबचं दिसत नाही मला. बाबांसारखंच.'

"तुला माहितीये का, फार सुंदर, टपोरे, स्वप्नाळू डोळे आहेत तुझे." कॅल्विन म्हणाला. "ऐक ना, तू तुझा चश्मा नेहमी लावत जा. इतके सुंदर डोळे दुसऱ्या कोणी पाहू नये असंच वाटतंय मला."

मेग खूश होऊन हसली आणि लाजली. आपलं लाजणं चांदण्यात दिसत नसेल ना, असा विचार तिच्या मनात डोकावून गेला.

"तुम्ही दोघं थांबा बरं तिथंच," सावल्यांमधून आवाज आला. चार्ल्स वॉलेस पुढे, उजेडात आला आणि लगेच म्हणाला, "मी काही तुमच्यावर नजर ठेवून नाहीये,

आणि मला उगाचच खेळखंडोबा करायला आवडत नाही, पण हेच आहे ते, मुलांनो, हेच आहे ते!'' उत्साहानं भावनाविवश झाल्यानं त्याचा आवाज कापत होता.

''हेच म्हणजे काय?'' कॅल्विननं विचारलं.

''आपण जाणार आहोत.''

''जाणार आहोत? कुठे?'' एका अंत:प्रेरणेने मेगनं कॅल्विनचा हात धरला.

''नक्की कुठे ते मलाही माहिती नाहीये, पण मला वाटतंय की बाबांना शोधायला.'' चार्ल्स म्हणाला.

अचानकच अंधारात दोन डोळे चमकले; आणि त्यांच्या लक्षात आलं की तो सौ. हू यांचा चश्मा आहे. चंद्रप्रकाशात चमकतोय. त्या चार्ल्सशेजारी उभ्या होत्या. ''क्षणभरापूर्वी इथे कोणीही नव्हतं, हलत्या सावल्या होत्या फक्त, मग या कुठून आल्या?'' मेगला काही अंदाजच येईना. तिच्या पाठीमागून आवाज ऐकू आल्याने तिने मागे वळून पाहिलं. सौ. व्हॉट्सइट भिंतीवरून कशाबशा उतरत होत्या.

''बापरे, वारा नसता तर किती बरं झालं असतं,'' सौ. व्हॉट्सइट रडवेल्या होऊन म्हणाल्या, ''आणि हे असे कपडे घालून तर किती अवघड जातं!'' त्यांनी आदल्या रात्रीचाच पोशाख घातला होता, अगदी रबरी बुटांसकट सगळा. आणि आता त्यात सौ. बनकंबच्या चादरीची भर पडली होती. ती चादर त्यांनी स्वतःभोवती गुंडाळून घेतली होती. भिंतीवरून उतरता उतरता ती चादर एका फांदीत अडकली आणि निघाली. त्यांची हॅट घसरून डोळ्यांवर आली, आणि दुसऱ्या एका फांदीत त्यांचा गुलाबी स्कार्फ अडकला. ''अरे देवा,'' त्या सुस्कारल्या. ''मला हे सगळं सावरून वावरायला कधीच जमणार नाही.''

सौ. हू त्यांच्याकडे गेल्या, तरंगत गेल्यासारखंच दिसत होतं त्यांचं चालणं. त्यांच्या छोट्या छोट्या पावलांचा जमिनीला अगदी कळत-नकळत स्पर्श होत होता. त्यांचा चश्मा चमकत होता. ''त्या इटालियन कवी दान्तेनी म्हटलंच आहे ना, 'Come t'e' picciol fallo amaro morso!' म्हणजेच छोटीशी चूकदेखील अत्यंत महागात पडू शकते,'' असं म्हणत त्यांनी सौ. व्हॉट्सइटच्या डोळ्यांवर आलेली हॅट कपाळावर सरकवून नीट बसवली. झाडात अडकलेला स्कार्फ सोडवला, आणि अगदी कुशलतेनं चादरीची घडी घातली.

''धन्यवाद,'' सौ. व्हॉट्सइट म्हणाल्या. ''तू किती हुशार आहेस गं!''

''हं... तो ए. पेरेझ म्हणालाच आहे नं, 'Un asno viejo sabe m'as que un potro.' याचा अर्थ काय ते माहितीये का? म्हणजे, वयानं मोठ्या लोकांना अनुभवामुळे जास्त शहाणपण आलेलं असतं...'' सौ. हू थट्टेच्या सुरात म्हणाल्या.

''तू फक्त काही किरकोळ अब्ज वर्षांनी....' सौ. व्हॉट्सइट चिडून बोलू लागल्या असतानाच एका वेगळ्याच धारदार आवाजानं त्यांचं बोलणं थांबवलं.

"ठीक आहे गं म्मुलींनो, ही.. भांडत बसायची वेळ नाहीये."

"या आहेत सौ. विच (Mrs. Which)," चार्ल्स म्हणाला.

हळूच वाऱ्याची एक झुळूक आली. झाडांची पानं हेलकावली, त्यांच्या सावल्यांचे आकार बदलले. आणि एका चंदेरी वर्तुळात काहीतरी चमकलं, थरथरलं आणि तोच आवाज ऐकू आला, "मला समूर्त, साकार स्वरूपात येता येईल असं वाटत नाहीये. मला हे सगळं फार दमवतं आहे... आणि आपल्याला खूप काही करायचंय."

४

ती काळीकभिन्न गोष्ट

अचानक झाडं वादळात सापडल्यासारखी जोरजोरात हेलकावू लागली. मेग किंचाळली आणि तिनं कॅल्विनचा हात घट्ट धरला. सौ. विच अधिकारवाणीनं मोठ्यानं म्हणाल्या, ''गप्प बस्स म्मुली!''

काय झालं? चंद्रावर सावली पडली का चंद्र विझलाच एकदम? एखादी मेणबत्ती विझावी तसा? पानांची सळसळ अजूनही ऐकू येत होती, जोरजोरात आणि भीतिदायक. कुठेही उजेड नव्हता. संपूर्ण अंधार. अचानक वारा बंद झाला आणि सगळे आवाजही. कॅल्विन तिच्यापासून खसकन दूर झाल्याचं मेगला जाणवलं. तिनं चाचपडून पाहिलं; पण तिच्या बोटांना कसलाच स्पर्श झाला नाही.

ती किंचाळली, 'चार्ल्स!' हे किंचाळणं नक्की कशासाठी होतं? चार्ल्सला मदत करायला, का तिला स्वत:ला मदत हवी होती म्हणून, मेगला काही कळेनासंच झालं. 'चार्ल्स' हा शब्द तिच्या तोंडून बाहेर उमटलादेखील नाही, तो शब्द तिच्या घशातच अडकल्यासारखं झालं तिला.

ती पूर्णपणे एकटी होती.

कॅल्विनच्या हाताचा संरक्षक आधार उरला नव्हता. चार्ल्सही कुठेच दिसत नव्हता. एका अज्ञात आणि शून्य पोकळीत ती अगदी एकटी होती. उजेड नाही, आवाज नाही, कसलीच जाणीव नाही. तिचं शरीर कुठे होतं? घाबरून जाऊन तिनं हालचाल करायचा प्रयत्न केला खरा, पण हालचाल करायलासुद्धा काहीच नव्हतं. उजेड आणि आवाजासारखीच तीसुद्धा गायब झाली होती. शारीरिक स्वरूपातली मेग नव्हतीच जणू.

थोड्या वेळानं तिला आपल्या हाता-पायांची जाणीव झाली. तिच्या हाता-पायांना हलकेच मुंग्या येऊ लागल्या होत्या, जणू काही मुंग्या येऊन बधिर व्हावे तसे झाले होते हात-पाय. तिनं आपल्या पापण्यांची भराभर उघडझाप केली, ती स्वतः

कशीबशी परत आलेली असली, तरी बाकीचे काहीच नव्हते तिथे. उजेड नाही किंवा काळोख आहे अशा अर्थाचा, नुसताच साधासुधा अंधार नव्हता तो. अंधारालाही एक मूर्त असा गुणधर्म असतो; त्यात हालचाल करता येते, स्पर्शाची जाणीव असते; अंधारात तुम्ही तुमच्या पायाच्या नडगीपाशी खाजवू शकता; त्या अंधारातही तुमच्या अवतीभोवतीचं जग अस्तित्वात असतंच मुळी तिथे. मेग मात्र एका भयावह शून्यात हरवून गेली होती.

शांततेच्या बाबतीतदेखील असंच झालं होतं की. हे शांततेच्या पेक्षाही काहीतरी अधिक होतं. एखाद्या बहिऱ्या व्यक्तीलासुद्धा काहीतरी कंपनं जाणवू शकतात. इथे मात्र जाणवण्यासारखंसुद्धा काहीही नव्हतं.

आपलं हृदय छातीच्या पिंजऱ्यात जोरजोरात धडधडतंय अशी तिला अचानक जाणीव झाली. 'म्हणजे? आधी बंद पडलं होतं की काय? आणि मग कशामुळे सुरू झालं पुन्हा?' तिच्या मनात विचार आला. तिच्या हाता-पायांना जाणवणाऱ्या झिणझिण्या वाढल्या, आणि तिला एकदम हलल्यासारखं वाटलं. तिला जाणवलं की हे हलणं पृथ्वीच्या फिरण्यामुळे असणार, आपल्याच अक्षाभोवती गोलगोल फिरत सूर्याभोवती लंबगोलाकार कक्षेतलं पृथ्वीचं फिरणं. हे पृथ्वीबरोबर फिरणं समुद्रात पोहताना वाटतं तसं वाटत होतं. किनाऱ्यावर येऊन आदळणाऱ्या मोठ्या फेनिल लाटेच्या पलीकडे, हलत्या पाण्यावर शांत पहुडावं आणि छोट्या छोट्या लाटांच्या लयबद्ध हालचालींसोबत हिंदकळत राहावं, आणि चंद्राची सौम्य तरीही अटळ अशी ओढही जाणवावी तसं.

'मी नक्कीच झोपलेली आहे, स्वप्न पडतंय मला,' तिच्या मनात आलं. 'भयानक आहे हे स्वप्न, मला जागं व्हायचंय. जाग येऊ दे मला.'

एकदम चार्ल्सचा आवाज ऐकू आला, "ठीकय, ठीकय, चांगलंच घुमवलंत की! पण आधी तशी सूचना द्यायची, निदान सांगायचं तरी."

आता थरथरता का असेना पण थोडासा उजेड दिसू लागला होता. मेगनं पापण्यांची उघडझाप केली आणि कापत्या हातांनी चश्मा नाकावर ढकलून बसवला. तिच्या समोर चिडचिड करत, कमरेवर हात ठेवून चार्ल्स उभा होता. "मेग," तो ओरडला. "कॅल्विन! कुठे आहात तुम्ही?"

तिला चार्ल्स दिसला, त्याचा आवाज ऐकू आला, पण ती त्याच्याकडे जाऊ शकेना. त्या अनोळखी, थरथरत्या प्रकाशाला दूर सारून चार्ल्सला भेटणं जमत नव्हतं तिला.

एखाद्या ढगाआडून यावा तसा कॅल्विनचा आवाज ऐकू आला. "हो, हो, अरे थोडा वेळ तर देशील मला, मी मोठा आहे तुझ्यापेक्षा."

मेगनं आवंढा गिळला. 'म्हणजे कॅल्विन आहे तर इथं' तिच्या मनात आलं. तो

आता जरासा दिसू लागला होता. म्हणजे त्याचा हातपायासारखा एखादा अवयव आधी दिसला, आणि मग हळूहळू तो असं नाही झालं हं. आधी जरा चमचमलं, पाण्यात कॅल्विनचं प्रतिबिंब दिसावं तसं, किंवा धुराआडून, आगीआडून कॅल्विन दिसावा तसं. आणि मग तो नीटच दिसला. मूर्तरूपात, आश्वासक असा.

"मेग! मेग! कॅल्विन, मेग कुठे आहे?" चार्ल्सचा आवाज आला.

"मी इथंच आहे," तिनं सांगायचा प्रयत्न केला, पण तिचा आवाज घशाबाहेर पडूच शकेना. घशात अडकून बसला जणू.

"मेग!" कॅल्विन ओरडला, आणि तो वळून घाईघाईनं तिला इकडेतिकडे शोधू लागला.

"सौ. विच, मेगला मागेच सोडून नाही आलात ना तुम्ही?" चार्ल्स ओरडला.

"तुमच्यापैकी कोणीही मेगला दुखावलं असेल ना तर..." कॅल्विननं बोलायला सुरुवात केली आणि अचानक मेगला कोणीतरी जोरात ढकलल्याचं जाणवलं. खळ्ळकन आवाजही झाला आणि तिला वाटलं की जणूकाही तिला कोणीतरी एखाद्या काचेच्या भिंतीतून ढकलून दिलंय.

"अरेच्या, तिथं आहेस होय तू!" चार्ल्स म्हणाला आणि पळत येऊन त्यानं मेगला मिठी मारली.

"अरे पण मी आहे तरी कुठे?" मेगनं धापा टाकत विचारलं. आपला नेहमीचा आवाज, घशातून नेहमीसारखाच बाहेर पडताना ऐकून तिला सुटका झाल्यासारखं वाटलं.

तिनं घाईघाईने इकडेतिकडे पाहायला सुरुवात केली. स्वच्छ सूर्यप्रकाश पडला होता. ते एका कुरणात उभे होते. वाऱ्याची झुळूक आपल्यासोबत हळुवारपणे खास असा वसंत ऋतूचा सुगंध घेऊन येत होती. तोच तो, अगदी दुर्मिळ अशा वसंतातल्या दिवसांचा सुवास. ज्या वेळी सूर्याची किरणं अगदी कोवळी असतात, सफरचंदांच्या झाडांवर फुलोरा उमलू लागलेला असतो, त्या खास दिवसांचा सुगंध. ती जे बघतेय ते खरं आहे ना, याची खात्री करण्यासाठी मेगनं चश्मा नाकावर घट्ट बसवला.

ते सगळे शरदातली झोंबऱ्या थंडीची संध्याकाळ मागे सोडून आले होते; आणि आता भोवतालचा सगळा परिसर सोनेरी प्रकाशात न्हाऊन निघाला होता. जमिनीवरची हिरवळसुद्धा कोवळी आणि तजेलदार हिरव्या रंगाची होती. त्यात अधेमधे छोटीछोटी रंगीबेरंगी फुलंही उमलली होती. मेगनं वळून बघितलं तर तिला एक उंचच उंच डोंगर दिसला. इतका उंच होता तो डोंगर की त्याचा सुळका आभाळापर्यंत जाऊन पांढऱ्या ढगांच्या आड लपून गेला होता. त्या डोंगराच्या पायथ्याशी असलेल्या झाडांवरून एकदम पक्ष्यांचा किलबिलाट ऐकू येऊ लागला. सगळ्या वातावरणात

अवर्णनीय अशी शांतता आणि आनंद पसरला होता. तिचं जोरात धडधडणारं हृदय जरा शांत झालं.

"कधी बरं भेटणार आपण तिघी पुन्हा,
विजेच्या लखलखाटात, पावसात, की असेल तेव्हा मेघगर्जना,"

सौ. हू यांचा आवाज ऐकू आला. एकदम त्या तिघी प्रकट झाल्या. वाकड्यातिकड्या झालेल्या गुलाबी स्कार्फसकट सौ. व्हॉट्सइट; चमकणाऱ्या चश्म्यासकट सौ. हू; आणि अजूनही चकाकणाऱ्या प्रकाशासारख्या दिसणाऱ्या सौ. विच. त्यांच्या अवतीभोवती नाजूक रंगीबेरंगी फुलपाखरं उडत होती. जणू त्या तिघींचं स्वागत करत होती ती फुलपाखरं.

सौ. व्हॉट्सइट आणि सौ. हू हसायला लागल्या. त्यांचं हसणं थांबेच ना. असं वाटायला लागलं की हसता हसता पडणारच आता या जमिनीवर. सौ. विचरूपी चकाकता प्रकाशसुद्धा हसतोय असं वाटत होतं. आता हा प्रकाश गडद होऊ लागला आणि त्याला ठोस असं स्वरूप येऊ लागलं. त्याच्यातून एक काळा लांब झगा आणि उंच, काळी टोकदार टोपी घातलेली आकृती दिसायला लागली. मण्यांसारखे डोळे, पोपटाच्या चोचीसारखं कमानदार नाक आणि लांब पांढुरके केस होते त्या व्यक्तीचे. एका हडकुळ्या हाताच्या पंजात झाडू धरून ठेवला होता.

"तुम्हाला आनंद होतोय ना, ठीकय मग," ती व्यक्ती म्हणाली, आणि सौ. व्हॉट्सइट आणि सौ. हू एकमेकींच्या गळ्यात पडून आणखी जोरात हसायला लागल्या.

"तुम्हा बायकांची थट्टामस्करी संपली असेल तर कॅल्विन आणि मेगला या सगळ्याबद्दल सांगा जरा." चार्ल्स थंडपणे म्हणाला, "तुम्ही मेगला प्रचंड घाबरवून टाकलंय. काहीही न सांगता असं ओढून आणलंत तिला तुम्ही."

'Finxerunt animi, raro et perpauca loquentis,' तो रोमन कवी होरेस (Horace) लॅटिन भाषेत म्हणाला होता ना, तेच, म्हणजे, "विनयशील लोक बोलण्यापेक्षा कृतीवर जास्त भर देतात' कळलं का?"

"सौ. हू, तुम्ही इतरांची वचनं, म्हणी सांगणं थांबवा हो!" चार्ल्स वैतागून म्हणाला.

सौ. व्हॉट्सइटनी त्यांचा स्कार्फ ठीकठाक केला आणि म्हणाल्या, "चार्ल्स बेटा, तिला जे सांगायचं असतं ते स्वतःच्या शब्दांत सांगणं अवघड जातं तिला. इतरांच्या वचनांद्वारा तिला काय म्हणायचं आहे ते सांगायला तिला मदत मिळते."

"आणि आपली विनोदबुद्धी शशाबूत्त ठेव्वायला हव्वी आप्पण," सौ. विच

म्हणाल्या. "इतक्या गंभीर परिस्थितीशी सामना करताना वातावरण जरा हलकंफुलकं केलेलं बरं असतं."

"पण मेगसाठी मात्र फार कठीण असणार आहे हे," सौ. व्हॉट्सइटनी म्हटलं, "हे सगळं गंभीर आहे हे लक्षात येणं अवघडच आहे तिच्यासाठी."

"आणि माझ्याबद्दल काय?" कॅल्विननं विचारलं.

"तुझ्या बाबांचं आयुष्य पणाला लागलेलं नाहीये," सौ. व्हॉट्सइटनी सांगितलं.

"मग चार्ल्स वॉलेसबद्दल?"

सौ. व्हॉट्सइटच्या चिरक्या आवाजात माया आणि अभिमान डोकावला. त्या मोठ्या प्रेमानं म्हणाल्या, "चार्ल्स वॉलेसला माहीत आहे. चार्ल्सला हे पण माहितीये की फक्त त्याच्या बाबांचं आयुष्यच नाही, तर त्यापेक्षाही काहीतरी अधिक महत्त्वाचं आहे हे. चार्ल्सला माहितीये की नक्की काय पणाला लागलंय ते."

"पण लक्षात ठेवा," सौ. हू म्हणाल्या, 'तो ग्रीक नाटककार युरिपिडीस (Euripides) म्हणून गेला आहे नं, ते लक्षात ठेवा. तो म्हणतो की, "निराशाजनक असं काहीही नसतं, प्रत्येक गोष्टीबाबत आपण आशावादीच असलं पाहिजे."

"आपण आता कुठे आहोत? आणि आपण इथे कसे आलो?" कॅल्विननं विचारलं.

"युरिएल (Uriel) या ग्रहावर. मेसियर १०१ (Messier १०१) या चक्राकार तारकापुंजातील, 'मलक' (Malak) या ताऱ्याचा तिसरा ग्रह."

"आणि मी या सगळ्यावर विश्वास ठेवावा?" कॅल्विननं वैतागून प्रश्न केला.

"तुझ्झी मर्जी, ठेवायच्चा अस्सेल तर्र ठ्ठेव." थंडपणे सौ. विच म्हणाल्या.

सौ. विच यांचा एकूणच सगळा अवतार, तो झाडू, हे सगळं पाहूनही त्यांच्यावर पूर्ण विश्वास ठेवावा असं का कोण जाणे, पण वाटलं खरं मेगला. 'आत्ता जे काही घडलंय त्यापेक्षा जास्त विचित्र नाहीयेत त्या.' तिच्या मनात आलं.

"ठीकंय, ठीकंय, मग आता कोणीतरी सांगा की मला, आपण इथे कसे आलो ते!" कॅल्विनचा स्वर अजूनही चिडकाच होता. त्याच्या चेहऱ्यावरचे लालसर ठिपके ठळक झाले होते. "अगदी प्रकाशाच्या गतीनं प्रवास केला तरीही आपल्याला इथं यायला कित्येक वर्षं लागतील."

"अरे, आपण कुठल्याही वेगळ्या गतीनं प्रवास केलेला नाहीये,' सौ. व्हॉट्सइट कळकळीनं म्हणाल्या. "आपण 'टेसर' केलंय. किंवा तू असंही म्हणू शकतोस की आपण सुरकुती किंवा घडी घातलीय."

"काहीही कळलेलं नाहीये मला." कॅल्विन म्हणाला.

मेगच्या मनात आलं, "टेसर, म्हणजे आई जे टेसरॅक्ट म्हणत होती त्याच्याशी याचा संबंध असेल का?"

मेग ही शंका विचारणार तितक्यात सौ. विच बोलू लागल्या आणि त्यांच्या बोलण्यात अडथळा कोण आणणार? ''सौ. व्हॉट्सइट या लहान आणि भाबड्या आहेत्त.''

''सगळं काही शब्दांत समजावून सांगता येईल असंच वाटतंय यांना,'' सौ. हू म्हणाल्या, ''ती फ्रेंच भाषेतली म्हण माहितीये ना, 'Qui plus sait, plus se tait.' म्हणजेच 'व्यक्ती जितकी ज्ञानी असते, तितकी ती कमी बोलते' किंवा 'उथळ पाण्याला खळखळाट फार!''

''अहो पण मेग आणि कॅल्विनला सगळं नीट समजण्यासाठी शब्द वापरावेच लागतील,' चार्ल्सनी सौ. हू यांना आठवण करून दिली. 'त्या दोघांना आणलंय ना इथं, मग हे सगळं काय चाललंय ते कळायलाच हवं की त्यांना. त्यांचा अधिकारच आहे तो.''

मेग सौ. विचच्या जवळ गेली. भावनाकुल होऊन तिनं विचारलं, ''माझे बाबा आहेत का हो इथं?'' ती इतकी भावनाविवश झाली होती की टेसरॅक्टबद्दल ती पूर्ण विसरून गेली.

सौ. विच मान हलवत म्हणाल्या, ''इथं नाहीयेत ते मेग. सौ. व्हॉट्सइटना सांगू द्दे. ती लहान आहे आणि शब्दांच्या भाषेत सांगणं तिच्यासाठी सोपं आहे. सौ. हू किंवा माझ्यापेक्षा तिला ते चांगलं जमतं.''

सौ. व्हॉट्सइट समजावून सांगू लागल्या, ''आपण इथे मुख्यत्वे थोडा विसावा घ्यायला थांबलो आहोत, आणि तुम्हाला कशाशी सामना करायचा आहे ते सांगण्यासाठीसुद्धा.''

''पण बाबांचं काय? ते ठीक आहेत ना?'' मेगनं विचारलं.

''आत्ता तरी ते ठीक आहेत गं राणी, आपण इथे येण्यामागच्या काही कारणांपैकी तेदेखील एक कारण आहेत. पण लक्षात घे, ते फक्त एक कारण आहेत.''

''बरं, ते कुठे आहेत? मला न्या की हो त्यांच्याकडे!''

''आत्ता नाही, अजून तरी नाही,'' चार्ल्स म्हणाला. ''जरा संयम राखायला हवा मेग.''

''पण मी नाहीये संयमी! मी कधीच नव्हते तशी!'' मेग आवेशानं ओरडली.

सौ. हू यांचा चश्मा हलकेच चमकला. त्या म्हणाल्या, ''तुला तुझ्या बाबांना मदत करायची आहे ना, मग तुला संयम राखायला शिकावंच लागेल. ती लॅटिन भाषेतली म्हण आहे ना, 'Vitam impendere vero' म्हणजेच 'सत्य रक्षणासाठी प्राणही पणाला लावणे.' आपण हे करायलाच हवं आहे.''

''तुझे बाबाही तेच करतायत,'' होकारार्थी मान डोलावत सौ. व्हॉट्सइट म्हणाल्या. त्यांचा आवाज सौ. हू सारखाच गंभीर झाला होता. काही क्षणांनी त्या

छानपैकी हसल्या आणि म्हणाल्या, "बरं, आता तुम्ही तिन्ही मुलं जरा इकडे तिकडे फिरून या बरं, आणि चार्ल्स तुम्हाला काही गोष्टी समजावून सांगेल. या युरिएल ग्रहावर तुम्ही पूर्णपणे सुरक्षित आहात. म्हणूनच तर आपण इथे विश्रांतीसाठी थांबलो."

"पण तुम्ही नाही येणार आमच्यासोबत?" मेगनं घाबरून विचारलं.

एक क्षणभर शांतता पसरली. नंतर सौ. विचनी आपला हात अधिकारानं वर उचलला. "दाखव त्यांना," त्या सौ. व्हॉट्सइटना म्हणाल्या. त्यांच्या आवाजात असं काही होतं की त्यामुळे मेगच्या अंगावर भीतीनं काटा उभा राहिला.

"आत्ता?' सौ. व्हॉट्सइटनी जरा किंचाळूनच विचारलं. त्यांचा चिरका आवाज आणखीनच चिरकला. सौ. विचना मुलांना जे काही दाखवायचं होतं त्याच्या कल्पनेमुळे सौ. व्हॉट्सइटही अस्वस्थ झाल्या.

"आत्ताच," सौ. विच म्हणाल्या. "त्यांना कळलं तरी चालेल."

"मग, मग आता मी स्वतःत बदल करू का?" सौ. व्हॉट्सइटनी विचारलं.

"जास्तच बरं."

सौ. व्हॉट्सइट स्वतःशीच पुटपुटत म्हणाल्या, "ती मुलं जास्तच अस्वस्थ होऊ नयेत म्हणजे मिळवलं."

"मी स्वतःला बदलू का?" सौ. हू यांनी विचारलं, "पण मला खूप मज्जा येतीये या कपड्यात. एक गोष्ट मात्र मान्य करायलाच हवी हं की कपड्याच्या निवडीबद्दल सौ. व्हॉट्सइट सर्वांत कुशल आहेत. ती जर्मन भाषेतली म्हण आहेच की, 'Das Werk lobt den Meister' म्हणजे, केलेल्या कामावरून कारागिराचं कौशल्य दिसून येतं. मग मी पण बदलू का स्वतःला?"

नकारार्थी मान हलवत सौ. विच म्हणाल्या, "आत्ता नको. इथे नको. तू थांब जरा."

"घाबरू नका हं बाळांनो,' सौ. व्हॉट्सइट म्हणाल्या. त्यांचं लहानसं गुबगुबीत शरीर चमकू आणि थरथरू लागलं. हळूहळू बदलू लागलं. त्यांच्या कपड्यांचे तजेलदार रंग मंदावू लागले, पांढरट पडू लागले. त्यांचं गोलमटोल शरीर ताणलं जाऊ लागलं, लांब होऊ लागलं, एकसंध होऊ लागलं. आणि अचानक एक अतिशय सुंदर प्राणी मुलांच्या समोर प्रकट झाला. मेगनं कल्पनेतही इतका सुंदर प्राणी पाहिला नव्हता. बाह्य शारीरिक रूपापेक्षाही काहीतरी जास्त होतं, आणि त्याच्यातच त्याचं खरं सौंदर्य दडलेलं होतं. आता त्या सौ. व्हॉट्सइटच्या रूपात नव्हत्या. कमरेचा भाग छान मजबूत असलेलं संगमरवरी शुभ्र शरीर होतं. कमरेच्या दोन्ही बाजूंना मजबूत पर होते. साधारण घोड्यासारखं, पण घोड्यापेक्षा पूर्णपणे वेगळं देखील. छानशा सुडौल पाठीमधून दोन्ही बाजूला हात असलेलं एक मानवी

धड बाहेर आलं. त्या धडाला माणसाचं एक डोकंसुद्धा होतं, एका सद्‌गुणी आणि प्रतिष्ठित माणसाचं डोकं असावं असं वाटत होतं. अत्यानंद देणारा इतका सुंदर प्राणी मेगनं कधीही पाहिला नव्हता. 'नाही, हा प्राणी ग्रीक सेन्टॉर नक्कीच नाहीये,' तिच्या मनात आलं.

त्या प्राण्याच्या खांद्यांना हळूहळू पंख फुटू लागले. इंद्रधनुषी पंख, जणू पाण्यावर प्रकाश पडलेला, काव्यात्म.

कॅल्विन आपल्या गुडघ्यांवर खाली बसला.

"नाही हं," सौ. व्हॉट्‌सइट म्हणाल्या, पण आता त्यांचा आवाज पूर्वीसारखा चिरका नव्हता. 'माझ्यासमोर झुकायचं नाही कॅल्विन, कधीच नाही. उभा राहा बरं.'

"पाठीवर बसव त्यांना." सौ. विचनी आदेश दिला.

दमदारपणे, पण तरीही नजाकतीनं सौ. व्हॉट्‌सइट मुलांच्यासमोर गुडघे टेकून वाकल्या. पंख पसरून स्थिर ठेवले. जरासे थरथरत होते पंख. "आता माझ्या पाठीवर बसा" त्या आपल्या नव्या आवाजात म्हणाल्या.

त्या सुंदर प्राण्याच्या दिशेनं मुलं दबकत दबकत पावलं टाकू लागली.

"पण आता तुम्हाला काय हाक मारायची आम्ही?" कॅल्विननं विचारलं.

"अरे बाळांनो," त्या आपल्या नव्या आवाजात बोलल्या. हा आवाज एखाद्या लाकडी बासरीतून यावा तसा होता. त्या आवाजाला तुतारीचा स्पष्टपणा लाभला होता, आणि तो आवाज जरासा गूढ होता. 'ज्या ज्या वेळेला मी रूप बदलीन त्या प्रत्येक वेळेला माझं नाव बदलण्याची काहीच गरज नाहीये. आणि सौ. व्हॉट्‌सइट बनण्यात मला इतकी मज्जा आली ना की तुम्ही तशीच हाक मारा मला." ती? तो? की ते?, जे काय होतं ते, मुलांकडे बघून हसलं. ते हसू छान चमकदार होतं, वाऱ्याच्या मंद झुळकीसारखं, सूर्यकिरणांच्या उबेसारखं.

"चला, या!" चार्ल्स त्यांच्या पाठीवर चढला.

मेग आणि कॅल्विन त्याच्या पाठोपाठ चढले. त्या दोन मुलांच्यामध्ये मेग बसली. पंख थरथरले आणि मग सौ. व्हॉट्‌सइट हवेत उडाल्या.

थोड्याच वेळात मेगच्या लक्षात आलं की आता चार्ल्स किंवा कॅल्विनला धरून बसायची काहीच गरज नाहीये. त्या प्राण्यासोबतचा हा हवेतला प्रवास अगदी आरामदायक आणि शांतपणे सुरू होता. चार्ल्स आणि कॅल्विन उत्सुकतेनं जमिनीवरची दृश्यं बघत होते.

"ते बघ," चार्ल्स म्हणाला, "डोंगर इतके उंच आहेत की त्यांची शिखरं दिसतच नाहीयेत."

मेगनं वर बघितलं आणि खरोखर त्या डोंगरांना अंतच नाहीये असंच वाटत होतं.

छान सुपीक शेतजमीन आता मागे पडली. ते एका विस्तीर्ण पठारावरून उडत होते. त्या पठारावर ग्रॅनाइटसारख्या दगडाचे मोठे मोठे उंच सुळके किंवा खांब होते. त्या सुळक्यांना/ खांबांना एक लयबद्ध, निश्चित असा आकार होता, पण ते पुतळे नव्हते. आत्तापर्यंत असं काही मेगनं कधीच बघितलं नव्हतं. ती विचारात पडली, 'काय असेल हे? वाऱ्यामुळे, हवामानामुळे असे खांब तयार झाले असतील का?, की इथली जमीन तयार होतानाच बनले असतील? आत्ता ज्या प्राण्यावर आपण बसलो आहोत तशा प्राण्यांनी तर बनवले नसतील ते?'

ते ग्रॅनाइटचं पठार मागे पडलं. ते आता एका बागेवरून उडत होते. स्वप्नातल्या बागेपेक्षाही सुंदर होती ती बाग. त्या बागेत सौ. व्हॉट्सइटसारखे अनेक प्राणी जमा झाले होते. काही फुलझाडांमध्ये लोळत होते, काही स्फटिकासारखं पाणी असलेल्या रुंद नदीत पोहत होते, तर काही झाडांच्या भोवती लयबद्ध उडत होते. मेगची खात्री पटली की हा त्यांचा एक नृत्यप्रकार असावा. ते गात होते, त्यांच्या पंखांच्या हालचालींमधूनही संगीत निर्माण होत होतं.

"ते काय गातायत?" मेगनं उत्साहानं विचारलं.

आपलं सुंदर डोकं हलवत सौ. व्हॉट्सइट म्हणाल्या, "ते नाही कळणार तुम्हाला, मी तुमच्या शब्दांत नाही समजावू शकणार तुम्हाला. तुला ते थोडंसं कळतंय का चार्ल्स?"

त्यांच्या पाठीवर चार्ल्स अगदी स्तब्ध बसला. तो अगदी लक्षपूर्वक ऐकतोय असं त्याच्या चेहऱ्याकडे पाहून वाटत होतं. मेगच्या किंवा आईच्या मनातलं ओळखताना असाच चेहरा व्हायचा त्याचा. "थोडंसं. अगदी खूप थोडंसं. पण काही वेळानं, आणखी जास्त कळू लागेल असं वाटतंय मला."

"हो चार्ल्स. तू शिकू शकशील. पण त्यासाठी आपल्याकडे वेळ नाहीये. इथे आपण जरासा आराम करण्यासाठी आणि थोडीशी तयारी करण्यापुरतंच थांबणार आहोत."

मेगनं त्यांच्या बोलण्याकडे लक्षच दिलं नाही. "मला ते काय म्हणतायत ते समजून घ्यायचं आहे! त्याचा अर्थ समजून घ्यायचा आहे."

"तू प्रयत्न कर चार्ल्स," सौ. व्हॉट्सइटनी विनंती केली. "भाषांतर करायचा प्रयत्न तर कर. आता तू मोकळेपणानं बोलू शकतोस, गप्प बसायची गरज नाहीये आता."

"पण मला येत नाहीये!" रडक्या स्वरात चार्ल्स म्हणाला, "मला ते पुरेसं माहितीच नाहीये! अजूनही नाही!"

"बरं, मग आपण दोघं मिळून करू. या दोघांना ते शब्दांत सांगायचा जरासा प्रयत्न करते मी."

चार्ल्स शोधक नजरेनं, एकाग्रतेनं, ऐकू लागला.

अचानक मेगच्या मनात आलं, 'ही अशी नजर माहितीये मला! मला वाटतंय या नजरेचा अर्थ कळतोय मला! कधीकधी, बाबांसोबत गणितं सोडवताना मीसुद्धा अनुभवलंय. जेव्हा एखादं गणित अगदी सुटत आलेलं असतं...'

सौ. व्हॉट्सइट चार्ल्सच्या मनातले विचार वाचत असाव्यात असं वाटत होतं. "हो, ही कल्पना छान आहे. मी प्रयत्न करू शकते. तुला ते सगळं माहीत नाही हे फारच वाईट आहे रे चार्ल्स, नाहीतर तू ते मला थेटपणे देऊ शकला असतास. या पद्धतीत खूप जास्त काम करावं लागतंय."

"आळशीपणा करू नका," चार्ल्स म्हणाला.

त्याच्या या बोलण्याचा सौ. व्हॉट्सइटना राग नाही आला. त्यांनी समजावून सांगितलं, "चार्ल्स, अरे हे माझं आवडतं काम आहे. म्हणूनच तर त्यांनी तुमच्याबरोबर येण्यासाठी मला निवडलं. मी खूप लहान असले तरीसुद्धा. हे माझं खरं, उपजत कौशल्य आहे. पण त्यासाठी प्रचंड ऊर्जा लागते, आणि नंतर आपल्याला जे सामोरं येणार आहे त्यासाठी आपल्याला खूप ऊर्जा हवी आहे. अगदी ऊर्जेच्या कणाचीदेखील गरज लागणार आहे आपल्याला. पण कॅल्विन आणि मेगसाठी मी प्रयत्न करीन." त्या शांत झाल्या. त्यांचे पंखसुद्धा हलायचे थांबले; पंखांची अगदी हळुवार हालचाल सुरू ठेवल्यानं एका जागी तरंगत राहणं शक्य झालं त्यांना. 'ऐका हं,' सौ. व्हॉट्सइट म्हणाल्या. त्यांचा आवाज चढला आणि त्याचा प्रतिध्वनी घुमू लागला. त्यांच्या चहूबाजूंनी शब्द येतायत असं वाटू लागलं. मेगला तर आपण त्या शब्दांना स्पर्श करू शकू असं भासलं. "परमेश्वरासाठी नवीन गाणे गा, पृथ्वीच्या अंतापर्यंत देवाची स्तुतिस्तोत्रे गा, समुद्राच्या तळाशी राहणारे तुम्ही सर्व, आणि पूर्ण सागरी सृष्टी; त्यातील बेटं, आणि तेथील सर्व रहिवासी, सर्व जण ईश्वराची स्तुतिगीतं गा. माळरानं आणि तेथील शहरं आपला आवाज उंचावून ती स्तोत्रं गाऊ दे; खडकाळ व डोंगराळ प्रदेशातील सर्व रहिवाशांना गाऊ दे. डोंगरमाथ्यावरून त्यांना उंच आणि मोठ्या आवाजात गाऊ दे. त्यांना प्रभूला गौरवान्वित करू दे!"

मेगच्या संपूर्ण शरीरात आनंदाची लहर पसरली. असा अनुभव तिला आधी कधीही आला नव्हता. कॅल्विननं आपला हात तिच्या हातावर हळूच ठेवला. त्यानं तिचा हात पकडला नाही, पण आपली बोटं तिच्या बोटांवर अगदी हलकेच ठेवली, आणि तो ती फिरवत राहिला. अवतीभोवती, त्यांच्या दरम्यान आणि त्यांच्या मनात आनंद प्रवाहित होत होता.

सौ. व्हॉट्सइटनी एक निःश्वास सोडला. या सगळ्या आनंदी अवस्थेत कुठल्याही शंकेला अगदी किंचितही स्थान नव्हतं.

अत्यंत उदास स्वरात सौ. व्हॉट्सइट म्हणाल्या, "मुलांनो, आता आपल्याला

जायला हवं रे.'' त्यांच्या खिन्नतेचं कारण मेगला कळूच शकलं नाही. आपलं डोकं उंचावून सौ. व्हॉट्सइटनी मोठ्यानं कोणालातरी आज्ञा केल्यासारखा आवाज दिला. जवळच्या झाडांभोवती उडणाऱ्या प्राण्यांपैकी एकानं आपलं डोकं वर करून तो आवाज ऐकला. तो उडत उडत नदीच्या जवळ असलेल्या एका झाडाजवळ गेला आणि त्यानं त्या झाडावरची तीन फुलं तोडली. ती फुलं घेऊन तो सौ. व्हॉट्सइटजवळ आला. ''प्रत्येकानं एक एक फूल घ्या, या फुलांचा वापर कसा करायचा ते मी तुम्हाला नंतर सांगीन.'' सौ. व्हॉट्सइट म्हणाल्या.

मेगनं ते फूल हातात घेतलं. तिच्या लक्षात आलं की हे एकच फूल नसून शेकडो पिटुकल्या फुलांनी बनलेला घंटेच्या आकाराचा गुच्छ होता.

''आपण कुठे जाणार आहोत?'' कॅल्विननी विचारलं.

''वर.''

त्यांचे पंख फडफडू लागले. हळूहळू सौ. व्हॉट्सइट वरच्या दिशेनं उडू लागल्या. ती बाग, ते ग्रॅनाइटचं पठार, त्यातले ते खांब सगळं मागे पडलं. सौ. व्हॉट्सइट उडत आणखी वर वर जाऊ लागल्या. खाली डोंगरांवरची झाडं कमी कमी होत गेली, विरळ झाली आणि त्यांच्या जागी आता लहान झुडपं दिसायला लागली. नंतर नुसतंच वाळलेलं गवत दिसत होतं, आणि त्यानंतर तर कुठल्याही प्रकारची झाडेझुडपे, वनस्पती दिसेनाशीच झाली. दिसत होते फक्त खडक आणि त्या खडकांची शिखरं, टोकदार आणि धोकादायक. सौ. व्हॉट्सइट म्हणाल्या, ''घट्ट धरून बसा हं, घसरू नका.''

कॅल्विननं मेगच्या कमरेला घट्ट धरल्याचं तिला जाणवलं.

ते आणखी वर उडाले.

आता ते ढगात पोचले होते. आजूबाजूला तरंगणाऱ्या पांढुरक्या ढगांशिवाय दुसरं काहीही दिसत नव्हतं. त्यातलं बाष्प अंगाला चिकटून राहत होतं आणि त्या बाष्पाला गारवा मिळाला की त्याचं रूपांतर बर्फाच्या कणांत होत होतं. थंडीमुळे मेगला हुडहुडी भरली, ते लक्षात आल्यानं कॅल्विननं तिच्या कमरेभोवतीची पकड घट्ट केली. तिच्या पुढे चार्ल्स शांतपणे बसला होता. एकदा त्यानं मागे वळून तिच्याकडे काळजीने आणि मायेने बघितलं. जात्या क्षणांसोबत तो आपल्यापासून दुरावत चालल्याचं मेगला जाणवलं. तो आता तिचा लाडका छोटा भाऊ न राहता, सौ. व्हॉट्सइट, सौ. हू आणि सौ. विच यांच्यासारखा बनत चाललेला असल्याचंदेखील जाणवलं तिला.

एकाएकी ते ढगांमधून बाहेर पडून एका प्रकाशझोतात आले. खाली अजूनही खडक आणि डोंगर होते. त्या पर्वतांची शिखरं त्यांच्याही वर, पार आकाशात, पोचली होती. पण जरी ती शिखरं अजूनही खूप वरच असली तरीही मेगला आता

त्यांची टोकं दिसू लागली होती. डोंगरमाथा नजरेच्या टप्प्यात आलेला होता.

सौ. व्हॉट्सइट वर वर जातच राहिल्या. त्यांच्या पंखांवर आता थोडासा ताण येऊ लागला होता. मेगचं हृदय वेगानं धडधडायला लागलं, तिच्या चेहऱ्यावर थंडगार घाम जमा होऊ लागला आणि ओठ निळसर पडतायत असं तिला वाटू लागलं. तिला धाप लागायला लागली.

"मुलांनो, आता तुमच्याजवळ असलेली फुलं वापरा," सौ. व्हॉट्सइट म्हणाल्या. "आता यापुढे वातावरण विरळ होत जाईल. ती फुलं तुमच्या नाकापाशी धरा आणि त्या फुलातून श्वास घ्या. ती फुलं तुम्हाला पुरेसा प्राणवायू पुरवतील. अर्थात, तुम्हाला जितक्या प्राणवायूची सवय आहे, तितका जास्त नसला तरी पुरेसा असेल."

मेग ती फुलं विसरूनच गेली होती. आपण ती फुलं अजून पकडून ठेवलेली आहेत, पडू दिली नाहीत, असं लक्षात आल्यावर तिचा जीव भांड्यात पडला. तिनं ती फुलं नाकापाशी धरली आणि खोल श्वास घेतला.

कॅल्विननं एका हातानं तिला धरून ठेवलं होतं, पण त्यानंसुद्धा ती फुलं नाकापाशी धरली.

चार्ल्सनं फुलं धरलेला हात अगदी हळूहळू नाकापाशी नेला, जणू काही स्वप्नातच होता तो.

वातावरण विरळ झाल्यामुळे सौ. व्हॉट्सइटच्या पंखांवर ताण येत होता. आता डोंगरमाथा त्यांच्यापासून थोडासाच वर होता, थोड्याच वेळात ते तिथं पोचले तिथे. सौ. व्हॉट्सइट एका सपाट चंदेरी खडकावर थांबून विसावल्या. त्यांच्यासमोर एक खूप मोठी शुभ्र तबकडी अवतरली.

"युरिएल ग्रहाच्या चंद्रांपैकी एक चंद्र आहे तो," सौ. व्हॉट्सइटनी सांगितलं. त्यांना किंचित धाप लागली होती.

"आहा, किती सुंदर!" मेग उद्गारली. "फारच सुंदर!"

त्या भव्य चंद्राचा चंदेरी प्रकाश अवतीभोवती पसरला, आणि दिवसाच्या सोनेरी उजेडात मिसळला. मुलांवर, सौ. व्हॉट्सइटवर आणि त्या डोंगरमाथ्यावर हा प्रकाश पसरला. सगळा आसमंत त्या प्रकाशात न्हाऊन निघाला.

"आता आपण वळणार आहोत हं," सौ. व्हॉट्सइट म्हणाल्या, आणि त्यांच्या बदललेल्या स्वरामुळे मेग परत घाबरली.

पण ते जेव्हा वळले, तेव्हा तिला काहीच दिसलं नाही. त्यांच्यासमोर निळाई ल्यालेलं स्वच्छ आकाश होतं; आणि खाली तरंगत्या सफेद ढगांमधून वर आलेले खडकांचे सुळके होते.

"आता आपण सूर्य आणि चंद्र मावळण्याची जरा वाट बघू या हं," सौ. व्हॉट्सइट म्हणाल्या.

असं म्हटल्याबरोबर उजेड कमी होऊ लागला, अंधारायला सुरुवात होऊ लागली.

"मला चंद्रास्त बघायचाय," चार्ल्स म्हणाला.

"नाही रे बाळा. कोणीही अजिबात वळू नका. तुमची तोंडं अंधाराकडेच असू द्या. म्हणजे मला जे दाखवायचं आहे ते नीट दिसेल. समोर बघा, अगदी सरळ, समोर, तुम्हाला शक्य तितकं समोरच, तुमची नजर पोहोचेल तिथवर बघत राहा."

एकटक बघत राहण्याच्या ताणामुळे मेगचे डोळे दुखू लागले. काहीच दिसत नव्हतं. काही वेळानं डोंगराला विळखा घातलेल्या ढगांच्यावर तिला एक हलकीशी, अगदी पुसट सावली दिसल्याचा भास झाला. ती सावली इतकी लांब होती की आपल्याला ती खरंच दिसतीये ना अशी शंका तिच्या मनात आली.

चार्ल्सनी विचारलं, "ते काय आहे?"

"ते, सावलीसारखं दिसतंय ते, काय आहे ते? मला नाही आवडलं ते," कॅल्विननं बोट दाखवत विचारलं.

"बघा," सौ. व्हॉट्सइटनी आदेश दिला.

सावलीच होती ती, दुसरं काही नाही. त्या सावलीला एखाद्या ढगाइतकाही स्पष्ट आकार नव्हता. कशाचीतरी सावली होती ती, का हीच ती विशिष्ट गोष्ट होती?

आता अंधार पडू लागला. सोनेरी उजेड नाहीसा होऊन आकाशात सगळीकडे गडद निळा रंग दिसू लागला. हा निळा रंगही गडद होत गेला आणि एक एक करून तारे लुकलुकू लागले. इतके तारे मेगनं आधी कधीही पाहिले नव्हते.

तिच्या मनातला प्रश्न ओळखल्यासारखं सौ. व्हॉट्सइटनी उत्तर दिलं, "इथे वातावरण विरळ असतं, म्हणून तारे बघताना तुम्हाला वातावरणाचा अडथळा येत नाही. तुमच्या घरून तारे बघताना एवढे तारे दिसत नाहीत कारण तिथलं वातावरण दाट असतं. आता बघा हं, सरळ, समोर बघा."

मेग पुन्हा बघू लागली. ती काळी सावली अजूनही तिथेच होती. अंधार वाढत असला तरी ती सावली अजिबात नाहीशी झाली नव्हती. ती सावली जिथं होती, त्या भागात तारे दिसत नव्हते.

त्या सावलीत काहीतरी खूप भयानक जाणवत होतं. मेगच्या लक्षात आलं की इतकं भीतिदायक असं काही आत्तापर्यंत कधीही पाहिलं नव्हतं. या सावलीची दहशत इतकी जास्त होती, की तिला वाटलं, याच्यापेक्षा जास्त भीतिदायक काहीही असू शकणार नाही. अगदी भीतीनं थरकाप उडण्यापेक्षा जास्त... रडणं, किंचाळणं, अगदी यापेक्षाही जास्त.., कदाचित आरामाच्या पुसटशा शक्यतेच्याही पलीकडे?

फुलं धरलेला मेगचा हात हळूहळू खाली आला आणि जणू काही तिच्या फुप्फुसांत कोणीतरी सुरा खुपसल्यासारखं वाटलं तिला. तिला धाप लागली, पण श्वास घ्यायला हवा नव्हतीच तिथं. तिच्या डोळ्यांपुढे अंधेरी आली, पण बेशुद्ध होताहोता

तिचं डोकं त्या फुलांमध्ये पडलं. ती फुलं अजूनही तिच्या हातात होती. तिने त्या फुलांचा सुवास घेतला. त्यामुळे तिला बरं वाटलं आणि ती पुन्हा नीट उठून बसली.

ती सावली अजून तिथंच होती, काळी आणि भीतिदायक.

कॅल्विननं तिचा हात घट्ट पकडून ठेवला होता, पण तिला त्याच्या स्पर्शात मजबुती किंवा खात्री जाणवेना. तिच्या शेजारी बसलेल्या चार्ल्सचं अंग भीतीनं थरथरलं, पण तरीही तो स्तब्ध बसून राहिला.

'त्यानं हे असलं काही बघायला नकोय,' मेगच्या मनात आलं. 'किती छोटा आहे तो, त्याच्यासाठी खूपच जास्त आहे हे. इतरांपेक्षा कितीही वेगळा आणि असामान्य असला म्हणून काय झालं.'

कॅल्विन वळला, त्या तारे झाकून टाकणाऱ्या गोष्टीकडे पाठ फिरवली आणि हळूच कुजबुजला, ''ते गायब करा नं सौ. व्हॉट्सइट, ते वाईट आहे, गायब करा ते.''

सुंदर प्राणिरूप धारण केलेल्या सौ. व्हॉट्सइट हळूहळू वळल्या. त्या सावलीकडे त्या सगळ्यांनी पाठ फिरवली. आता त्यांना चमचमणाऱ्या चांदण्यांनी भरलेलं आकाश दिसू लागलं. डोंगरावर सौम्य चांदणं पसरलं होतं. चंद्राची ती भव्य तबकडी क्षितिजापार होऊ लागली होती. एक शब्दही न बोलता सौ. व्हॉट्सइट मुलांना घेऊन खालच्या दिशेनं प्रवास करू लागल्या. खाली, आणखी खाली. ते जेव्हा ढगांपाशी आले, तेव्हा सौ. व्हॉट्सइट म्हणाल्या, ''मुलांनो, आता तुम्ही फुलांशिवाय श्वास घेऊ शकाल हं.''

पुन्हा शांतता. एक शब्दही बोललं नाही कुणी. जणूकाही ती सावली, कशी कोण जाणे, पण आपल्या शक्तीनिशी त्यांच्यापर्यंत पोचली आणि त्यांना स्पर्श केला. त्यामुळेच की काय त्या सगळ्यांना बोलणं अशक्य झालं. ते सगळे परत त्या रंगीत फुलांच्या कुरणात आले. आता त्या कुरणावर चांदणं पसरलं होतं आणि दुसऱ्या एका लहानशा, पिवळसर, उगवत्या चंद्राचा प्रकाश पसरत होता. तिथे आल्यावर सगळ्यांचा ताण जरासा कमी झाला, आणि मग त्यांच्या लक्षात आलं की ज्या सुंदर प्राण्यावर ते बसले होते त्याचं शरीरदेखील आपल्या शरीराइतकंच ताठरलं आहे.

डौलदार हालचाल करत तो प्राणी जमिनीवर बसला आणि आपले विशाल पंख मिटून घेतले. सगळ्यात आधी चार्ल्स त्याच्या पाठीवरून खाली उतरला. ''सौ. हू, सौ. विच,'' त्यानं हाका मारल्या. ताबडतोब हवेत कंप निर्माण झाला. सौ. हू यांचा चश्मा हवेत चमकला. सौ, विचसुद्धा प्रकट झाल्या; त्यांनी सांगितलंच होतं ना, त्यांना पूर्णपणे मूर्त स्वरूप धारण करणं अवघड जातं. त्यामुळं त्यांचा फक्त तो काळा, लांब अंगरखा आणि हॅट एवढंच दिसू लागलं, आणि तो झगा आणि उंच टोकदार हॅटदेखील पारदर्शी होती. त्यातून मेगला तारे, डोंगर दिसत होते. ती सौ.

व्हॉट्सइटच्या पाठीवरून खाली उतरली. इतक्या मोठ्या प्रवासामुळे तिचे पाय जरा लटपटत होते, पण तरी तसंच चालत ती सौ. विचपाशी गेली.

"ती जी काळी गोष्ट आम्ही पाहिली, त्याच्याशी माझे बाबा लढतायत का?" तिनं प्रश्न केला.

५

टेसरॅक्ट

"हो," सौ. विच म्हणाल्या, "त्ते त्या काळ्याकुट्ट अंधाऱ्या गोष्टीच्या मागगे आहेत, म्हणून ते अगदी आम्हालासुद्धा दिसत नाहीत."

मेग मोठ्यानं हुंदके देऊन रडू लागली. डोळ्यातल्या आसवांआडून तिथं उभा असलेला चार्ल्स दिसत होता, अगदी छोटासा, पांढराफटक पडलेला चार्ल्स. कॅल्विननी तिच्या खांद्यांभोवती आपला हात वेढून घेतला; पण मेगनं तो झिडकारला आणि ती रडतरडत बाजूला झाली. सौ. व्हॉट्सइटनी तिला जवळ घेतलं, आपले पंख तिच्याभोवती लपेटून घेतले. तिला जरा बरं वाटलं, त्या पंखातून तिला जणू ताकद मिळतेय असं तिला वाटलं. सौ. व्हॉट्सइट मोठ्यानी बोलत नव्हत्या, पण त्या पंखांच्या स्पर्शाद्वारा तिला त्यांचे शब्द कळत होते.

"निराश होऊ नकोस बाळा. कुठलीही आशा उरली नसती तर आम्ही आणलं असतं का तुम्हाला इथे? आम्ही तुम्हाला अवघड गोष्ट करायला सांगतो आहोत खरं, पण आमची खात्रीच आहे की ते तुम्ही नक्की करू शकाल. तुमच्या बाबांना मदत हवी आहे, धैर्य हवं आहे, आणि आत्तापर्यंत त्यांना जे जमलं नाही ते त्यांच्या मुलांसाठी ते नक्कीच करू शकतील."

"आत्ता," सौ. विच म्हणाल्या, "तयार सगळे?"

"कुठे जाणार आहोत आपण?" कॅल्विननं विचारलं.

मेगच्या अंगावर भीतीने पुन्हा काटा उभा राहिला.

"त्त्या क्काळ्या स्सावलीमाग्गे ज्जायलाच हव्वं आप्पण."

सौ. व्हॉट्सइट त्यांना दिलासा देत म्हणाल्या, "पण आपण तिथे एकाच वेळेला, थेटपणे जाणार नाही. आपण तिथे छोट्या छोट्या टप्प्यांमध्ये जाणार आहोत." त्यांनी मेगकडे पाहिलं आणि पुढे म्हणाल्या, "आता आपण 'टेसर' करणार आहोत, म्हणजेच आपण पुन्हा सुरकुती घालणार आहोत. तुम्हाला समजतंय का?"

“नाही!” मेग स्पष्टपणे म्हणाली.

सौ. व्हॉट्सइटनी एक सुस्कारा टाकला. “तुमच्या मानवी समाजात ज्या गोष्टी माहीतच नाहीत, त्या गोष्टी समजावून सांगणं अजिबात सोपं नाहीये. कॅल्विन मगाशी प्रकाशाच्या गतीने प्रवास करण्याबद्दल बोलला होता. तुला त्याचा अर्थ समजला आहे ना मेग?”

मेग मान डोलवत म्हणाली, “हो.”

“अर्थातच प्रवासाची ती पद्धत अगदीच अव्यवहार्य आहे, फारच लांबलचक पद्धत आहे. जिथे जिथे शक्य असेल तिथे तिथे पटकन जवळचा मार्ग किंवा शॉर्टकट घ्यायला आपण शिकलो आहोत.”

“म्हणजे साधारणपणे गणित सोडवताना करतो त्यासारखं?” मेगनं विचारलं.

“हो, तसंच.” सौ. व्हॉट्सइट सौ. हू यांच्याकडे बघत म्हणाल्या, “तुमचा स्कर्ट वापरा आणि दाखवा त्यांना.”

“La experiencia es la madre de la ciencia. फार मोठा स्पॅनिश लेखक सर्व्हान्टेस सांगूनच गेलाय ना, प्रत्यक्ष अनुभव हीच ज्ञानाची जननी आहे.” असं म्हणून त्यांनी आपल्या शुभ्र झग्याच्या किनारीचा एक भाग आपल्या दोन्ही हातांमध्ये सरळ ताणून धरला.

सौ. व्हॉट्सइट बोलू लागल्या, ‘आता बघा हं, समजा जर एखाद्या छोट्या मुंगीसारख्या किड्याला, सौ. हू यांच्या स्कर्टच्या उजव्या हातातील टोकापासून डाव्या हातातल्या टोकापर्यंत जायचं असेल, तर स्कर्टच्या किनारीवरून सरळ चालत जाणं हा त्या किड्यासाठी बराच लांबचा मार्ग होईल. त्याला बरंच जास्त चालावं लागेल.’

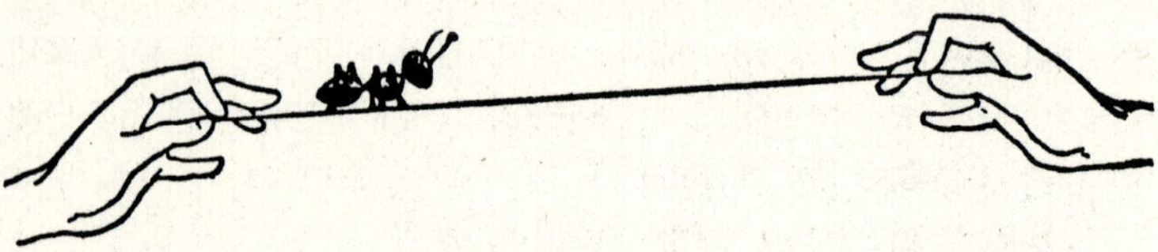

स्कर्टची किनार ताणून धरलेले आपले दोन्ही हात सौ. हू यांनी पटकन एकत्र आणले.

“आता बघा बरं, एवढं जास्त न चालता, तो एका टोकापासून दुसऱ्या टोकापर्यंत किती पटकन पोहोचेल, असाच आपणही प्रवास करणार आहोत.” सौ. व्हॉट्सइट म्हणाल्या.

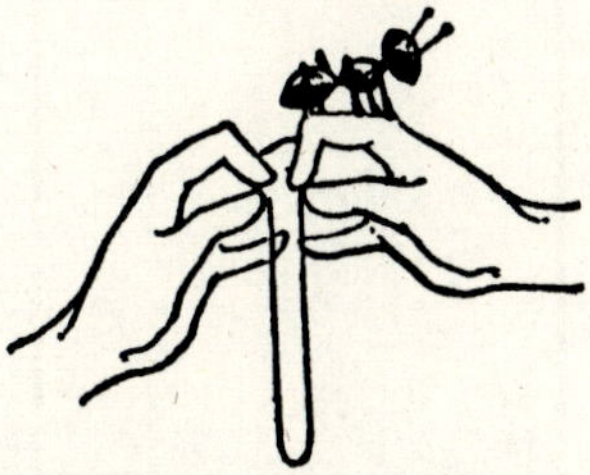

चार्ल्सनं हे सगळं स्पष्टीकरण शांतपणे ऐकलं आणि स्वीकारलं. कॅल्विनसुद्धा अस्वस्थ किंवा विचलित झालेला दिसला नाही. सुस्कारा टाकत मेग म्हणाली, "अरे देवा, मी मठ्ठ आहे असंच वाटायला लागलंय मला. मला अजूनही काही समजलं नाही."

सौ. व्हॉट्सइट म्हणाल्या, "अगं, कारण तू फक्त तीन मितींमध्ये अवकाशाचा विचार करतेयस. आपण पाचव्या मितीतून प्रवास करणार आहोत. हे तुला नक्कीच समजू शकेल मेग, प्रयत्न करायला घाबरू नकोस. तुझ्या आईला टेसरॅक्ट म्हणजे काय ते तुला समजावता आलं होतं का?"

"नाही नं... तिनं ते कधीही सांगितलं नाही," मेग म्हणाली. "त्याबद्दल ती इतकी अस्वस्थ व्हायची ना... का हो सौ. व्हॉट्सइट? तिनं सांगितलं होतं की त्याचा बाबांशी आणि तिच्याशी काहीतरी संबंध आहे असं."

"त्याच संकल्पनेशी खेळ चालू होता त्यांचा," सौ. व्हॉट्सइट म्हणाल्या, "चौथ्या मितीच्या पलीकडे पाचव्या मितीत जाण्याचा. चार्ल्स, तुला आईनं समजावून सांगितलं होतं का हे?"

"अं.. हो." चार्ल्स जरा शरमिंदा झाल्यासारखा दिसत होता. "वाईट वाटून घेऊ नकोस गं मेग, तू शाळेत गेली होतीस ना, तेव्हा मी आईच्या मागेच लागलो होतो. अगदी ती सगळं सांगेतोवर."

मेग सुस्कारली. "बरं, आता सांग मला सगळं."

"बरं. पहिली मिती कोणती असते?" चार्ल्सनी प्रश्न केला.

"अं.. एक सरळ रेषा":

"बरोबर, आणि दुसरी मिती?"

"रेषेचा काटकोन चौकोन केला की दुसरी मिती मिळते. म्हणजेच सपाट किंवा एकाच प्रतलातला चौरस ही दुसरी मिती होईल."

"आणि तिसरी मिती?"

'त्यासाठी दुसऱ्या मितीचा वर्ग करावा लागतो. म्हणजेच चौरसाच्या प्रत्येक बाजूवर एकेक चौरस उभारावा लागतो. तसं केल्यानंतर हा चौरस आता सपाट राहणार नाही. त्याला तळ, बाजू, आणि वरचा पृष्ठभाग मिळेल, म्हणजेच त्याला आता लांबी, रुंदी आणि उंची मिळेल.'

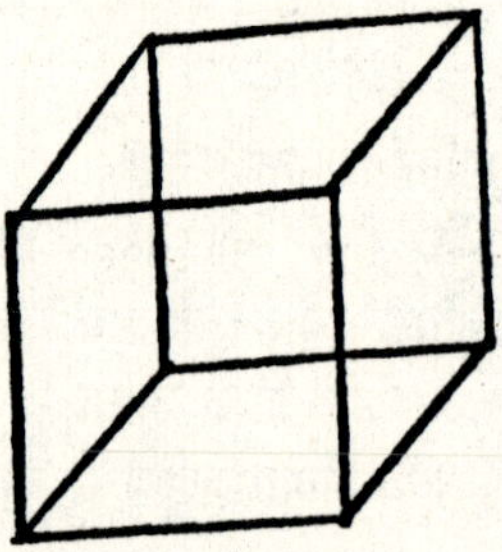

'आणि चौथी मिती?'

"अं.. मला वाटतंय, गणिती भाषेत सांगायचं झालं तर या प्रत्येक चौरसाच्या चौकटीवर पुन्हा चौरस तयार करावे लागतील. या आधीच्या तीनही मितींची आकृती पेन्सिल घेऊन तुम्ही कागदावर काढू शकता, पण या चौथ्या मितीची आकृती मात्र काढता येत नाही. मला माहितीये की या मितीचा काहीतरी आइनस्टाईन आणि काळ याच्याशी संबंध आहे. मला वाटतंय की बहुतेक या चौथ्या मितीला काळ असं म्हणता येईल."

"अगदी बरोबर," चार्ल्स म्हणाला. "छान. ठीक आहे, म्हणजे तू आता याचप्रमाणे पाचव्या मितीसाठी चौथ्या मितीचा वर्ग करशील, हो ना?"

"तसा माझा अंदाज आहे."

"हं.. पाचवी मिती म्हणजेच टेसरॅक्ट. आधीच्या चारी मितींमध्ये याची भर घातली, की तुम्ही अवकाशातून लांबच्या मार्गाने न जाता प्रवास करू शकता.

वेगळ्या शब्दांत सांगायचं तर, जर युक्लिडच्या किंवा जुन्या प्रतलीय भूमितीनुसार बोलायचं झालं तर, दोन बिंदूमधलं सर्वांत कमी अंतर म्हणजे सरळ रेषा नसते.

एक सेकंद मेगच्या चेहऱ्यावर शोधकतेने, लक्षपूर्वक ऐकत असल्याचा भाव उमटला. असा भाव चार्ल्सच्या चेहऱ्यावर बऱ्याच वेळा असे. "अच्छा..!" ती एकदम ओरडली, "समजलं मला! एका क्षणासाठी कळलं मला! मला आत्ता ते समजावून सांगता नाही येणार, पण एका सेकंदासाठी कळलं मला!" उत्तेजित होऊन ती कॅल्विनकडं वळून म्हणाली, "तुला समजलं का?"

मान होकारार्थी खालीवर करत तो म्हणाला, "बऱ्यापैकी. चार्ल्सला कळलंय तितकं नाही, पण या सगळ्याची कल्पना येण्याइतकं कळलंय मला."

"मग्ग आत्ता आप्पण ज्जाउय्या," सौ. विच बोलल्या. "ज्जास्त व्वेळ न्नाही आप्पल्याकड्डे."

"आम्ही एकमेकांचे हात धरू शकतो का?" मेगनं विचारलं.

कॅल्विननं तिचा हात घट्ट धरला.

सौ. व्हॉट्सइट म्हणाल्या, "तसं करून बघायला हरकत नाही, पण तसं करणं कितपत यशस्वी होईल त्याची खात्री नाहीये मला. जरी आपण एकत्र प्रवास करणार असलो तरी आपण एकेकटेच प्रवास करणार आहोत. आधी आम्ही जातो आणि मग नंतर त्याच प्रवाहात तुम्हाला नेऊ. ते तुमच्यासाठीही सोपं जाईल बहुतेक." असं बोलताबोलता त्यांचं शुभ्र शरीर थरथरायला लागलं, पंख जणू धुक्यात विरघळून गेले. सौ. हूदेखील हळूहळू हवेत विरून जातायत, असं भासू लागलं. फक्त चश्मा राहिला, आणि नंतर चश्माही गायब झाला. मेगला चेशायर मांजराची आठवण झाली.

'मी अनेकदा चश्मा न घातलेल्या लोकांचा चेहरा बघितला आहे, पण चेहराच नसलेला नुसताच चश्मा! मला वाटतंय, मी पण अशीच जाईन बहुतेक. आधी मी आणि नंतर माझा चश्मा,' मेगच्या मनात विचार आला.

तिनी सौ. विचकडे पाहिलं. त्या होत्या तिथे, पण लगेचच त्याही गायब झाल्या.

वाऱ्याचा जोरदार झोत आला. तिला एक जोरदार धक्का बसल्यागत झालं, आणि जणूकाही ती अगदी खाडकन कशातून तरी ढकलली गेली. कशातून बरं? नंतर मात्र अंधार; शांतता; जणू शून्यत्व. कसलंच अस्तित्व नसावं असं. जरी कॅल्विननी तिचा हात अजूनही धरून ठेवलेला असला, तरीही तिला ते जाणवत नव्हतं. या वेळेला मात्र, आपलं शरीर अचानकपणे पूर्ण विरघळून जात असल्याच्या जाणिवेसाठी, ती तयार होती. जेव्हा तिच्या हाताला झिणझिण्या येऊ लागल्या, तेव्हा तिच्या लक्षात आलं की हा प्रवास आता संपत आलाय. कॅल्विनच्या हाताचा

स्पर्श तिला पुन्हा जाणवू लागला.

कसलीही सूचना न मिळता, अचानकपणे, अनपेक्षित धक्का बसावा तसं, तिला तिच्या शरीरावर दाब जाणवू लागला. असल्या दाबाची तिनं कधीच कल्पनाही केली नव्हती. जणू एखाद्या वाफेवर चालणाऱ्या रोडरोलरखाली येऊन ती एखाद्या कागदासारखी सपाट केली जातीये. आधीच्या त्या शून्यत्वाच्या जाणिवेपेक्षाही हे फारच वाईट होतं. आता तिची फुप्फुसं अगदी जोरात दाबली जाऊ लागली, त्यामुळे तिला श्वासदेखील घेता येईना. फुप्फुसांचं आकुंचन-प्रसरण व्हायला जागाच नव्हती. त्यामुळे जगण्यासाठी आवश्यक असलेली हवा आत घेताच येत नव्हती. ते सगळे त्या डोंगरावर उडत गेलेले असताना वातावरण विरळ झालं होतं आणि श्वास घेण्यासाठी त्या फुलांचा वास घ्यावा लागत होता; पण आत्ताची ही जाणीव त्यापेक्षा पूर्णपणे वेगळी होती. तिनं जोरात मोठ्ठा श्वास घेण्याचा प्रयत्न केला खरा, पण कागदी बाहुलीला श्वास कसा घेता येणार? तिच्या लक्षात आलं की तिला नीट विचारही करता येत नाहीये. फुप्फुसांसारखंच तिचं मनदेखील सपाट झाल्यानं काम करत नव्हतं. तिच्या शरीरासोबतच तिचे विचारसुद्धा दाबले जात होते. तिच्या हृदयाचे ठोकेसुद्धा नीट पडू शकत नव्हते, डाव्या-उजव्या बाजूला हालचाल होत होती; पण हृदयाचं प्रसरण होऊ शकत नव्हतं.

तिला आवाज ऐकू आल्यासारखं वाटलं, आवाज...किंवा शब्द होते ते; पण कागदावर छापल्यासारखे सपाट शब्द. 'अरेच्या, नाही नाही, आपण इथे नको थांबायला! हा द्विमितीय (Two Dimensional) ग्रह आहे आणि मुलांना इथे काहीही जमणार नाही, त्रास होईल त्यांना!'

ती पुन्हा एकदा शून्यत्वात ओढली गेली, हे शून्यत्व छान वाटत होतं. कॅल्विनच्या हाताचा स्पर्श जाणवत नसला तरी तिला त्याचं काहीच वाटलं नाही. तिला काहीही दिसत नव्हतं, कसलीही जाणीव होत नव्हती; तरीही तिला ठीकच वाटलं ते. त्या असह्य दाबापासून सुटका होणं, एवढंच फक्त गरजेचं वाटत होतं तिला.

थोड्या वेळानं तिच्या हाता-पायाच्या बोटांना झिणझिण्या येऊ लागल्या; कॅल्विननं तिचा हात घट्ट धरून ठेवलेला होता, त्याची जाणीव झाली. तिच्या हृदयाचे ठोके नियमित पडू लागले, नसानसांत रक्त वाहू लागलं. आत्ता जे घडलं होतं, किंवा जी काय चूक झाली होती, ते सगळं संपलं होतं. तिला चार्ल्स वॉलेसचं बोलणं ऐकू आलं. नीट, बोलले जाणारे शब्द; जसे असायला हवे तसेच, गोल, भरीव शब्द. ''खरंच, काय हे सौ. विच, अहो तुम्ही मारून टाकलं असतं आम्हाला आत्ता!''

या वेळेस, ती एका अचानक बसलेल्या धक्क्यामुळे, त्या पाचव्या मितीमधून बाहेर ढकलली गेली. ती तिथे उभी होती. कॅल्विन तिचा हात धरून तिच्या शेजारी उभा होता. तिच्या समोर चार्ल्स उभा होता. तो चिडलेला दिसत होता. सौ. व्हॉट्सइट, सौ. हू आणि सौ. विच दिसत नव्हत्या, पण तिला माहीत होतं की त्या तिथेच आहेत. तिला प्रखरतेने जाणवत होतं त्यांचं अस्तित्व.

"मुलांनो, मी माफी मागते तुमची," सौ. विचचा आवाज आला.

"शांत हो चार्ल्स," प्रकट होत सौ. व्हॉट्सइट म्हणाल्या. आता त्या आधी पाहिलेल्या सुंदर प्राण्याच्या रूपात नव्हत्या. अनेक शाली आणि स्कार्फ गुंडाळलेल्या, तो जुनाट कोट आणि हॅट घातलेल्या रूपात अवतरल्या. "सौ. विचना प्रकट होणं किती अवघड पडतं ते माहिती आहे ना तुम्हाला? तुम्हाला ठोस, भरीव स्वरूपाचा आकार नसतो ना, तेव्हा कळतं की जीवद्रव्य (Protoplasm) किती मर्यादित असतं ते."

"सॉरी, माफ करा हं," सौ. विचचा आवाज आला, पण त्या आवाजात जराशी विनोदाची, गमतीशीर छटा होती.

"मजेदार असं काहीही नाहीये हे." लहान मुलासारखं पाय आपटत चार्ल्स म्हणाला.

सौ. हू यांचा चश्मा चमकला, आणि काही वेळानंतर हळूहळू त्यादेखील प्रकट झाल्या. छानपैकी हसत म्हणाल्या, "ज्याच्यापासून स्वप्न बनतात ते आहोत आम्ही. शेक्सपिअरनी लिहिलेल्या 'द टेम्पेस्ट' नाटकातला प्रोस्पेरो म्हणतो ना असं, मला आवडतं ते नाटक."

"तुम्ही मुद्दाम नाही ना केलं तसं?" चार्ल्सनी विचारलं.

"अरे नाही रे सोन्या, अर्थातच नाही," सौ. व्हॉट्सइट पटकन म्हणाल्या. "ती फक्त एक चूक झाली होती. सौ. विचना शारीरिक पातळीवर विचार करणं कठीण जातं. त्या जाणूनबुजून तुम्हाला कधीही दुखावणार नाहीत; तुलाही माहिती आहे ते. आणि तो खरंच एक छोटासा आणि छान ग्रह आहे, आणि सपाट बनणं खूप गमतीशीर असतं. आम्हाला त्या ग्रहावर नेहमीच खूप मज्जा येते."

"मग आता कुठे आलो आहोत आपण? आणि का?" चार्ल्सनी विचारलं.

"मृग नक्षत्राच्या पट्ट्यात (Orion's belt). आमची एक मैत्रीण राहते इथं, आणि तुम्ही तुमचा ग्रह इथून पाहावा अशी आमची इच्छा आहे."

"आम्ही घरी कधी जाणार?" चिंतातुर होऊन मेगनं विचारलं. "आणि आईचं काय? आणि माझ्या जुळ्या भावांचं?" त्यांना आमची प्रचंड काळजी वाटत असेल. झोपायची वेळ झाली तरी आम्ही घरी आलो नाही... आई तर या विचारांनी अगदी व्याकूळ झाली असेल आत्तापर्यंत. ती, माझे जुळे भाऊ आणि फोर्ट आम्हाला शोधत

असतील, आणि त्यांना आम्ही सापडणारच नाही, कारण आम्ही तिथे नाहीच आहोत!''

"काळजी करू नकोस बेटा,'' सौ. व्हॉट्सइट उत्साहानं म्हणाल्या, "आपण निघायच्या आधीच त्याची व्यवस्था केलीय आम्ही. तुझ्या आईला आधीच खूप प्रकारच्या काळज्या आहेत. तुम्हा मुलांची काळजी, तुझे बाबा गायब झालेत त्याबद्दल काळजी, म्हणूनच तिच्या चिंतेत आणखी भर घालायची इच्छा नाहीये आमची. आम्ही काळाला घडी किंवा सुरकुती घातलीये आणि अंतराळालासुद्धा घडी घातली आहे. हे कसं करायचं ते माहिती असलं नं, की अगदी सोपं असतं तसं करणं.''

मेगनं रडक्या आवाजात विचारलं, "या सगळ्याचा अर्थ काय आहे? प्लीज सौ. व्हॉट्सइट, हे सगळं इतकं गोंधळात टाकणारं आहे नं!''

"शांत हो आधी, या सगळ्याचा इतकं चिंतेत पडून विचार नको करूस. आपण काळाला छान, छोटीशी घडी घातली आहे, आणि जर काही भयानक घटना घडली नाही, तर तुम्ही घरून निघाल्यापासून फक्त पाच मिनिटानंतरच घरी पोचलेले असाल. आम्ही पोहोचवू तुम्हाला वेळेत. त्यामुळे कोणाला कळणारच नाही की तुम्ही कुठे लांब गेलेला होतात ते. अर्थात तू तुझ्या आईला सांगशीलच सगळं. बिचारी किती चांगली आहे ना ती! आणि जरी काही भयंकर चुकीचं असं घडलंच, तर आपण परत जाऊ की नाही याबद्दल काहीच फरक पडणार नाही.''

'त्यांना घाबरवू नको,'' सौ. विचचा आवाज आला, "तुझा विश्वास डगमगायला लागला आहे का?''

"नाही नाही, तसं नाही.''

पण मेगला त्यांचा आवाज तितकासा आश्वासक वाटला नाही.

"हा एक चांगला ग्रह असेल अशी आशा करू या,'' कॅल्विन म्हणाला, "फारसं काही दिसत नाहीये. मोकळा स्वच्छ उजेड पडतो की नाही इथे?''

मेगनं अवतीभोवती नजर टाकली. या प्रवासामुळे आणि त्या द्विमितीय ग्रहावर थांबण्याच्या अनुभवामुळे ती इतकी दमली होती की आजूबाजूला तिचं लक्ष गेलंच नव्हतं. अर्थात, त्यात आश्चर्यकारक असं काही नव्हतं म्हणा. त्या परिसराकडे आवर्जून लक्ष जावं असं काहीच नव्हतं तिथे. ते सगळे एका अगदी साधारण अशा सपाट पृष्ठभागावर उभे होते. त्यांच्या भोवती राखाडी रंगछटा असलेली हवा होती. धुकं नव्हतं ते, पण तिला त्याच्या पलीकडचं काहीच दिसत नव्हतं. चार्ल्स, कॅल्विन दिसत होते, सौ. व्हॉट्सइट, सौ. हू यांची आकृती आणि सौ. विचचं नुसतं मधूनच चमकणाऱ्या स्वरूपाचं अस्तित्व... इतकंच दिसत होतं.

"चला मुलांनो,'' सौ. व्हॉट्सइट म्हणाल्या, "जास्त लांब जायचं नाहीये

आपल्याला. चालत जाऊ या, तुमचे पायही मोकळे होतील.''

त्या राखाडी वातावरणातून पुढे चालत जाताना मेगला अधूनमधून लाव्हा रसापासून तयार झालेल्या खडकांची झलक दिसत होती, पण कुठेही झाडं-झुडपं मात्र अजिबात दिसत नव्हती, फक्त सपाट जमीन होती पायाखाली. कुठल्याही प्रकारच्या वनस्पतीच्या खुणादेखील दिसत नव्हत्या.

सरतेशेवटी त्यांच्यासमोर एक खडकाळ टेकडी आली. जवळ गेल्यावर मेगला तिथे एक गुहा दिसली. ''या गुहेच्या आत जाणार आहोत आपण?'' तिनं अस्वस्थ होऊन विचारलं.

सौ. व्हॉट्सइट म्हणाल्या, ''घाबरू नकोस, असं आत बसून काम करणं हॅपी मीडियमला सोपं पडतं. मुलांनो तुम्हाला आवडेल ती. खूप आनंदी आणि छान आहे ती. ती दुःखी झालेली दिसली ना तर मी पण खूप निराश होते. जोपर्यंत ती हसरी असते; तोपर्यंत सगळं चांगलंच होणार आहे, अशी मला खात्री असते.''

''सौ. व्हॉट्सइट,'' सौ. विचचा जरासा रागीट आवाज आला, ''त्तू खूप्प लहान आहेस म्हणून इत्कं जास्त बोलायचं काही कार्‌‌ण नाहीये.''

सौ. व्हॉट्सइट दुखावल्या गेल्यासारखं वाटलं, पण त्या गप्प बसल्या.

''तुमचं नक्की वय काय हो?'' कॅल्विननं विचारलं.

''एक मिनिट हं,'' सौ. व्हॉट्सइट कुजबुजल्या आणि बोटं मोडत काहीतरी आकडेमोड करू लागल्या. उत्तर अचूक आल्याच्या आनंदात त्या होकारार्थी मान डोलवत म्हणाल्या, ''अगदी अचूक म्हणजे २,३७९,१५२,४९७ वर्षे, ८ महिने आणि ३ दिवस. हे तुमच्या कालगणनेनुसार, अर्थातच, तुम्हालाही माहीत आहेच की तुमची कालगणना ही अगदी अचूक नाहीये.'' मेग आणि कॅल्विनच्या जवळ जाऊन, झुकून त्या कुजबुजल्या, ''या कार्यासाठी माझी निवड होणं हा माझ्यासाठी फार मोठा सन्मान आहे. तुम्हाला माहितीये, माझ्या भाषिक कौशल्यामुळे आणि उत्तम प्रकार मूर्त स्वरूप धारण करण्याच्या क्षमतेमुळे, हा सन्मान मिळालाय मला. अर्थातच, आपल्या कौशल्याचं आपणच कौतुक करायला नको. त्या कौशल्यांचा वापर आपण कशा प्रकारे करतो ते अधिक महत्त्वाचं असतं. आणि माझ्या हातून खूप चुका होतात. म्हणूनच जेव्हा सौ. विचनी तुम्हाला त्या द्विमितीय ग्रहावर उतरवण्याची चूक केली ना, तेव्हा सौ. हू आणि मला खूप मज्जा वाटली. त्यासाठी हसत होतो आम्ही दोघी, तुम्हाला हसत नव्हतो हं. त्यासुद्धा स्वतःच्या चुकीबद्दल स्वतःलाच हसत होत्या. आम्हा छोट्यांशी त्या खूपच छान वागतात.''

मेग हे सगळं इतक्या कुतूहलानं ऐकत होती की तिला कळलंच नाही की ते सगळे केव्हा त्या गुहेत गेले. बाहेरसारखंच गुहेच्या आतसुद्धा तसंच राखाडी

वातावरण होतं. तिला पुढे, आणि थोडासा खालच्या बाजूला मिणमिणता प्रकाश दिसला. या प्रकाशाच्या दिशेनं ते सगळे गेले. जवळ गेल्यावर कळलं की तो प्रकाश एका पेटत्या शेकोटीचा होता.

"इथे खूप थंडी असते," सौ. व्हॉट्सइट म्हणाल्या, "म्हणूनच आम्ही तिला तुमच्यासाठी शेकोटी पेटवायला सांगितलं होतं."

ते शेकोटीच्या जवळ जाऊ लागले. त्यांना शेकोटीजवळ एक सावली दिसली आणि आणखी जवळ गेल्यावर त्यांच्या लक्षात आलं की ती सावली नसून एक बाई होती. तिनं फिकट जांभळ्या रंगाचा रेशमी फेटा बांधला होता आणि सॅटिनचा पायघोळ असा जांभळा गाऊन घातला होता. तिच्या हातात एक स्फटिकाचा गोल गोळा होता आणि ती त्याच्यात एकाग्र होऊन बघत होती. तिचं मुलांकडे किंवा सौ. व्हॉट्सइट, सौ. हू, सौ. विच यांच्याकडे लक्षही गेलं नाही. ती अगदी एकाग्रतेनं त्या स्फटिकी गोलात बघत होती. बघता बघता ती हसू लागली. तिला त्या गोलात जे काही दिसत होतं, त्याबद्दल ती हसतच राहिली.

सौ. विचचा त्या गुहेच्या भिंतींमुळे घुमणारा, पण खणखणीत, गंभीर असा आवाज ऐकू आला.

"आम्ही आलोय इथ्थे!"

त्या बाईंनी मान वर करून पाहिलं. त्या तिघींना बघितल्यावर त्या उठल्या आणि त्यांना अदबीनं अभिवादन केलं. सौ. व्हॉट्सइट आणि सौ. हू यांनीदेखील अभिवादन केलं. सौ. विचची चमकती आकृतीदेखील अभिवादनासाठी थोडीशी झुकल्यागत वाटलं.

"प्रिय मीडियम, ही आहेत ती मुलं," सौ. व्हॉट्सइट मुलांची ओळख करून देण्यासाठी म्हणाल्या, "चार्ल्स वॉलेस मरी," चार्ल्सनं झुकून अभिवादन केलं. "मार्गरेट मरी," सगळ्यांनी अभिवादन केलेलं असल्यामुळे आपणही करायला हवं असं वाटून मेगनं अवघडत अभिवादन केलं. "आणि हा कॅल्विन ओ'कीफ," कॅल्विननं आपलं डोकं झुकवलं. "त्यांनी स्वतःचा राहता ग्रह बघावा असं वाटतंय आम्हाला," सौ. व्हॉट्सइट म्हणाल्या.

मीडियमच्या चेहऱ्यावरचं हास्य लोप पावलं. "खूप मोहक आणि आनंद देणाऱ्या इतक्या इतर गोष्टी असताना त्याच अप्रिय गोष्टीकडे का बघायला लावता तुम्ही मला?"

पुन्हा त्या गुहेत सौ. विचचा आवाज घुमला. "जब्बाबदार लोक्कांनी जर अप्रिय्य ग्गोष्टींबद्दल क्काहीच केलं नाही तर्र चांगल्या गोष्टी शिल्लक राहणारच नाहीत."

मीडियमनी सुस्कारा टाकला आणि स्फटिकाचा गोल उंच धरला.

"बघा मुलांनो, नीट लक्ष देऊन बघा हं," सौ. व्हॉट्सइट म्हणाल्या.

गाण्याच्या चालीवर गुणगुणत सौ. हू म्हणाल्या, ''स्वर्गातून बघणाऱ्याला पृथ्वी किती छोटीशी दिसते ना! (Que la terre est petit a qui la voit dws cieux) डिलाइल या कवीनं लिहिलंय असं.'

मेगनं त्या स्फटिकाच्या गोलात बघितलं, आधी साशंकतेने आणि नंतर वाढत्या उत्सुकतेनं. काळं, रिकामं अंतरिक्ष दिसलं आधी, आणि नंतर मात्र अनेक झुलत्या आकाशगंगा दिसू लागल्या. शेवटी ते एका आकाशगंगेच्या जवळ जातायत असं भासू लागलं.

''तुमची मिल्की वे ही आकाशगंगा,'' सौ. व्हॉट्सइट मेगच्या कानात कुजबुजत म्हणाल्या.

सुरुवातीला ते आकाशगंगेच्या मध्याच्या दिशेनं गेले; आणि नंतर एका बाजूला सरकले; अनेक तारे त्यांच्याकडे वेगानं येऊ लागले. ते आपल्यावर आदळतील अशा भीतीनं मेगनं हातांनी चेहरा झाकून घेतला.

''बघ्घ तिकडेच्च!'' सौ. विचनी आदेश दिला.

मेगनं हात खाली घेतला. ते एका ग्रहाच्या दिशेने जातायत, असं भासत होतं. पृथ्वीच्या ध्रुवांवरील बर्फ दिसतंय असं वाटलं मेगला. आता सगळं स्पष्ट दिसत होतं.

''नाही गं मीडियम, तो मंगळ ग्रह आहे,'' सौ. व्हॉट्सइटनी सौम्य भाषेत जरा दटावलंच.

''करायलाच हवं का हे?'' मीडियमनी विचारलं.

''आत्ताच्या आत्ता!'' सौ. विचनी आदेश दिला.

तो चमकदार ग्रह त्यांच्या नजरेआड झाला. क्षणभर नुसतं काळोखं अंतरिक्ष; नंतर दुसरा एक ग्रह. या ग्रहाची बाह्य रूपरेषा स्पष्ट दिसत नव्हती. हा ग्रह धुरकट अशा धुक्यानं वेढलेला दिसत होता. त्या धुक्यातूनही मेगला ओळखीच्या वाटणाऱ्या खंडांच्या रूपरेषा ओळखू येऊ लागल्या. तिनं समाजशास्त्राच्या पुस्तकातील नकाशात पाहिलेल्या होत्या तशाच दिसत होत्या त्या आकृत्या.

''पृथ्वीच्या भोवताली असलेल्या वातावरणामुळे स्पष्ट दिसत नाहीये का?'' तिनं अस्वस्थ होत विचारलं.

''नाही गं मेग्ग, त्ते व्वात्तावरण नाहीय्ये,' सौ. विच म्हणाल्या. ''आत्ता तुम्हाला जरी धीट व्हायल्ला हव्वं हं.''

''तेच आहे ते,'' चार्ल्स ओरडला, ''सौ. व्हॉट्सइटच्या पाठीवर बसून आपण युरिएल ग्रहावर गेलो होतो ना, तिथल्या डोंगरमाथ्यावरून दिसलेली तीच काळीकुट्ट गोष्ट आहे ती!''

''आत्ताच आली का ही इथे?'' मेगनं दुःखी होऊन विचारलं. त्या काळ्याकुट्ट

सावलीवरून तिची नजर हटतच नव्हती. पृथ्वीचं सगळं सौंदर्य त्या काळ्या सावलीमुळे झाकोळून गेलं होतं. "आपण पृथ्वीवरून निघून गेल्यानंतर आली का ही?" तिनं विचारलं.

सौ. विच दमलेल्या आवाजात सौ. व्हॉट्सइटना म्हणाल्या, "सांग त्तिला."

सौ. व्हॉट्सइट सुस्कारा टाकत म्हणाल्या, "नाही ग मेग, आत्ताच नाही आलेली ती. अनेक वर्षांपासून ती तिथेच आहे. त्यामुळेच तुमच्या ग्रहावर इतक्या समस्या निर्माण होतायत."

"पण का बरं... " कॅल्विननं विचारायला सुरुवात केली, पण सौ. व्हॉट्सइटनी हात उंचावून त्याला थांबवलं. कॅल्विनचा आवाज चिरकत होता.

त्याला थांबवून त्या म्हणाल्या, "ती काळी सावली सगळ्यात आधी युरिएल ग्रहावरून दाखवली तुम्हाला... कारणं अनेक आहेत त्याची. पहिलं कारण म्हणजे डोंगरमाथ्यावर वातावरण विरळ असतं आणि तिथून स्पष्ट दिसतं. आणि आम्हाला वाटलं, की तुम्ही जर ते तुमच्या पृथ्वीवरून पाहण्याच्या ऐवजी दुसऱ्या ग्रहावरून पाहिलं तर तुम्हाला सगळी परिस्थिती समजणं सोपं जाईल."

"मला अजिबात आवडलं नाहीये ते!" भावनावश होऊन चार्ल्स ओरडला, "खूप तिरस्कार वाटतोय त्या काळ्याकुट्ट गोष्टीचा!"

मान डोलावत सौ. व्हॉट्सइट म्हणाल्या, "हो रे बाळा. आम्हा सगळ्यांनाच वाटतंय तसं. म्हणूनच आधी युरिएल ग्रहावर नेऊन दाखवलं ते तुम्हाला. पूर्वतयारी म्हणून. सगळ्यात आधी हे दाखवलं असतं, तर तुमच्या लाडक्या पृथ्वीची काळजी वाटली असती तुम्हाला, आणि तुम्ही घाबरला असतात."

"पण आहे तरी काय ते?" कॅल्विननं प्रश्न विचारला, "आम्हाला माहिती आहे की ते वाईट आहे, पण नक्की काय आहे ते?"

"त्तू म्हणाल्लास त्ते ब्बरोबर्र आहे, त्ते व्वाईटच आहे. त्ती अंधार्री, काळोखाच्ची श्शक्ती आहे!" सौ. विचचा आवाज आला.

"पण मग आता काय होईल?" मेगचा आवाज कापू लागला, "प्लीज सौ. विच, कृपा करून सांगा ना काय होणार आहे ते!"

"आपण ल्लढाई सुरू ठेवणार्र आहोत्त!"

सौ. विचच्या आवाजात असं काही होतं की त्या आवाजामुळे निर्धारानं खांदे मागे करून ती तीनही मुलं ताठ उभी राहिली. सौ. विचच्या चमकत्या आकृतीकडे आत्मविश्वास आणि अभिमानानं बघू लागली.

"आणि आपण एकटे पडलेलो नाही हं मुलांनो," आश्वासकपणे सौ. व्हॉट्सइट म्हणाल्या. "संपूर्ण विश्वात ही लढाई चालू आहे. संपूर्ण ब्रह्मांडात. अतिशय भव्य आणि रोमांचक आहे ही लढाई. तुम्हाला त्याची कल्पना करणं अवघड आहे,

कळतंय मला. आकाराच्या दृष्टीनं, एका सूक्ष्म जीवात आणि सगळ्यात मोठ्या आकाशगंगेत अगदी थोडासाच फरक कसा असतो, हे समजणंदेखील अवघड आहे तुमच्यासाठी. पण तुम्ही तसा विचार करा. म्हणजे मग आमचे सर्वोत्तम लढवय्ये तुमच्याच ग्रहावरून आलेले आहेत, ही गोष्ट तुम्हाला तितकीशी विचित्र वाटणार नाही. छोटासाच आहे तुमचा ग्रह, आकाशगंगेच्या कडेला. तरीसुद्धा इतका पराक्रम गाजवल्याबद्दल तुम्हाला अभिमान वाटेल.''

''कोण आहेत हे आमचे लढवय्ये?'' कॅल्विननी विचारलं.

''अरे तुम्हाला माहिती असणारच रे,'' सौ. व्हॉट्सइट म्हणाल्या.

सौ. हू यांचा चश्मा जिंकल्याच्या आनंदात चमकला, त्या म्हणाल्या, ''काळोखात उजेड चमकतो, पण काळोखाला त्याची जाणीवच नसते. थोडक्यात काय, दिव्याखाली अंधार!'' (And the light shineth in darkness; and the darkness comprehended it not)

''जीझस!'' चार्ल्स वॉलेस उद्गारला, ''अर्थातच येशू ख्रिस्त!''

''अर्थातच! चार्ल्स बाळा, आणखी नावं सांग बरं, आणखीनही आहेत. तुमचे सगळे महान कलावंत. ते आमच्यासाठी मार्गदर्शक होते, एखाद्या दीपस्तंभाप्रमाणे.'' सौ. व्हॉट्सइट म्हणाल्या.

''लिओनार्दो दा विन्ची?'' कॅल्विननं जरा बिचकत सुचवलं. ''आणि मायकल ॲन्जेलो?''

''आणि शेक्सपिअर,'' चार्ल्स मोठ्यानं उद्गारला, ''आणि बाख! आणि पाश्चर आणि मादाम क्यूरी आणि आइनस्टाईन!

कॅल्विन आता आत्मविश्वासानं बोलला, ''आणि श्वाइत्झर आणि गांधी आणि बुद्ध, बीथोवेन रेम्ब्रांट आणि सेंट फ्रांसिस!''

''आता तू सांग मेग,'' सौ. व्हॉट्सइटनी आदेश दिला.

''अं, मला वाटतंय युक्लिड.'' मेग इतकी उतावीळ झाली होती की तिचा आवाज चिरकल्यासारखा आला. ''आणि कोपर्निकससुद्धा. पण माझ्या बाबांचं काय? प्लीज सांगा ना, बाबांचं काय?''

''आप्पण ज्जाणार आहोत्त त्तुझ्झ्या ब्बाबांकडे,'' सौ. विच म्हणाल्या.

''अहो, पण कुठे आहेत ते?'' मेग पाय आपटत सौ. विचजवळ गेली. जणूकाही ती छोट्या चार्ल्सच्या वयाचीच झाली ती.

हळुवार, पण ठाम आवाजात सौ. व्हॉट्सइटनी उत्तर दिलं, ''हरल्यामुळे समर्पण केलेल्या एका ग्रहावर आहेत ते. म्हणून तुम्हाला आता खंबीर आणि मजबूत बनायला हवं.''

हॅपी मीडियमच्या चेहऱ्यावरचा सगळा आनंद, उत्साह गायब झाला होता.

हातात तो स्फटिकाचा गोल धरून ती तशीच बसून होती. त्या काळ्या सावलीमुळे झाकोळलेल्या पृथ्वीकडे एकटक बघत होती, आणि हळूच एक अश्रू तिच्या गालावरून ओघळला. ''मला आता बघवत नाहीये हे,'' हुंदका देत ती म्हणाली, ''बघा आता मुलांनो, बघा नीट!''

६

हॅपी मीडियम

सगळे जण त्या स्फटिकाच्या गोलात लक्ष देऊन बघू लागले. त्या भयानक काळ्या सावलीनं झाकोळलेली पृथ्वी अचानक नजरेसमोरून बाजूला झाली आणि त्यांच्या समोर आकाशगंगा फिरू लागली. पुन्हा ती काळी सावली प्रकट झाली.

"बघत राहा." मीडियमनी सांगितलं.

त्या काळ्या सावलीत खळबळ झाल्यासारखी वाटली. काय होता याचा अर्थ?

आणि अचानक त्या अंधारातून वेगानं, जोरदार प्रकाश चमकला. तो प्रकाश सगळीकडे पसरू लागला आणि प्रकाशाचा स्पर्श होताच त्या त्या ठिकाणचा काळेपणा नाहीसा होऊ लागला. ती काळी सावली पूर्णपणे नाहीशी होईपर्यंत-प्रकाश पसरतच राहिला, आणि शेवटी उरला तो फक्त चमकता उजेड. त्यात तारेदेखील दिसू लागले, स्पष्ट आणि स्वच्छ, शुद्ध तारे. हळूहळू चमकदार उजेडही नाहीसा झाला, आता फक्त तारे आणि चांदणं पसरलेलं दिसत होतं. कसलीही सावली नाही, भीती नाही, फक्त तारे आणि अंतरिक्ष. त्या भयानक काळ्या सावलीपेक्षा कितीतरी वेगळं.

आनंदानं हसत मीडियम उद्गारली, "बघितलंत! त्याच्यावर विजय मिळवता येतो! आत्तापर्यंत कितीतरी वेळा घडत आलंय असं!"

सौ. व्हॉट्सइट सुस्कारल्या. तो निःश्वास इतका दुःखानं भरलेला होता की मेगला त्यांना मिठीत घेऊन शांत करावंसं वाटलं.

"तेव्हा नक्की काय घडलं होतं ते सांगा ना, प्लीज," चार्ल्स हळूच म्हणाला.

उदास होऊन सौ. व्हॉट्सइट सांगू लागल्या, "एक तारा होता. त्या काळ्या गोष्टीशी लढता लढता त्याचा जीव गेला. तरी जिंकला हं मुलांनो तो तारा. पण जिंकता जिंकता लढाईत आपले प्राण गमावले त्यानं."

सौ. विच पुन्हा बोलू लागल्या, पण त्यांचा आवाज दमलेला वाटत होता.

बोलण्यासाठी त्यांना किती कष्ट घ्यावे लागतायत ते सगळ्यांना माहीत होतं. "त्तुझ्यासाठ्ठी य्या सग्गळ्या ग्गोष्टील्ला खूप्प ज्जास्त क्काळ नाही लोटलेल्ला, न्नाही क्का गग?"

सौ. व्हॉट्सइटनी मान हलवली.

चार्ल्स सौ. व्हॉट्सइटच्या जवळ गेला, आणि म्हणाला, "हं...आत्ता समजलं मला. पूर्वी तुम्हीही एक तारा होतात, हो ना?"

सौ. व्हॉट्सइटनी आपला चेहरा हातांनी झाकून घेतला. जणू काही शरम वाटत होती त्यांना. त्यांनी होकारार्थी मान डोलावली.

"आणि तुम्ही...तुम्ही पण त्या ताऱ्याप्रमाणेच केलंत ना?"

आपला चेहरा झाकलेलाच ठेवत सौ. व्हॉट्सइटनी पुन्हा होकारार्थी मान डोलावली.

गंभीर होऊन चार्ल्स त्यांच्याकडे बघत राहिला, आणि म्हणाला, "तुमचा पापा घ्यायला आवडेल मला."

सौ. व्हॉट्सइटनी चेहऱ्यावरचे हात खाली घेतले आणि चार्ल्सला आपल्या मिठीत ओढलं. त्यानी आपले हात त्यांच्या गळ्याभोवती टाकले, आणि त्यांच्या गालाचा पापा घेतला.

मेगलाही तसंच करावंसं वाटलं, पण चार्ल्सनी असं केल्यानंतर तिनं किंवा कॅल्विननं काहीही केलं असतं, तरी त्या प्रसंगाची उत्कटता कमी झाली असती. म्हणून सौ. व्हॉट्सइटकडे बघत राहण्यातच तिनं समाधान मानलं. त्यांच्या त्या विचित्र पोशाखाची तिला आता सवय झाली असली, तरी तिच्या अचानकच लक्षात आलं, की खऱ्याखुऱ्या सौ. व्हॉट्सइट नाहीयेत. पूर्ण खऱ्याखुऱ्या सौ. व्हॉट्सइट मानवाला कधी समजूच शकणार नाहीत. तिला जे दिसतंय ते म्हणजे सौ. व्हॉट्सइट खेळत असलेला फक्त एक खेळ आहे, असं वाटलं तिला. खूप छान आणि मनोरंजक खेळ. खूप हसवणारा आणि शांतवणारा खेळ. पण सौ. व्हॉट्सइटच्या व्यक्तिमत्त्वाचा हा एक फक्त अगदी छोटासा पैलू होता.

त्या अडखळत म्हणाल्या, "तुम्हाला सांगायचं नव्हतं मला, कधीच कळू द्यायचं नव्हतं. पण बाळांनो, मला एक तारा असणं इतकं आवडायचं ना!"

"त्तू खूप्प ल्लहान्न आहेस्स अज्जून," किंचित दटावत सौ. विच म्हणाल्या.

मीडियम तिच्या स्फटिकाच्या गोलातील चांदण्यांनी बहरलेलं आकाश बघत बसली होती. अधूनमधून डोकं हलवत, गालात हसत होती. मेगच्या लक्षात आलं की तिच्या पापण्या हळूहळू मिटू लागल्या आहेत, आणि अचानकच तिचं डोकं पुढे कलंडलं आणि ती हळूच मंद स्वरात घोरलीदेखील.

"बिच्च्चारी," सौ. व्हॉट्सइट म्हणाल्या, "आपल्यामुळे दमून गेली ती.

तिच्यासाठी फार कष्टांचं काम आहे हे.''

''प्लीज सौ. व्हॉट्सइट,'' मेग विचारू लागली, ''आता काय होईल? आपण इथे का आलोय? आणि आता पुढे काय करणार आहोत आपण? बाबा कुठे आहेत? त्यांच्याकडे केव्हा जायचं?'' तिनं विनवणी केल्यागत हात जोडले.

''एका वेळी एकच प्रश्न विचार बाळा!'' सौ. व्हॉट्सइट म्हणाल्या.

त्यांचं बोलणं मध्येच तोडत सौ. हू म्हणाल्या, ''भिंतींनाही कान असतात.''

सौ. व्हॉट्सइट म्हणाल्या, ''हो,हो, चला आपण बाहेर जाऊ या. तिला झोपू दे.''

ते सगळे बाहेर जाण्यासाठी वळणार तेवढ्यात मीडियमनी आपलं डोकं खाडकन वर केलं आणि त्यांच्याकडे बघून छानपैकी हसली, आणि विचारलं, ''माझा निरोप न घेताच जाणार होतात की काय तुम्ही? नाही ना?''

तिच्या खांद्यावर थोपटत सौ. व्हॉट्सइट म्हणाल्या, ''तुला शांत झोपू द्यावं असं वाटलं गं आम्हाला. तुला आमच्यामुळे खूप काम पडलं आणि तू फार दमली असशील हे कळतंय गं आम्हाला.''

''पण मी तुम्हाला थोडंसं अमृत किंवा मध देणार होते, निदान थोडा चहा तरी.''

हे ऐकून मेगला भुकेची जाणीव झाली. त्यांनी तो रस्सा खाल्ला होता त्यानंतर किती वेळ गेला होता कोण जाणे. ती विचारात पडली.

पण सौ. व्हॉट्सइट म्हणाल्या, ''धन्यवाद, अगं पण आता निघायला हवं आम्हाला.''

चार्ल्स मेगच्या कानात कुजबुजत म्हणाला, ''तुला माहितीये का, त्यांना खायची गरज नसते, म्हणजे आपण जसं जेवण जेवतो तशा अन्नाची त्यांना गरज नसते. खाणं हा एक प्रकारचा खेळच असतो त्यांच्यासाठी. थोड्या वेळानी आपल्याला खायला द्या, असं सांगावंच लागेल त्यांना. मी सांगीन तसं.''

हसून मान हलवत मीडियम म्हणाली, ''मी तुमच्यासाठी काहीतरी छान करू शकेन. या मुलांना इतक्या वाईट गोष्टी दाखवाव्या लागल्या आहेत ना मला, पण जाण्याआधी त्यांना त्यांची आई बघायला आवडेल ना?''

''आपण बाबांना बघू या का?'' मेगनं उत्सुकतेनं विचारलं.

लगेच सौ. विच म्हणाल्या, ''नाही, आप्पण ज्जाणार आहोत्त त्यांच्याकडे म्मेग्ग. उत्तावीळपण्णा क्करू नक्कोस.''

त्यांचं मन वळवण्यासाठी गोड आवाजात मीडियम म्हणाली, ''पण ती तिच्या आईला बघू शकते, हो ना?''

''हो हो, का नाही, त्यासाठी फार जास्त वेळ नाही लागणार आणि काही

नुकसानही नाही त्यात,'' सौ. व्हॉट्सइट म्हणाल्या.

मेगनं विचारलं, ''आणि कॅल्विन? तो पण बघू शकतो का त्याच्या आईला?''

पट्कन कॅल्विननं मेगला हातानी स्पर्श केला. काय होतं त्या स्पर्शात? आभार, की धास्ती? मेगला कळेचना.

''हे चुक्कीचं आहे,'' सौ. विचना मात्र मान्य झालं नाही. ''प्पण आत्ता म्हणालीच आहेस्स, तर्र ठ्ठीक आहे, द्दाखव.''

''त्यांनी विरोध केलेला आवडत नाही मला,'' सौ. व्हॉट्सइट सौ. विचकडे नजर टाकत म्हणाल्या, ''आणि त्यांचं म्हणणं नेहमीच बरोबर असतं. पण आता या गोष्टीनं काय नुकसान होणार आहे तेच कळत नाहीये मला, आणि तुम्हा सगळ्यांनासुद्धा बरं वाटेल. तू दाखव गं मीडियम.''

हसऱ्या चेहऱ्यानं, गुणगुणत मीडियमनं तो स्फटिकाचा गोल हातात जरा वेळ फिरवला. अनेक तारे, धूमकेतू, ग्रह अवकाशात वेगाने फिरू लागले. काही वेळानं पृथ्वी दिसली. ती पृथ्वी जवळ, जवळ येऊ लागली. पूर्ण गोलात फक्त पृथ्वी दिसू लागली. अंतरिक्षाचा काळेपणा दूर होत गेला. आणखी जवळ आल्यावर पांढरेशुभ्र ढग दिसू लागले आणि वेगवेगळ्या खंडांची बाह्य रूपरेषा स्पष्टपणे दिसू लागली.

''आधी कॅल्विनची आई,'' मेग मीडियमला हळूच म्हणाली.

स्फटिकाचा गोल धूसर, धुक्यात वेढलेला दिसू लागला, ढगही दिसत होते, नंतर मात्र स्पष्ट आकार दिसायला लागले. त्यांना एक स्वयंपाकघर दिसलं, पसारा पडला होता तिथे. सिंकमध्ये खरकटी भांडी पडली होती. तिथेच जवळ एक गबाळ्या कपड्यातली बाई उभी होती. तिचे भुरकट रंगाचे केस चेहऱ्यावर आले होते. तिचं तोंड उघडं होतं आणि मेगला तिच्या दंतविहीन हिरड्या दिसल्या. तिच्या जवळ दोन लहान मुलं उभी होती आणि त्या मुलांना ती रागावतीये किंवा त्यांच्यावर ओरडतीये, असं वाटत होतं. नंतर तिनं सिंकमधून एक मोठा लाकडी डाव उचलला आणि त्या डावानं एका मुलाला चांगलेच फटके मारायला लागली.

''आई गं!'' मीडियम पुटपुटली, आणि स्फटिकातलं हे चित्र हळूहळू धूसर होत अस्पष्ट होऊ लागलं. ''मला खरंच...''

मंद आवाजात कॅल्विन म्हणाला, ''ठीक आहे, जाऊ दे, मला वाटलं तुला माहीत असेल.''

आत्तापर्यंत मेग कॅल्विनच्या हाताचा आधार घेत आली होती, पण आता मात्र एक शब्दही न बोलता, तिनं त्याचा हात हातात घेतला. तिच्या भावना तिला स्पर्शातून पोहोचवायच्या होत्या. तिनं या आधी कधी कल्पनाही केली नव्हती की वेड्यावाकड्या, पुढे आलेल्या दातांची, चश्मिश्ट, वेंधळी मेग एखाद्या मुलाचा हात त्याला भावनिक आधार देण्यासाठी आपल्या हातात घेईल; आणि तो मुलगा तरी

कोण, तर शाळेत सगळ्यांना आवडणारा आणि महत्त्वाचा असलेला कॅल्विन! आता मात्र तिला ती चार्ल्सला करायची तशी मदत कॅल्विनला करावीशी वाटत होती, त्याचं रक्षण करावंसं वाटत होतं.

स्फटिकाच्या गोलात पुन्हा सगळं विश्व फिरू लागलं, आणि जरा वेळानं स्पष्ट दिसू लागलं. मेगला तिच्या आईची घरातली प्रयोगशाळा ओळखू आली. सौ. मरी एका उंच स्टुलावर बसल्या होत्या. एका कागदावर काहीतरी लिहीत होत्या. 'बाबांना चिठ्ठी लिहितीये बहुतेक,' मेगच्या मनात आलं. ती नेहमीच लिहायची, रोज रात्री.

आईकडे बघता बघता तिचे डोळे भरून आले. ती आपल्या आसवांना कधीच आवर घालू शकत नसे. सौ. मरींनी लिहिता लिहिता मध्येच वर बघितलं, मुलांकडे बघायच्या तसंच. नंतर त्यांनी आपलं डोकं खाली घातलं आणि कागदावर ठेवलं. त्या तशाच बसून राहिल्या, उदास दिसत होत्या त्या. मुलांना आपलं असं उदासवाणं रूप कधीच दिसू दिलं नव्हतं त्यांनी.

आता मेगचं रडू मावळलं आणि त्याची जागा रागानं घेतली. या सगळ्या परिस्थितीचा राग आला तिला.

"चला, जाऊ या," ती कठोरपणे ओरडली, "काहीतरी करू आपण!"

"या नेहमीच बरोबर बोलतात," सौ. व्हॉट्सइट सौ. विचकडे नजर टाकत म्हणाल्या, "कधीकधी मला फार वाटतं की त्यांनी म्हणावं की तुला आधीच सांगितलं होतं ना मी, आणि विषय संपवावा."

"तुम्हाला मदत करावी इतकाच हेतू होता माझा," रडवेल्या आवाजात मीडियम म्हणाली.

सौ. व्हॉट्सइट पटकन म्हणाल्या, "मीडियम, अगं, तू वाईट वाटून घेऊ नकोस गं. हास बघू, कुठल्यातरी आनंद देणाऱ्या गोष्टीचा विचार कर, किंवा त्याकडे बघ बरं, तू दुःखी किंवा उदास झालेली मला अजिबात सहन होत नाही."

"असू दे, ठीक आहे," अगदी प्रामाणिकपणे मेगनं मीडियमला आश्वस्त केलं. "खरंच ठीक आहे हो सौ. मीडियम, आणि तुमचे खूप खूप आभार."

मीडियमला मेगचं बोलणं ऐकून जरा बरं वाटलं. तिनं विचारलं, "नक्की ना?"

"हो अर्थातच! या सगळ्याची खरंच खूप मदत झाली. ते सगळं बघून मला खूप राग आला, आणि मला राग आला की माझी भीती पळूनच जाते."

"बरं, मग आता मला निरोप देताना पापा द्या बघू, शुभशकुन म्हणू या आपण त्याला!" मीडियम म्हणाली.

मेग तिच्या जवळ गेली आणि पटकन तिचा पापा घेतला. चार्ल्सनीसुद्धा तिच्या गालाचा पापा घेतला. मीडियमनं कॅल्विनकडे बघत हसून डोळा मारला. "त्या तरुणाचासुद्धा पापा हवाय मला. मला पूर्वीपासूनच लाल केस खूप आवडतात.

आणि तुझ्यासाठी तो शुभशकुनच असेल रे मुला!''

कॅल्विन लाजत खाली वाकला आणि संकोचत तिचा पापा घेतला.

मीडियमनं त्याचं नाक पकडलं. ''तुला अजून खूप काही शिकायचं आहे रे मुला,'' तिनं कॅल्विनला सांगितलं.

''आता मात्र निघतो हं आम्ही मीडियम, गुडबाय, आणि खूप खूप आभार. आता एक-दोन युगांनंतर भेटू आपण, असं म्हणायचं धाडस करते मी,'' सौ. व्हॉट्सइट म्हणाल्या.

मीडियमनी विचारलं, ''कुठे जाताय तुम्ही? म्हणजे तुमच्याशी संपर्क साधायचा असला तर माहीत असलेलं बरं.''

''कॅमॅझॉट्झ,'' सौ. व्हॉट्सइट म्हणाल्या, (आता हे कॅमॅझॉट्झ काय आहे, आणि कुठे आहे?मेगच्या मनात आलं. ज्या प्रकारे त्यांनी तो शब्द उच्चारला, त्यावरून तरी मेगला ते आवडलं नाही) ''पण आमच्याबद्दलच्या चिंतेपायी तू त्रास करून घेऊ नकोस. तुला असल्या काळ्या, अंधाऱ्या ग्रहांकडे पाहायला आवडत नाही, आणि तू उदास झालेली आम्हाला आवडत नाही.''

मीडियम म्हणाली, ''पण या मुलांबाबत काय घडतंय ते कळायलाच हवं ना मला. मला असा लळा लागला ना की मग मलाच त्रास होतो. असा लळा लागला नाही तर मी सतत आनंदी राहू शकते. हं... जाऊ दे, मी प्रयत्न करते खूश राहण्याचा, आणि एक डुलकी काढली ना, की छान वाटेल मला. गुडबाय, सगळ्या...'' आणि तिचा आवाज घोरण्याच्या आवाजात विरत गेला.

''च्चल्ला,'' सौ. विचनी आदेश दिला, आणि ते सगळे त्यांच्या मागोमाग गुहेच्या बाहेर आले. बाहेर तेच राखाडी वातावरण होतं.

''म्मुल्लांनो, आता ज्जे क्काही होईल त्यामुळे घाब्बरून ज्जायच्चं नाही,'' 'सौ. विचनी इशारा दिला.

''मेग बेटा, तू चिडलेलीच रहा, त्या रागाची आता तुला गरज आहे,'' सौ. व्हॉट्सइट म्हणाल्या.

कसलीही सूचना न मिळताच मेग पुन्हा शून्यात ओढली गेली. या वेळेस दमट अशी थंडी जाणवत होती. अशी थंडी तिनं याआधी कधीच अनुभवली नव्हती. थंडी वाढतच गेली आणि या थंडीनं तिला पूर्णपणे वेढून टाकलं. अगदी आतपर्यंत जाणवणारी थंडी. हा काळोखदेखील वेगळाच आणि चमत्कारिक होता, जणूकाही मूर्त, किंवा स्पर्श करता येईल असा काळोख. एखाद्या घातकी, शिकारी प्राण्यासारखा. त्या प्राण्याला जणू तिला खाऊन टाकायचं असावं, तसा.

थोड्या वेळानं तो काळोख नाहीसा झाला. तीच काळीकुट्ट सावली होती का ती? बाबांपर्यंत पोहोचण्यासाठी त्यातूनच पार झाले का ते?

तिच्या हातापायांना झिणझिण्या येऊ लागल्या. आतापर्यंत चांगल्याच परिचित झाल्या होत्या त्या. कशातून तरी जोरात ढकललं गेल्याचा तोच अनुभव पुन्हा आला, आणि ती उभी राहिल्याचं लक्षात आलं तिच्या. धापा टाकत होती, पण काहीही इजा झालेली नव्हती. ती कॅल्विन आणि चार्ल्सच्या शेजारी उभी होती.

त्यांच्यासमोर सौ.व्हॉट्सइट प्रकट झाल्या. त्यांना चार्ल्सनी विचारलं, "हाच का तो कॅमॅझॉट्झ ग्रह?"

"हो," त्यांनी उत्तर दिलं. "आधी थोडा वेळ शांत उभं राहू या, जरा श्वास सुरळीत होऊ दे, आणि आजूबाजूला बघू या."

ते एका टेकडीवर उभे होते. "पृथ्वीवरच्या टेकडीसारखीच आहे की ही," मेगच्या मनात आलं. तिथली झाडं ओळखीची वाटत होती; पाइन (Pine), मेपल (Maple), बर्च (Birch)अशी झाडं दिसत होती. हवा जरा जास्त उबदार असली तरी शरद ऋतूची जाणीव होत होती. तसंच आजूबाजूला स्यूमाकसारखी (Sumac) लाल पानांची लहान झाडं आणि गोल्डनरॉडसारख्या (Goldenrod) पिवळ्याधमक फुलांचा ताटवादेखील होता. टेकडीच्या पायथ्याशी, जरा दूर, तिला गाव दिसलं. त्या गावातल्या घरांची धुराडी दिसली. पृथ्वीवरच्या अगदी कोणत्याही गावासारखंच होतं ते गाव. काहीच वेगळेपणा नाही, की विचित्रपणा नाही, किंवा भीतिदायक असंही काहीच नाही.

सौ. व्हॉट्सइट तिच्या जवळ आल्या आणि तिच्या खांद्यावरून आपला हात वेढून घेत म्हणाल्या, "बाळा, मी आता तुमच्यासोबत राहू शकणार नाही. आता यानंतर फक्त तुम्ही तीन मुलंच असणार आहात. आम्ही असू तुमच्याजवळ; आमचं लक्षही असेल तुमच्यावर, पण आम्ही तुम्हाला दिसणार नाही, आमची मदतही तुम्हाला मिळू शकणार नाही. आम्ही तुमच्याकडे येऊही शकणार नाही."

"पण बाबा इथेच आहेत का?" मेगनं थरथरत विचारलं.

"हो"

"पण कुठे? आम्ही कधी भेटू त्यांना?" मेग पळायला सज्ज झाली, जणूकाही बाबा कुठे आहेत हे कळताक्षणी त्या दिशेला पळत सुटणार होती ती.

"ते मी तुम्हाला सांगू शकत नाही. तुम्हाला त्यासाठी योग्य वेळ येईपर्यंत वाट पाहावीच लागेल."

चार्ल्स वॉलेस सौ. व्हॉट्सइटकडे एकटक पाहत राहिला आणि त्यानी विचारलं, "आमच्याबद्दल भीती किंवा चिंता वाटतीये का तुम्हाला?"

"थोडीशी"

"पण तुम्ही जेव्हा तारा होतात, तेव्हा तुम्ही जे केलं, ते करताना भीती वाटली नव्हती ना तुम्हाला; मग आता आमच्यासाठी का घाबरताय तुम्ही?"

"पण तेव्हाही भीती वाटली होतीच मला," सौ. व्हॉट्सइट हळुवारपणे म्हणाल्या. त्या तिन्ही मुलांकडे आळीपाळीनं बघत राहिल्या आणि म्हणाल्या, "तुम्हाला मदतीची गरज आहे, पण तुम्हाला फक्त काही वरदान देण्याची परवानगी आहे मला. कॅल्विन, तू सगळ्या प्रकारच्या लोकांशी छान संवाद साधू शकतोस, म्हणून मी तुझ्या या क्षमतेत आणखी वाढ करून, तिला बळकटी देते. मेग, तुला मी तुझ्यातल्या दोषांचंच वरदान देते."

"माझ्यातले दोष?" मेग ओरडली.

"हो, तुझे दोष"

"पण मी तर माझ्यातले दोष दूर करण्याचाच प्रयत्न करत असते नेहमी!"

"हो," सौ. व्हॉट्सइट म्हणाल्या, "पण तुझे हे दोष कॅमॅझॉट्झवर खूप उपयोगी पडतील, असं वाटतंय मला. चार्ल्स वॉलेस, तुला मी तुझ्या बालपणाची निरागस संवेदनशीलता देते."

कुठून तरी सौ. हू यांचा चश्मा चमकला आणि मग त्यांचा आवाज ऐकू आला. "कॅल्विन," त्या म्हणाल्या, "तुझ्यासाठी एक सूचक इशारा आहे, नीट ऐक हं :

.... पाळू शकला नाही तो, त्यांनी उद्धटपणे दिलेल्या घृणास्पद आज्ञा,
कारण होतं त्याचं मन अत्यंत हळवं आणि नाजूक,
त्यानं नाकारले त्यांचे भले मोठे हुकूम, फतवे,
मग आत्यंतिक क्रोधित होऊन,
त्यांच्या सामर्थ्यवान मंत्र्यांच्या मदतीनं,
केलं त्याला बंदिवान, पाइन वृक्षांच्या वनराजीत, एका पाइनच्या ढोलीत,
दुःखी, कष्टी बंदिस्त असा तो,...राहिला तसाच तिथे अनेक वर्षं...

'द टेम्पेस्ट' या नाटकात शेक्सपिअरनी लिहिलंय हे."

"तुम्ही कुठे आहात सौ. हू? आणि सौ. विच कुठे आहेत?," चार्ल्सनं विचारलं.

"आम्ही आता तुमच्यापाशी येऊ शकत नाही," सौ. हू यांचा आवाज जणूकाही वाऱ्यावर तरंगत आला. 'त्या गोएथनी म्हटलंय ना, की, मला जरी प्रत्येक गोष्ट समजत नसली; तरी मला अनेक गोष्टी समजतात (I do not know everything; still many things I understand.). हे वाक्य तुझ्यासाठी आहे हं चार्ल्स, नेहमी लक्षात ठेव, की तुला अगदी प्रत्येक गोष्ट कळतेच असं अजिबात नाही; अनेक गोष्टी तुला माहिती नाहीयेत." त्यानंतर त्या मेगशी बोलू लागल्या, "मी तुला माझा चश्मा देते मेग. पण तो चश्मा तू अगदी अखेरचा पर्याय म्हणूनच

वापर; तोपर्यंत नाही. संकटाच्या अगदी अखेरच्या, अटीतटीच्या क्षणासाठी राखून ठेव तो चश्मा.'' त्या बोलत असतानाच त्यांचा चश्मा चमकला, आणि मग दिसेनासा झाला. त्याचा आवाजही बंद झाला. तो चश्मा मेगच्या हातात आला. तिनं तो काळजीपूर्वक आपल्या कोटाच्या खिशात ठेवून दिला. त्या तिथेच आहेत या जाणिवेनं तिची भीती आता थोडीशी कमी झाली.

सौ. विच म्हणाल्या, ''त्तुम्हा त्तिन्ही म्मुलांना म्मी आदेश्श देत्ते क्की आता त्या ग्गावात्त ज्जा. एकत्रितपण्णे ज्जा. त्ते त्तुम्हाल्ला वेग्गळे क्करणार्र न्नाहीत्त याच्ची क्काळजी घ्घ्या. म्मजबूत बन्ना.'' तो चमकता प्रकाश लुकलुकला आणि मग गायब झाला. मेगचं अंग जरासं थरथरलं.

सौ. व्हॉट्सइटनी ते बघितलं असावं बहुदा, कारण त्या मेगजवळ आल्या आणि त्यांनी तिच्या खांद्यावर थोपटलं. त्या कॅल्विनला म्हणाल्या, ''मेगची काळजी घे हं.''

लगेच चार्ल्स तीव्रतेनं म्हणाला, ''मी मेगची काळजी घेऊ शकतो, मी नेहमीच घेतो तिची काळजी.''

सौ. व्हॉट्सइटनी चार्ल्सकडे बघितलं आणि मऊ आवाजात पण गंभीरपणे त्या म्हणाल्या, ''चार्ल्स, इथे सर्वांत जास्त धोका तुला आहे रे.''

''का?''

''तू जसा आहेस ना, म्हणजे तुझा स्वभाव जसा आहे ना, त्यामुळे. तुझ्या स्वभावामुळेच तू धोक्यात येऊ शकतोस. तू कायम मेग आणि कॅल्विनच्या सोबतच राहायला हवं हं. एकटा कुठेही जाऊ नकोस. उद्धटपणा आणि अहंकार यामुळे फार अडचणीत पडू शकशील तू चार्ल्स, त्यामुळे त्या बाबतीत सावध राहा.''

त्यांच्या आवाजात धोक्याचा इशारा आणि भीतीदेखील होती. मेगचं अंग पुन्हा थरथरलं. चार्ल्सनं मात्र तो त्याच्या आईला मारतो तशी सौ. व्हॉट्सइटना हळूच ढुशी मारली आणि कुजबुजला, ''घाबरण्याबद्दल तुम्हाला काय म्हणायचं आहे ते कळलं मला आता.''

''फक्त मूर्ख लोकांनाच भीती वाटत नाही,'' सौ. व्हॉट्सइट म्हणाल्या. ''जा आता.'' असं म्हणून त्या गायब झाल्या. तिथे आता फक्त आकाश, गवत आणि लहान खडक होते.

''चला,चला,'' उतावीळपणे मेग म्हणाली, ''चला ना, जाऊ या!'' आपला आवाज वाऱ्याच्या झुळकीनं एखादं पान हलावं तसा कापतोय, हेही तिला जाणवलं नाही. तिनं एका हातात चार्ल्सचा आणि दुसऱ्या हातात कॅल्विनचा हात धरला आणि ते सगळे टेकडी उतरू लागले.

टेकडीखालच्या त्या गावाचा आराखडा अगदी काटेकोर, टोकदार अशा कोनीय

रचनांचा वापर करून बनवला होता. गावाच्या वेशीवर असलेली घरं अगदी तंतोतंत एकसारखी होती. प्रत्येक घराची रचना लहान चौरसाकृती खोक्यासारखी होती. प्रत्येक घराला राखाडी रंग दिलेला होता. प्रत्येक घरासमोर लहानसं आयताकार अंगण होतं, आणि त्या अंगणात हिरवळही होती. घराच्या दरवाजाकडे जाण्याच्या वाटेच्या कडेने, एका ओळीत, अगदी मंद रंगाची फुलं असलेली रोपटी होती. मेगच्या मनात आलं, की जर प्रत्येक घरापुढची फुलं मोजली तर ती संख्यासुद्धा एकसारखीच असेल. सगळ्या घरांसमोर लहान मुलं खेळत होती. काही मुलं दोरीच्या उड्या मारत होती, तर काही चेंडू घेऊन त्याला टप्पे देत खेळत होती. त्यांचं खेळणं काहीसं वेगळंच असल्याची पुसटशी शंका मेगच्या मनात डोकावली. तसं पहायला गेलं; तर पृथ्वीवरच्या कोणत्याही घरापुढे खेळणाऱ्या मुलांसारखीच दिसत होती ती मुलं, पण तरीही काहीतरी वेगळं नक्कीच होतं. तिनं कॅल्विनकडे पाहिलं तर तोदेखील गोंधळात पडल्याचं जाणवलं तिला.

"ए, ते बघा!" अचानक चार्ल्स म्हणाला, "ते दोरीच्या उड्या आणि चेंडूला टप्पे एकाच लयीत देतायत! प्रत्येक जण प्रत्येक हालचाल अगदी अचूकपणे एकाच वेळेला करतोय."

हेच होतं ते वेगळेपण. उड्या मारताना ज्या वेळेस दोरी जमिनीला टेकायची, अगदी तंतोतंत त्याच वेळेस चेंडूसुद्धा जमिनीवर आपटायचा. दोरी जेव्हा उड्या मारणाऱ्या मुलाच्या डोक्यावर यायची, अगदी त्याच वेळेस चेंडू खेळणारा मुलगा चेंडू हातात पकडायचा. दोरी जमिनीवर खाली, चेंडूही जमिनीवर खाली. असं पुनःपुन्हा, सातत्यानं चालू होतं. वर, खाली, सगळं काही एकाच लयीत. सगळं काही अगदी एकसारखं. घरं, दाराकडे जाणारी वाट, ती फुलं, सगळंच तंतोतंत एकसारखं.

नंतर सगळ्या घरांची दारं अगदी एकाच वेळेला उघडली, आणि एकाच वेळी घरातून बायका बाहेर आल्या, अगदी कागदी बाहुल्यांच्या ओळीसारख्या. त्यांच्या कपड्यांवरची नक्षी वेगळी होती, पण तरीही ते कपडे एकसारखेच दिसत होते. प्रत्येक बाई घराच्या पायरीवर उभी राहिली. प्रत्येकीनं टाळ्या वाजवल्या. चेंडू खेळणाऱ्या सगळ्या मुलांनी चेंडू हातात पकडला. दोरीच्या उड्या खेळणाऱ्या सगळ्या मुलांनी दोरी गुंडाळली. प्रत्येक मूल घरात गेलं. घराची दारं बंद झाली.

"हे असं कसं करता येतं त्यांना?" मेगनं नवल वाटून विचारलं, "आपण कितीही प्रयत्न केला तरीही आपल्याला नाही जमणार असं. काय अर्थ आहे या सगळ्याचा?"

"आपण परत जाऊ या." घाईघाईनं कॅल्विन म्हणाला.

"परत? कुठे?" चार्ल्सनं विचारलं.

"मला नाही माहीत. कुठेही. परत त्या टेकडीवर. सौ. व्हॉट्सइट, सौ. हू आणि सौ. विचकडे. इथलं हे सगळं मला आवडत नाहीये."

"अरे पण आता त्या तिघी तिथे नाहीयेत. आपण परत गेलो तर त्या येतील का तिथे परत?"

"मला हे सगळं अजिबात आवडत नाहीये," कॅल्विन पुन्हा म्हणाला.

उतावीळ होऊन मेग किंचाळली, "ए, चल रे, आपण परत जाऊ शकत नाही हे माहिती आहे की तुला. सौ. व्हॉट्सइटनी सांगितलंय ना 'गावात जा' असं." मेग रस्त्यावरून चालायला लागली, आणि ती दोन मुलं तिच्या मागोमाग चालू लागली. तंतोतंत एकसारखी दिसणारी ती घरं नजर पोचेतोवर तशीच दिसतच राहिली.

काही वेळ चालल्यानंतर एकदम त्यांना एक गोष्ट दिसली. ते तिघं ते बघायला थांबले. एका घरासमोर एक छोटा मुलगा चेंडूला टप्पे देत खेळत होता; पण त्याला ते टप्पे देणं नीटसं जमत नव्हतं आणि त्या टप्पे देण्यात एक लयदेखील नव्हती. मधूनच चेंडू त्याच्या हातून निसटायचा आणि मग तो मुलगा अवघडत त्या चेंडूमागून पळत जाऊन तो चेंडू उचलायचा. कधी तो चेंडू उंच फेकायचा आणि झेलायचा प्रयत्न करायचा. त्याच्या घराचं दार एकदम उघडलं आणि त्याची आई धावत बाहेर आली. तिनं धास्तावून रस्त्यावर इकडेतिकडे नजर टाकली. तिला ही तीन मुलं दिसल्यावर ती घाबरली आणि तिनं आपली किंचाळी दाबून टाकण्यासाठी आपलं तोंड हातानी दाबून धरलं. तिनं त्या मुलाला बखोटीला धरून घरात नेलं. त्या मुलाच्या हातातून चेंडू निसटला आणि रस्त्यावर घरंगळत गेला.

चार्ल्सनं पळत जाऊन तो चेंडू उचलला आणि मेग आणि कॅल्विनला दाखवला. अगदी सामान्य, तपकिरी रंगाचा रबरी चेंडू होता तो.

"हा चेंडू त्या मुलाला परत द्यायला घरात जाऊ या आपण आणि बघू काय होतंय ते" चार्ल्सनं सुचवलं.

ही कल्पना न पटून मेग म्हणाली, "सौ. व्हॉट्सइटनी सांगितलंय ना, गावामध्ये जा असं."

"मग? गावातच आहोत की आपण, हो की नाही? गावाच्या वेशीवर आहोत म्हणा, पण मला हा सगळा काय प्रकार आहे ते समजावून घ्यायचं आहे. मला अगदी आतून वाटतंय, की नंतर त्याचा फायदाच होईल आपल्याला. तुला यायचं नसेल तर नको येऊस माझ्यासोबत. तू जा पुढे."

ठामपणे कॅल्विन म्हणाला, "नाही हं, आपण एकत्रच राहणार आहोत. सौ. व्हॉट्सइटनी सांगितलंय ना, त्या लोकांना आपल्याला वेगळं करू द्यायचं नाही असं, पण तुझं म्हणणंही पटतंय मला चार्ल्स. चल जाऊन त्यांचं दार वाजवू आणि बघू काय होतं ते."

ते घराकडे चालू लागले. मेग जरा नाखुशीनंच गेली, तिला गावात जाण्याची तीव्र इच्छा होती. गयावया करत ती म्हणाली, "लवकर आटपू या हं, प्लीज, अरे, बाबांना शोधायचं नाहीये का?"

चार्ल्स म्हणाला, "हो, शोधायचं आहे ना, पण आंधळेपणानं नाही. आपल्याला कशाचा सामना करायचा आहे ते कळलंच नाही, तर आपण त्यांना कशी मदत करणार? आणि हे तर अगदी स्पष्टच आहे ना, की आपल्याला बाबांना मदत करण्यासाठी इथे आणलंय, नुसतंच शोधून काढायला नाही." असं म्हणून तो पट्कन पुढे गेला आणि पायऱ्या चढून त्यानं दारावर टकटक केली. त्यांनी थोडा वेळ वाट पाहिली, काहीच झालं नाही. मग चार्ल्सला एक घंटी दिसली आणि त्यानं ती वाजवली. घंटीचा आवाज आतपर्यंत ऐकू गेल्याचं जाणवलं त्यांना. हा घंटीचा आवाज बाहेर रस्ताभर घुमला. क्षणभरानं आईनं दार उघडलं. ती घाबरून या तिघांकडे बघत राहिली. रस्त्यावरच्या सगळ्या घरांची दारं उघडली गेली; पण अगदी किलकिलंच उघडलं सगळ्यांनी दार. फक्त बारीक फट उघडी ठेवली, आणि त्या फटीतून लोक या तीन मुलांकडे बघू लागले.

त्या बाईनी विचारलं, "काय हवंय तुम्हाला? वृत्तपत्राची वेळ झाली नाहीये अजून; आणि दुधाची वेळ होऊन गेलीय; या महिन्यातला पुलर प्रुश पर्सन (Puller Prush Person) देखील येऊन गेला आहे; आणि मी नेहमीच सभ्यतेसाठीची देणगी (Decency Donations) नियमितपणे देत असते. माझी सर्व कागदपत्रे व्यवस्थित क्रमवार लावलेली आहेत."

"तुमच्या मुलाच्या हातातून हा चेंडू रस्त्यावर पडला होता," चेंडू पुढे करत चार्ल्स म्हणाला.

त्या बाईनी चेंडू दूर ढकलला. "नाही नाही! आमच्या भागात राहणारी मुलं कधीही चेंडू खाली पाडत नाहीत. त्यांना अगदी काटेकोरपणे तसं प्रशिक्षण दिलं जातं. गेल्या तीन वर्षांत अशी चूक कधीच घडली नाहीये."

घराघरांतून डोकावणाऱ्या सगळ्या लोकांची डोकी होकारार्थी हलली.

चार्ल्स त्या बाईंच्या आणखी जवळ गेला आणि त्यानं घरात डोकावून पाहिलं. त्या बाईंच्या मागे तो छोटा मुलगा दिसला त्याला. त्याच्या वयाचाच असावा तो.

"घरात येऊ शकत नाही हं तुम्ही," ती बाई म्हणाली, "तुम्ही कुठलीही कागदपत्रं दाखवली नाहीत मला. तुमच्याकडे कागदपत्रं नसली तर तुम्हाला घरात नाही घेणार मी."

चार्ल्सनं, त्या छोट्या मुलाला चेंडू दिसावा म्हणून, आपला हात लांबवून त्या बाईंच्या पाठीमागे नेला. तो मुलगा झपाट्याने पुढे आला आणि चेंडू हिसकावून आत पळून गेला. त्या बाईंचा चेहरा पांढराफटक पडला. काहीतरी बोलायला तोंड

उघडलं, पण काहीच न बोलता त्यांनी धाडकन दार लावून घेतलं. इतर सगळ्या घरांची दारंही लगेच खाड्कन बंद झाली.

"कशाची भीती वाटते यांना?" चार्ल्सनी प्रश्न केला. "काय, झालंय काय सगळ्यांना?"

"तुला माहिती नाही?" मेगनी त्याला विचारलं. "हा सगळा काय प्रकार आहे ते तुला खरंच कळलं नाहीये चार्ल्स?"

"अजून तरी नाही,' चार्ल्स म्हणाला, "काही पुसटशी कल्पनाही येत नाहीये. मी प्रयत्न करतोय, पण काहीच कळत नाहीये. अगदी किंचितही नाही. जाऊ दे, चल आपण जाऊ." तो घराच्या पायऱ्यांवरून पाय आपटत खाली उतरला. ते पुढे चालू लागले.

काही अंतर चालल्यानंतर बैठ्या घरांच्या ऐवजी उंच इमारती दिसू लागल्या; 'सदनिका असणार या,' मेगच्या मनात आलं. चांगल्याच उंच, आयताकृती इमारती. अगदी साध्या. त्यातली प्रत्येक खिडकी, प्रत्येक दार तंतोतंत एकसारखं. त्या इमारतीपाशी पोचता पोचता, रस्त्यावर त्यांना एक मुलगा दिसला. साधारण कॅल्विनच्याच वयाचा. तो एक वेगळंच वाहन चालवत होता. एक प्रकारचं यंत्रच म्हणा ना. ते वाहन साधारण सायकल आणि मोटरसायकल याचं एकत्रीकरण करून बनवलेलं असावं. ते सायकलसारखं बारीक आणि हलकं होतं, पण सायकलीचे पायडल फिरल्यावर त्याला मोटरसायकलची शक्ती मिळत होती. त्या शक्तीचा उगम कुठे आहे ते दिसत नव्हतं, पण त्या मुलानं हळूहळू पायडल मारले तरीही तो वेगानं पुढे जात होता. त्याच्या खांद्यावर एक पिशवी लटकवलेली होती. प्रत्येक घराच्या दाराशी आल्यावर तो पिशवीत हात घालून गुंडाळलेले कागद बाहेर काढायचा आणि प्रत्येक दारात फेकायचा. पृथ्वीवरच्या कोणत्याही गावातील रस्त्यावर घरोघरी वर्तमानपत्र टाकणाऱ्या मुलांसारखाच दिसत होता तो मुलगा. तरीही काहीतरी वेगळंच होतं, त्या दोरी आणि चेंडू खेळणाऱ्या मुलांसारखंच. त्याच्या हालचालीतली लय कधीही बदलत नव्हती. कागदांची गुंडाळी अगदी एकाच पद्धतीनं, प्रत्येक दारात भिरकावली जात होती. त्या गुंडाळीचा हवेतला कमानदार मार्गसुद्धा एकाच प्रकारचा होता. प्रत्येक दारात ती कागदांची गुंडाळीदेखील अगदी अचूकपणे एकाच ठिकाणी पडत होती. कोणालाही असं इतक्या सातत्यानं, इतक्या अचूकपणे ती कागदी गुंडाळी फेकता येणं अशक्यच होतं.

कॅल्विननं एक मस्त शिट्टी वाजवली. "बेसबॉल खेळतात का इथे?"

या तिघांना बघून त्या मुलानं आपल्या वाहनाचा वेग कमी केला आणि तो त्यांच्या जवळ येऊन थांबला. कागदी गुंडाळी काढण्यासाठी तो आपला हात पिशवीत घालणार होता, त्याचा तो हात तसाच राहिला. "तुम्ही मुलं इथे रस्त्यावर

काय करताय?'' त्यानं विचारलं, ''तुम्हाला माहितीये ना, की आत्ता फक्त माझ्यासारख्या कामं ठरवून दिलेल्या मुलांनाच बाहेर पडायची परवानगी आहे ते?''

चार्ल्स म्हणाला, ''नाही, आम्हाला काहीच माहीत नाही. आम्ही नवीन आहोत इथे. या गावाबद्दल काहीतरी सांग ना आम्हाला.''

''म्हणजे तुमची प्रवेशपत्रे वगैरे सगळं तपासलं गेलंय का?'' त्या मुलांनी विचारलं, आणि मग स्वतःच उत्तर दिलं, ''तुम्ही इथे आलाय म्हणजेच सगळी प्रक्रिया पूर्ण झालीच असेल म्हणा, आणि तुम्हाला जर आमच्याबद्दल काही माहिती नाहीये तर तुम्ही काय करताय इथे?''

''तूच सांग.'' चार्ल्स म्हणाला.

जरा चिंतेत पडून तो मुलगा म्हणाला, ''तुम्ही तपासनीस आहात का? इथल्या प्रत्येकाला माहीत आहे की आमच्या गावातलं मध्यवर्ती गुप्तचर केंद्र हे अगदी पूर्ण ग्रहावरचं सगळ्यात उत्तम केंद्र आहे. आमचं उत्पादन सगळ्यात जास्त आहे. इथले कारखाने कधीही बंद होत नाहीत, कुठलीही यंत्रं कधीच थांबत नाहीत. शिवाय, यात भर घालायची झाली तर, आमच्याकडे पाच कवी, एक संगीतकार, तीन चित्रकार आणि सहा शिल्पकार आहेत. सगळी व्यवस्था कशी अचूक, पद्धतशीरपणे लावलेली आहे.''

''हे कशात लिहिलेलं सांगतो आहेस तू?''

''अर्थातच आमच्या हस्तपुस्तिकेत आहे हे,'' तो मुलगा म्हणाला, ''या ग्रहावरचं सर्वांत सुव्यवस्थित शहर आहे हे. शेकडो वर्षं झाली, पण अजून कोणत्याही प्रकारचा त्रास नाही उद्‌भवलेला. आमचा हा विक्रम सगळ्या कॅमॅझॉट्झ वासीयांना माहीत आहे. म्हणूनच तर ही कॅमॅझॉट्झची राजधानी आहे. म्हणूनच तर अगदी मुख्य - मध्यवर्ती गुप्तचर केंद्र इथेच आहे. आणि म्हणूनच इट (IT) यांनी आपलं घर इथेच बनवलंय.'' ज्या पद्धतीनं त्यानी इट हा शब्द उच्चारला, त्यामुळे मेगच्या पाठीच्या कण्यातून भीतीची एक लाट सरसरत गेली.

चार्ल्सनं मात्र पटकन विचारलं, ''तुमचं हे मध्यवर्ती गुप्तचर केंद्र कुठे आहे?''

''मुख्य-मध्यवर्ती.'' त्या मुलानं दुरुस्ती केली, ''असंच चालत राहा, अगदी नक्कीच दिसेल ते. तुम्ही नवीन आहात इथे, नाही का! तुम्ही काय करताय इथे?''

''प्रश्न विचारायची परवानगी आहे वाटतं तुला?'' चार्ल्सनं तीव्र शब्दांत विचारलं.

त्या मुलाचा चेहरा पांढराफटक पडला. आधीच्या बाईचा झाला होता ना, तसाच. तो म्हणाला, ''मी अगदी नम्रपणे माफी मागतो हं तुमची. आता मात्र मला माझ्या कामाला जायलाच हवं, नाहीतर उशीर झाल्याबद्दल मला त्याचं स्पष्टीकरण द्यावं लागेल.'' असं म्हणून तो त्याच्या वाहनावरून अगदी वेगानं निघून गेला.

त्या दिशेनं चार्ल्स एकटक बघत राहिला. "हा काय प्रकार आहे?" त्यानं मेग आणि कॅल्विनला विचारलं, "ज्या प्रकारे तो बोलत होता, ते मजेशीर वाटत होतं, म्हणजे... म्हणजे खरंतर जणूकाही तो स्वतः बोलतच नव्हता. मला काय म्हणायचंय ते कळतंय ना?"

विचारात पडलेल्या कॅल्विननं डोकं हलवलं. 'मजेशीर... खरंच तसं वाटत होतं. मजेशीर आणि विचित्र. म्हणजे फक्त त्याची बोलण्याची पद्धतच नाही हं, एकूण सगळाच प्रकार विचित्र वाटतोय."

"चला ना रे," मेग म्हणाली. किती वेळा त्यांना म्हणाली असेल ती असं! "चला, आधी बाबांना शोधू या. तेच आपल्याला समजावून सांगतील हे सगळं.'

ते पुढे चालू लागले. काही वेळानं त्यांना इतर लोक दिसू लागले- मोठे लोक; मुलं नाही. ते लोक रस्त्यावर इकडेतिकडे चालत होते. त्या लोकांनी या तीन मुलांकडे संपूर्ण दुर्लक्ष केलं, आपापल्या कामात अगदी गुंगून गेले होते जणू. त्यांच्यापैकी काही लोक त्या इमारतीत गेले. जवळजवळ सगळे लोक ही मुलं ज्या दिशेनं जात होती, त्याच दिशेनं जात होते. बाजूच्या गल्ल्यांमधून मुख्य रस्त्यापाशी आल्यावर, तिथल्या कोपऱ्यावर ते विलक्षण यंत्रवत वळत होते. जणूकाही त्यांच्या समस्यांमध्ये ते इतके गुंतलेले होते की ते कुठे जातायत् याकडे लक्ष देण्याची गरज, रस्ता त्यांच्या ओळखीचा असल्यामुळे अजिबात वाटत नव्हती.

आणखी काही अंतर गेल्यानंतर सदनिका असलेल्या इमारती मागे पडून, कार्यालये असावीत अशा मोठमोठ्या इमारती लागल्या. भव्य इमारती. त्यांची प्रवेशद्वारंही अवाढव्य. अनेक स्त्री-पुरुष हातात लहानशा बॅगा घेऊन त्या दारातून ये-जा करत होते.

त्यांतल्या एका बाईजवळ चार्ल्स गेला आणि अगदी अदबीनं म्हणाला, "माफ करा हं, पण मला सांगाल का की.," त्या बाईनं त्याच्याकडे लक्षच दिलं नाही आणि ती निघून गेली.

"ए, ते बघ," मेगनं दाखवलं. पुढे, एका चौकापलीकडे एक अतिशय भव्य इमारत होती. इतकी मोठी इमारत त्यांनी आधी कधीच पहिली नव्हती. एम्पायर स्टेट बिल्डिंगपेक्षाही उंच, आणि उंचीच्या एवढीच त्या इमारतीची लांबीदेखील होती.

"हेच असणार ते, त्यांचं मुख्य - मध्यवर्ती गुप्तचर केंद्र की काय ते. चल, जाऊ या," चार्ल्स म्हणाला.

मेग विरोध करत म्हणाली, "पण बाबा या ग्रहावर जर संकटात असतील, तर आपण नेमक्या याच ठिकाणी नक्कीच जायला नको, नाही का?"

"बरं, मग काय म्हणणं आहे तुझं? कसं शोधायचं त्यांना?" चार्ल्सनं विचारलं.

“मी त्या जागी चौकशी नक्कीच नाही करणार!”

“अगं, चौकशी करू, असं मी म्हणतच नाहीये. पण या जागेबद्दल आणखी माहिती मिळाल्याशिवाय बाबांना कुठे आणि कसं शोधायचं याची किंचित कल्पनासुद्धा येणार नाही आपल्याला आणि मला अगदी आतून असं वाटतंय की आपण तिथूनच सुरुवात करायला हवी. मेग, तुला दुसरी काही युक्ती सुचत असली तर सांग की तू.”

“ए, उगाच जास्त शहाणपणा करू नकोस,” तिरसटपणे मेग म्हणाली. “बरं, चल, एकदाचं तुझ्या त्या मुख्य–मध्यवर्ती गुप्तचर केंद्रात जाऊ आणि विषय संपवून टाकू.”

“मला वाटतंय की आपल्याकडे पासपोर्ट किंवा त्यासारखी कागदपत्रं असायला हवीत. अमेरिका सोडून युरोपमध्ये जाण्यापेक्षाही फार वेगळी आणि मोठी गोष्ट आहे ही. तो मुलगा आणि त्या बाईसुद्धा, त्यांची कागदपत्रं क्रमवार लावलेली असण्याबद्दल किती काळजीपूर्वक बोलत होते, आठवतंय ना? आपल्याकडे तर कुठलीही कागदपत्रं नाहीत.”

“पासपोर्ट किंवा इतर कुठल्या कागदपत्रांची गरज असती, तर सौ. व्हॉट्सइटनी तसं सांगितलं असतं की आपल्याला,” चार्ल्स म्हणाला.

कॅल्विननं आपले हात कमरेवर ठेवले आणि चार्ल्सकडे बघत म्हणाला, “हे बघ मित्रा, त्या तिघी जणी जितक्या तुला आवडतात ना, तितक्याच मलाही आवडतात; पण त्यांना अगदी सगळंच कळतं असं मात्र नाही.”

“आपल्यापेक्षा खूप जास्त माहिती आहे हं त्यांना.”

“मान्य आहे नं, पण तुला माहिती आहे नं, सौ. व्हॉट्सइटनी त्या स्वतः पूर्वी एक तारा असल्याचं सांगितलं होतं. तारा असल्यामुळे लोकांबद्दल जास्त माहिती नसेल त्यांना. त्यांनी जेव्हा मानवी रूप धारण करायचा प्रयत्न केला, तेव्हा किती बावळटपणा केला त्यांनी. असला अवतार जमिनीवर किंवा समुद्रात कुठेही बघायला मिळणार नाही.”

“त्यांना गंमत करायची होती,” चार्ल्स म्हणाला, “त्यांना आपल्यासारखं रूप घेणं अजिबात अवघड नव्हतं. तसं अगदी सहज करू शकल्या असत्या त्या.”

कॅल्विन मान हलवत, म्हणाला, “मला नाही तशी खात्री वाटत. आणि हे इथले लोक आपल्यासारखेच दिसतायत. मला काय म्हणायचं आहे, ते कळतंय का तुम्हाला? अर्थात ते लोक तंतोतंत आपल्यासारखे नाहीयेत, याची मात्र खात्रीच आहे मला. काहीतरी खूप वेगळं आहे. पण ते बऱ्याच अंशी आपल्यासारखे आहेत. त्या युरिएल ग्रहावरच्या लोकांपेक्षा तर खूपच आपल्यासारखे आहेत हे.”

“ते यंत्रमानव असतील असं वाटतंय का तुला?” मेगनं विचारलं.

मान हलवत चार्ल्स म्हणाला, "नाही. तो मुलगा नाही का, ज्याच्या हातातून चेंडू निसटला होता तो... तो मुलगा यंत्रमानव मुळीच नव्हता. बाकीचे लोकही तसे वाटत नाहीयेत. थांब हं, जरा ऐकू दे एक मिनिट."

ते सगळे एका उंच इमारतीच्या सावलीत, एकमेकांच्या शेजारी अगदी स्थिर उभे राहिले. तिथल्या सहा इमारतींची सहा दारं उघडत होती, बंद होत होती. उघड, बंद. त्या दारातून लोक आत जात होते, बाहेर येत होते. आत, बाहेर. लोक ये-जा करत होते. नाकासमोर बघत सरळ चालत होते. या मुलांकडे जरासंसुद्धा लक्ष देत नव्हते ते. चार्ल्सच्या चेहऱ्यावर अगदी लक्षपूर्वक ऐकत असल्याचा, काहीतरी शोधत असल्याचा भाव उमटला होता. तो अचानक ठामपणे म्हणाला, "ते यंत्रमानव नाहीयेत. ते नक्की काय आहेत ते कळत नाहीये मला, पण ते यंत्रमानव नक्कीच नाहीयेत. त्यांच्या मनाची जाणीव होतीये मला. त्यांच्या मनापर्यंत पोचू शकत नाहीये मी, पण मला जाणवतंय ते. आणखी एखाद्या मिनिटानं पुन्हा प्रयत्न करून बघतो मी."

ते तिघे अगदी शांतपणे गप्प उभे राहिले तिथे. त्या दारांची उघडझाप होतच राहिली. त्या दारांमधून लोकांची ये-जादेखील तशीच चालू राहिली. एखाद्या जुन्या मूकपटातल्या लोकांसारख्या खटकेबाज हालचाली करत, हे लोक ये-जा करत होते. नंतर अकस्मात लोकांची वर्दळ कमी झाली. खूप थोडेसे लोक राहिले आणि ते अधिक वेगानं हालचाली करू लागले, एखाद्या चित्रपटाची फिल्म खूप वेगानं फिरवल्यावर दिसतं, तशा वेगानं. एक गडद रंगाचा सूट घातलेला पांढऱ्याफटक चेहऱ्याचा माणूस या मुलांकडे बघून म्हणाला, "अरे बापरे, मला उशीर होणार आता," असं म्हणून तो पटकन त्या इमारतीमध्ये गेला.

"पांढऱ्या सशासारखाच आहे की हा," मेग हसत म्हणाली. तशी थोडी अस्वस्थच झाली होती ती.

"मला भीती वाटतीये," चार्ल्स म्हणाला, "मी त्यांच्या मनापर्यंत पोचूच शकत नाहीये. अजिबातच नाही."

"आपण बाबांना शोधायला हवं ना..." मेगचं पुन्हा सुरू झालं.

"मेग..." चार्ल्सचे डोळे भीतीमुळे विस्फारले गेले. "अगं, मी बाबांना ओळखू शकेन की नाही, खात्री नाही वाटत गं मला. किती काळ लोटलाय त्या गोष्टीला, आणि मी तर लहान बाळच होतो ना तेव्हा..."

मेगनी लगेच समजावलं त्याला. "तुला नक्कीच ओळखू येतील ते! अर्थातच! माझ्याकडे न बघताही तुला माझ्या मनातलं कळतं ना, कारण मी नेहमीच असते ना.. तुझ्यासाठी, तू माझं मन नेहमीच वाचू शकतोस..."

"खरंच की," चार्ल्सनं आपल्या एका हाताची मूठ दुसऱ्या हाताच्या तळव्यावर

आपटली, जणू ठाम निर्धार केला त्यानं. "चल, आपण त्या मुख्य – मध्यवर्ती गुप्तचर केंद्रात जाऊ या."

कॅल्विननं पुढे होऊन चार्ल्स आणि मेग दोघांना हाताला धरून थांबवलं. "तुला आपण पहिल्यांदा भेटलो होतो ते आठवतंय का? तू विचारलं होतंस की मी तिथे का आलोय? आणि मी तुला सांगितलं होतं की मला अगदी आतून मी इथे आलं पाहिजे, अशी अंतःप्रेरणा होते. आठवतंय नं?"

"हो, आठवतंय की."

"मला आत्ता तशीच अंतःप्रेरणा येतीये, पण अगदी उलट अर्थाची. मला असं आतून वाटतंय, की जर आपण त्या इमारतीत गेलो, तर आपण कुठल्यातरी भयंकर संकटात सापडू."

७

लाल डोळ्यांचा माणूस

"**प**ण आपल्याला तर माहीतच होतं ना, आपल्यावर संकट येणार आहे ते," चार्ल्स म्हणाला, "सौ. व्हॉट्सइटनी सांगितलं होतं की तसं."

"हो, आणि तुला 'माझ्यापेक्षा किंवा मेगपेक्षाही जास्त धोका आहे म्हणून जास्त सावध राहा' असंही सांगितलं होतं त्यांनी. तू आता मेगसोबत इथेच थांब. मी आधी आत जातो, सगळं ठीक वाटलं तर तुम्हाला येऊन सांगतो."

"नाही हं," चार्ल्स ठामपणे म्हणाला, "त्यांनी आपल्याला एकत्र राहायला सांगितलंय. एकटं फिरू नका असं म्हणाल्या आहेत त्या."

"तू एकटा फिरू नकोस असं सांगितलंय त्यांनी. आपल्यात मी सगळ्यात मोठा आहे, आधी मी आत जातो."

मेग शांतपणे म्हणाली, "नाही. चार्ल्स बरोबर बोलतोय कॅल्विन, आपण एकत्रच राहायला हवं. समजा, तू बाहेर आलाच नाहीस आणि तुला शोधायला आम्हाला आत यावं लागलं तर? अंहं, अजिबात नाही. चल, जाऊ आपण, पण हात धरून जाऊ या. चालेल?"

हातात हात धरून त्यांनी चौक ओलांडला. ती मुख्य–मध्यवर्ती गुप्तचर केंद्राची भव्य इमारत पुढ्यातच होती. त्या इमारतीला एकच प्रवेशद्वार होतं, पण ते भलंमोठं होतं. जवळजवळ दोन मजल्यांइतकं उंच आणि एखाद्या खोलीपेक्षाही रुंद. ते दार मंद रंगाच्या कांस्य धातूसारख्या पदार्थांपासून बनवलेलं होतं.

हसू येऊन मेग म्हणाली, "दार टकटक वाजवायचं का आपण?"

दाराचं निरीक्षण करत कॅल्विन म्हणाला, "या दाराला एखादी दांडी, मूठ किंवा दारातच बसवलेलं कुलूप असं काहीच दिसत नाही. आत जाण्याचा दुसरा एखादा मार्ग असेल कदाचित."

"दारावर टकटक करून बघू या," चार्ल्स म्हणाला. दार वाजवायला त्यानं हात

वर केला, आणि तेवढ्यात ते दार वर जाऊन तीन भागांत विभागलं गेलं. वरचा भाग वर गेला, आणि डावी- उजवीकडचे दोन भाग दोन्ही बाजूंना सरकले. अगदी काही क्षणांपूर्वी त्या दाराचे तीन भाग आहेत हे अजिबातच कळून येत नव्हतं. आश्चर्यचकित होऊन त्या तिघांनी आत पाहिलं. आत एक भलंमोठं दालन होतं. मंद, हिरवट संगमरवराचं दालन. त्या दालनाच्या तीन भिंतींना लागून संगमरवरी बाक होते. त्या बाकांवर लोक पुतळ्यासारखे स्तब्ध बसले होते. संगमरवराचा हिरवा रंग त्यांच्या चेहऱ्यांवर परावर्तित झाल्यामुळे ते अगदीच ओंगळवाणे दिसत होते. दार उघडल्यामुळे त्यांनी आपली डोकी वळवून मुलांकडे बघितलं, आणि परत डोकी फिरवून पूर्ववत बसून राहिले.

"चल ना," चार्ल्स म्हणाला आणि एकमेकांचे हात धरूनच त्यांनी आत प्रवेश केला. त्याबरोबर ते दार आवाज न करता बंद झालं. मेगनी चार्ल्सकडे आणि कॅल्विनकडे पाहिलं, त्यांच्यावरसुद्धा तो हिरवट रंग दिसायला लागला.

मुलं त्या रिकाम्या असलेल्या चौथ्या भिंतीजवळ गेली. ती भिंत भक्कम किंवा भरीव वाटतच नव्हती. त्या भिंतीतून कोणीही आरपार जाऊ शकेल असंच वाटत होतं. चार्ल्सनी भिंतीवर हात ठेवला. 'चांगलीच भरीव आहे की, आणि बर्फासारखी थंडगार.'

कॅल्विननी पण हात लावला, "छी!"

मेगनं एका हातानं चार्ल्सचा आणि दुसऱ्या हातानं कॅल्विनचा हात धरला होता, आणि भिंतीला हात लावण्यासाठी कोणाचाही हात सोडायची तिची इच्छा नव्हती.

"आपण विचारू या कोणालातरी," चार्ल्सबरोबर ते त्या बाकावर बसलेल्या लोकांजवळ गेले. "अं.. इथे कशा पद्धतीनं कामं चालतात ते कोणी सांगू शकेल का आम्हाला?" त्यानं एका माणसाला विचारलं. सगळ्या माणसांनी अगदी सामान्यसे बिझिनेस सूट्स घातले होते. त्या सगळ्यांचे नाक-डोळे थोडेथोडे वेगवेगळे असले तरीही एक प्रकारची समानताही होती त्यात.

"... भुयारी रेल्वेमधून प्रवास करणाऱ्या लोकांसारखीच दिसतायत ही माणसं, फक्त तिथे एखादा तरी माणूस वेगळा दिसत असतो, इथे मात्र तेही नाही' मेगच्या मनात आलं.

तो माणूस मुलांकडे सावधपणे बघत म्हणाला, "कुठली पद्धत? आणि कसली कामं?"

"इथल्या प्रमुख अधिकाऱ्याला भेटायचं झालं, तर आम्हाला काय करावं लागेल?"

"तुमची कागदपत्रं (A) या यंत्राकडे द्यावी लागतील. हे तर तुम्हाला माहीत असायलाच हवं," तो माणूस जरा रागावून म्हणाला.

“आणि हे ए यंत्र कुठे आहे?” कॅल्विननी विचारलं.

त्या माणसानी रिकाम्या भिंतीकडे बोट दाखवलं.

“अहो पण तिथे तर एखादं दार, किंवा काहीच नाहीये, आम्ही आत कसं जायचं?” कॅल्विननं पुन्हा विचारलं.

तो माणूस म्हणाला, “तुमची एस् (S) कागदपत्रं बी (B) या फटीत घालून आत सरकवा. पण हे असे मूर्खासारखे प्रश्न का विचारताय तुम्ही मला? मला उत्तरं माहीत नाहीत असं वाटतंय की काय तुम्हाला? इथे कसलीही कारस्थानं करू नका हं, नाहीतर तुम्हाला पुन्हा त्या प्रक्रिया – यंत्रातून जावं लागेल बरं का, आणि तसं झालेलं आवडणार नाही किनई तुम्हाला.”

कॅल्विन म्हणाला, “आम्ही नवीन आहोत इथे, म्हणून आम्हाला काहीच माहीत नाही. सांगा ना सर आम्हाला, तुम्ही कोण आहात, आणि काय करता तुम्ही?”

“मी दुसऱ्या वर्गासाठी एक स्पेलिंग मशिन चालवतो. पहिल्या दर्जाचं आहे हं माझं मशिन.”

“पण तुम्ही इथे कशासाठी आला आहात?” चार्ल्सनी विचारलं.

“माझ्या मशिनमधलं एक अक्षर सारखं अडकतंय, अगदी जाम झालंय म्हणा ना, आणि एफ (F) दर्जाचं वंगण त्या अक्षराला व्यवस्थितपणे चोळलं की ते पुन्हा नीट काम करू लागेल. तसं केलं नाही तर लोकांची मनंदेखील जाम होण्याचा धोका आहे. हेच सूचित करायला आलो आहे मी इथे.”

“स्ट्रॉबेरी जाम की रास्पबेरी जाम?” चार्ल्स पुटपुटला. कॅल्विननं पटकन त्याच्याकडे पाहिलं आणि आपलं डोकं हलवत त्याला ताकीद दिली. मेगनं त्याचा हात दाबला. तिला माहीत होतं चार्ल्स थट्टा करत नाहीये किंवा उद्धटपणाही करत नाहीये. आपण अजिबात घाबरलेलो नाहीये असं दाखवायची हीच पद्धत होती त्याची.

चार्ल्सकडे तीव्रपणे पाहत तो माणूस म्हणाला, “तुझी तक्रार करायला हवी असं वाटतंय मला. खरं तर मला लहान मुलं आवडतात आणि त्यांना त्रास झालेला मला आवडत नाही. पण तसं केलं नाही तर मलाच त्या प्रक्रिया-यंत्रातून जावं लागू शकतं. तो धोका पत्करण्यापेक्षा तक्रार करतोच मी.”

“चांगली कल्पना आहे, पण, आमची तक्रार कुणाला करणार तुम्ही?” चार्ल्सनं प्रश्न केला.

“कोणाकडे तक्रार करणार असं विचार.”

“बरं, कोणाकडे. हे ठीक आहे? मी अजून दुसऱ्या वर्गापर्यंत पोचलेलो नाहीये.”

...‘इतक्या आगाऊपणे वागायला नको यानं,’ मेगच्या मनात आलं. चिंतेनं

त्याच्याकडे बघत तिनं चार्ल्सचा हात आणखी घट्ट दाबला. तिच्या पकडीतून सुटण्यासाठी त्याची बोटं धडपडू लागली. "हेच सांगत होत्या सौ. व्हॉट्सइट, अहंकारी बनू नको. नको ना रे चार्ल्स असा वागू' मेगच्या मनात आलं. 'कॅल्विनला कळतंय का हे, की इतका जास्त उद्धटपणा म्हणजेच उसनं आणलेलं अवसान असतं ते?' तिच्या मनात विचार येत होते.

खटकेबाज हालचाली करत तो माणूस उभा राहिला. "तो तुम्हाला जास्त त्रास देणार नाही अशी आशा करतो मी!" असं पुटपुटत तो माणूस मुलांना त्या रिकाम्या चौथ्या भिंतीकडे घेऊन गेला. "माझ्यावर ती पुनःप्रक्रिया एकदा झाली आहे आणि तो एकच अनुभव अगदी खूप झाला, परत नकोय. 'इट'कडे पाठवलं जावं अशी मुळीच इच्छा नाहीये माझी. आत्तापर्यंत 'इट'कडे पाठवलं गेलेलं नाहीये मला आणि तो धोका अजिबात पत्करायचा नाहीये मला."

पुन्हा या 'इट'चा उल्लेख झाला. काय प्रकार आहे हा 'इट' म्हणजे?

त्या माणसानं खिशातून एक मोठं पाकीट काढलं. ते पाकीट प्रत्येक रंगाच्या कागदांनी भरलेलं होतं. त्यानी ते कागद काळजीपूर्वक चाळले आणि त्यातून एक कागद बाहेर काढला, आणि म्हणाला, "मला बरेच अहवाल सादर करायचे आहेत. त्यासाठी जास्त (A–21) कार्डांची मागणी करायला हवी." त्यानं कार्ड त्या रिकाम्या भिंतीवर टेकवलं. ते कार्ड त्या संगमरवरी भिंतीतून आत गेलं, आत ओढून घेतल्यासारखं, आणि मग गायब झालं. तो माणूस म्हणाला, "काही दिवस ताब्यात घेतील तुम्हाला, पण माझी खात्री आहे की ते तुमच्याशी फार कठोरपणे वागणार नाहीत. लहान आहात ना तुम्ही. शांत राहा आणि विरोध करू नका, म्हणजे सोपं जाईल तुम्हाला." मुलांना त्या भिंतीपाशी सोडून तो माणूस आपल्या जागेवर जाऊन बसला.

अचानक ती भिंत गायब झाली. त्यांना एक मोठी खोली दिसायला लागली. त्या खोलीच्या भिंतींशी ओळीनं बरीच यंत्रं लावलेली होती. ती यंत्रं संगणकासारखी दिसत होती. मेगनं तिच्या विज्ञानाच्या पुस्तकात पाहिली होती अशा यंत्राची चित्रं. तिचे बाबा कधीकधी अशा यंत्रावर काम करायचे. काही यंत्रांचा वापर केला जात नव्हता. काही यंत्रांमध्ये दिव्यांची उघडझाप होताना दिसत होती. एका यंत्रात एक लांबलचक फीत आत जात होती; तर दुसऱ्यात ठिपके आणि आडवी रेघ अशी भोकं पाडली जाऊन त्याची मालिकाच तयार होत होती. अनेक पांढरे कपडे घातलेले लोक त्या यंत्रांवर काम करत होते, इकडेतिकडे फिरत होते. या मुलांकडे कोणीही अजिबात लक्ष दिलं नाही.

कॅल्विन काहीतरी पुटपुटला.

"काय रे?" मेगनं विचारलं.

"मनातली भीती ही सर्वाधिक भीतिदायक असते," कॅल्विन म्हणाला, "सौ. हू सांगतात तशी म्हण सांगतोय मी. मेग मी खूप घाबरलोय."

"मीही." मेगनं त्याचा हात आणखीनच घट्ट पकडला. "चल, आत जाऊ."

त्या यंत्रं असलेल्या खोलीत त्यांनी प्रवेश केला. अवाढव्य होती खोली, आणि खोलीची लांबी रुंदीपेक्षा जास्त होती. खोली इतकी लांबलचक होती की यंत्रांच्या ओळी दूर अंतरावर एकमेकांच्या अगदी जवळ आल्यासारख्या वाटत होत्या. आगगाडीच्या रुळांकडे लांबवर पाहिल्यावर ते एकत्र आल्यासारखे दिसतात ना, तसं. त्या यंत्रांपासून लांब राहण्याचा प्रयत्न करत मुलं खोलीच्या मध्यावर आली.

"मला नाही वाटत की ती यंत्रं किरणोत्सारी किंवा तसली काहीतरी असतील, किंवा ती पुढे येऊन आपल्याला पकडून खाऊन नाही टाकणार." चार्ल्स म्हणाला.

ते तसेच चालत राहिले. बरंच अंतर चालल्यानंतर त्यांना त्या अवाढव्य खोलीचा अंतिम भाग दिसू लागला. त्या अंतिम भागापाशी काहीतरी होतं तिथे.

अचानक घाबऱ्याघुबऱ्या आवाजात चार्ल्स म्हणाला, "माझा हात सोडू नको! घट्ट धर ना! तो मला आपल्या ताब्यात घेण्याचा प्रयत्न करतोय!"

"कोण?" मेग किंचाळली.

"मला माहीत नाही, पण तो माझ्या मनावर ताबा मिळवण्याचा प्रयत्न करतोय! मला जाणवतंय ते!"

"ए, चला, परत जाऊ आपण," हात सोडवण्याचा प्रयत्न करत कॅल्विन म्हणाला.

"नाही," चार्ल्स म्हणाला, "मला पुढे गेलंच पाहिजे. आपण आता काही ठाम निर्णय घ्यायला हवेत, आणि घाबरलेलं असताना आपण ते घेऊ शकत नाही." त्याचा आवाज जरा विचित्र, मोठ्या माणसासारखा आणि दूरवरून आल्यासारखा वाटत होता. मेगनं त्याचा छोटासा हात आणखी घट्ट धरला. तिला जाणवलं की त्याच्या हाताला घाम फुटलाय.

खोलीच्या अंतिम भागापाशी आल्यावर त्यांच्या चालण्याचा वेग मंदावला. समोर एक मोठा ओटा होता. त्या ओट्यावर एक खुर्ची होती, आणि त्या खुर्चीवर एक माणूस बसला होता.

या ग्रहावर येताना त्या काळ्याकुट्ट गोष्टीत वेगानं घुसून त्यांनी ती पार केली होती. त्या वेळी जशी थंडी आणि अंधार जाणवला होता, तसंच काहीसं या माणसाबद्दलही जाणवत होतं. काय असावं त्या माणसात असं?

"तुमचीच वाट बघत होतो बाळांनो," तो माणूस म्हणाला. त्याचा आवाज सौम्य आणि दयाळू वाटत होता, मेगच्या अपेक्षेप्रमाणे भीतिदायक आणि भावनाशून्य अजिबात नव्हता. काही क्षणांनी तिच्या लक्षात आलं, की जरी तो माणूस बोलत

होता, तरी त्याचं तोंड मात्र बंदच होतं किंवा त्याच्या ओठांची हालचालही होत नव्हती. तिच्या कानांवर बोलले गेलेले शब्द पडतच नव्हते, तो माणूस कुठल्यातरी पद्धतीने थेट त्यांच्या मेंदूसोबत संवाद साधत होता.

"पण तुम्ही एकूण तीन जणं कसे काय बुवा?" त्या माणसानं विचारलं.

"अहो, कॅल्विन असाच आला आमच्याबरोबर, प्रवासाची मजा घ्यायला," चार्ल्स अतिशय धाडसानं बोलला खरा, पण मेगला तो भीतीनं कापत असल्याचं जाणवत होतं.

"अच्छा...असं होय?" क्षणभर त्याचा आवाज तीक्ष्ण झाल्याचं जाणवलं त्यांना, पण लगेच तो शांतपणे सुखद आवाजात म्हणाला, "मग, आत्तापर्यंतचा प्रवास छान झाला असावा."

"हो, अगदी खूप काही शिकवणारा,"

"कॅल्विनला बोलू दे की," त्या माणसानं फर्मावलं.

कॅल्विनचं अंग कडक झालं होतं, ओठ घट्ट आवळून घेतले होते. गुरगुरत्या आवाजात तो म्हणाला, "मला काहीच बोलायचं नाही."

मेग भयभीत होऊन, भुरळ पडल्यासारखी त्या माणसाकडे एकटक बघत होती. त्या माणसाच्या डोळ्यांत लालसर चमक होती. त्याच्या डोक्यावर एक दिवा होता आणि तो दिवा त्याच्या डोळ्यांसारखाच चमचमत होता, एकाच स्थिर लयीत.

चार्ल्स वॉलेसनं आपले डोळे घट्ट बंद केले. तो मेग आणि कॅल्विनला म्हणाला, "तुमचे डोळे बंद करा. त्या दिव्याकडे आणि त्याच्या डोळ्यांकडे बघू नका. तो संमोहित करेल तुम्हाला."

"हुशार आहेस, हो ना? नजर एकवटून पाहण्याचा अर्थातच फायदा होऊ शकतो. पण इतरही मार्ग आहेत की रे चिमुरड्या. हो, नक्कीच इतर मार्ग आहेत."

"माझ्यावर त्याचा प्रयोग केला तर लाथ घालीन हं तुम्हाला!" चार्ल्स म्हणाला. चार्ल्सच्या तोंडी अशी मारामारीची भाषा मेग पहिल्यांदाच ऐकत होती.

"ओहो... हो का रे?...छोटुकल्या, तू खरंच करशील असं?" तो मजेनं म्हणाला खरं, पण मग मात्र काळपट रंगाचे अंगरखे घातलेली चार माणसं या मुलांच्या दोन्ही बाजूंना येऊन उभी राहिली.

"बरं, लाडक्या मुलांनो," त्या माणसाचे शब्द येऊ लागले, "तशी मला हिंसेचा आधार घेण्याची काहीच गरज नाहीये. पण मी असा विचार केला, मला विरोध करून काहीही उपयोग होणार नाही हे जर तुम्हाला एकदा दाखवून दिलं, की तुम्हालाच त्रास होणार नाही. थोड्याच वेळात तुमच्या लक्षात येईल की माझ्याशी लढा देण्याची खरंच गरज नाहीये. आणि फक्त गरजच नाही, तर तुम्हाला तशी किंचितही इच्छा होणार नाही. त्रास आणि दुःखापासून तुमची सुटका करणाऱ्याशी

झगडावंसं कशाला वाटेल? तुमच्यासाठी आणि या ग्रहावरच्या सगळ्या लोकांसाठी मी माझ्या सर्व शक्तीनिशी सगळं दुःख, सगळ्या जबाबदाऱ्या स्वीकारतो. विचार करण्याचं आणि निर्णय घेण्याचं ओझंसुद्धा तुम्हाला घेऊ देणार नाही, ते कामही मीच करीन.''

''आमचे निर्णय आम्हीच घेऊ, धन्यवाद,'' चार्ल्स म्हणाला.

''हो हो, अर्थातच. आणि आपले निर्णय एकसारखेच असतील, तसं झालेलं किती चांगलं आणि किती सोपं असेल, ते तुझ्या लक्षात येतंय का? तुला प्रत्यक्षच दाखवतो. चल, आपण एकत्र मिळून पाढे म्हणू या.''

''नाही,'' चार्ल्सनी नकार दिला.

''एक एके एक, बे एके बे, तीन एके तीन.''

''मेरी हॅड अ लिटिल लँब, इट्स फ्लीस वॉज व्हाइट ॲज स्नो!'' चार्ल्स मोठमोठ्याने कविता म्हणायला लागला.

''चार एके चार, पाच एके पाच, सहा एके सहा''

''ॲण्ड एव्हरीव्हेअर दॅट मेरी वेन्ट, द लॅम्ब वॉज शुअर टु गो!''

''सात एके सात, आठ एके आठ, नऊ एके नऊ!''

''पीटर, पीटर, पंपकिन ईटर, हॅड अ वाईफ ॲण्ड कुड नॉट कीप हर.''

''दहा एके दहा, अकरा एके अकरा, बारा एके बारा.''

हे आकडे, कवितेचे शब्द, सगळं मेगच्या मेंदूवर आदळत होतं. जणू तिच्या डोक्याच्या कवटीला भोक पाडत ते शब्द मेंदूत शिरत होते.

''बे एके बे, बे दुणे चार, बे त्रिक सहा.''

कॅल्विन चिडून ओरडला, ''सत्त्याऐंशी वर्षांपूर्वी आमच्या पूर्वजांनी या खंडावर एका नव्या देशाची निर्मिती केली. स्वातंत्र्याच्या कल्पनेतून या देशाचा जन्म झाला आणि समानतेच्या सिद्धान्तास हा देश पूर्णतया समर्पित आहे.''

''बे चोक आठ, बे पंचे दहा, बे सक बारा.''

''बाबा!'' असह्य होऊन मेग किंचाळली. ''बाबा!'' तोंडातून अनवधानानं निघालेल्या किंचाळीमुळे तिचं मन खाडकन पुन्हा ताळ्यावर आलं.

पाढे म्हणणारा त्या माणसाचा आवाज आता हसू लागला. 'वा,वा, छान! छान! तुमची पहिली परीक्षा तर तुम्ही अगदी उत्तमपणे पास झालात.'

''आम्हाला भ्रमित करणं अगदी सोपं आहे, असं तर वाटलं नव्हतं ना तुम्हाला? असल्या जुन्या युक्तीला आम्ही बळी पडू असा विचार केला होता की काय?'' चार्ल्सनं विचारलं.

''अं, नाही. मी खरोखरच तशी आशा नव्हती केली. पण काय आहे ना मुला, तुम्ही खूप लहान आहात, आणि म्हणूनच तुमच्या मनावर चट्कन परिणाम होऊ

शकतो. जितकं वय लहान, तितकं जास्त सोपं, अधिक चांगलं असतं.''

मेगनं त्याच्या आगीसारख्या डोळ्यांकडे पाहिलं, त्याच्या डोक्यावरच्या चमकत्या दिव्याकडे पाहिलं, आणि नंतर आपली नजर हटवली. तिनं त्याच्या तोंडाकडे बघण्याचा प्रयत्न केला. त्याचे रंगहीन पातळ ओठ दिसले. वर चमकत असलेल्या दिव्यामुळे, तिला उजेडाची तिरीप चुकवण्यासाठी, तिरक्या नजरेने पाहावं लागत होतं. म्हणून एवढं दिसलं तिला. त्याचा चेहरा कसा आहे याचा अंदाज बांधता येत नव्हता. तरुण की म्हातारा, दुष्ट की दयाळू, माणूस की परग्रहावरचा... काहीच कळत नव्हतं.

आपण शांत आणि धीट आहोत असं भासवण्याचा प्रयत्न करत ती म्हणाली, ''आम्ही इथे आलो त्याचं एकमेव कारण म्हणजे आमचे बाबा इथे आहेत असं आम्हाला वाटतंय. प्लीज, त्यांना कुठे शोधायचं हे तुम्ही सांगू शकाल का आम्हाला?''

''ओहो, तुमचे बाबा!'' खूश होऊन गालात हसत तो माणूस म्हणाला, ''तुमचे बाबा! अगं मुली, सांगू शकाल का असं नाही विचारायचं, तर तुम्ही सांगाल का, असं विचार.''

''बरं, सांगाल का?''

''ते अनेक गोष्टींवर अवलंबून आहे. बाबा कशासाठी हवेत तुला?''

''तुम्हाला कधीही बाबा नव्हते का? बाबा हवे असायला कारण लागत नाही. तुमचे बाबा असतात ते, म्हणूनच ते हवे असतात,'' मेग म्हणाली.

''हं.. आणि अलीकडे ते बाबांसारखं अजिबात वागत नव्हते, हो ना? आपल्या बायकोला आणि चार मुलांना टाकून कसलीतरी भलतीसलती धाडसं करीत फिरतोय.''

''ते शासनासाठी काम करत होते. नाहीतर आम्हाला सोडून कधीच गेले नसते ते. आणि प्लीज, आम्हाला त्यांना भेटायचंय.. आत्ताच्या आत्ता.''

''अरेच्चा, या छोट्या मुलीला जरादेखील धीर नाही! संयम ठेव मुली, संयम.''

संयम हा गुण तिच्यात नाही, हे मेगनं त्या माणसाला सांगितलं नाही.

''हां, आणि बरं का मुलांनो,'' तो माणूस म्हणाला, ''तुम्ही तोंडानी, शब्द वापरून माझ्याशी बोलायची काहीच गरज नाही. जसं तुम्हाला माझं म्हणणं कळतंय ना, तसंच मला तुमचं कळतंय.''

बेपर्वाईनं चार्ल्सनं आपले हात कमरेवर ठेवले. ''शब्द वापरून बोलता येणं हे मानवाचं महत्त्वाचं यश आहे,'' घोषणा करावी तसं चार्ल्स म्हणाला, ''आणि मी तसाच बोलत राहणार, विशेषतः ज्या लोकांबद्दल मला विश्वास वाटत नाही, त्यांच्याशी तर असंच बोलणार मी.'' त्याचा आवाज कापत होता. जो चार्ल्स, अगदी लहान असतानासुद्धा फार क्वचित रडायचा, त्याला आज रडू फुटत होतं.

“आणि तुला माझ्याबद्दल विश्वास वाटत नाही?”

“विश्वास वाटावा असं काय केलंय तुम्ही?”

“पण विश्वास वाटू नये असं तरी काय केलंय मी?” त्या माणसाचे पातळ ओठ किंचित वाकडे झाले.

अचानक चार्ल्स वॉलेस वेगानं पुढे धावत गेला आणि त्यानं त्या माणसाला जमेल तितक्या जोरात मारलं. चांगलाच जोरात बसला त्याचा ठोसा, त्याच्या जुळ्या भावांनी ते छान शिकवलं होतं चार्ल्सला.

“चार्ल्स!” मेग ओरडली.

काळपट अंगरखे घातलेले ते लोक चार्ल्सकडे जाऊ लागले. खुर्चीतल्या त्या माणसानं आपलं बोट वर केलं, त्याबरोबर ते लोक पुन्हा आपल्या जागी गेले.

“थांब रे...” कॅल्विन पुटपुटला. तो आणि मेग धावत पुढे गेले आणि चार्ल्सला पकडून त्या ओट्यावरून खाली ओढून मागे आणलं.

त्या माणसानं कळवळल्यासारखा चेहरा वाकडा केला. चार्ल्सचा ठोसा चांगलाच लागला असावा त्याला. किंचित धाप लागलेल्या आवाजात त्यानी विचारलं, “हे असं का केलंस तू? मी विचारू शकतो का तुला?”

“कारण की तू म्हणजे खरा तू नाहीयेस, मला नाही माहिती, तू नक्की काय आहेस ते, पण तू ना...” चार्ल्सनं खुर्चीतल्या त्या माणसाकडे बोट दाखवलं आणि म्हणाला, “आमच्याशी जो बोलतो आहे तो खरा तू नाहीयेस. तुला दुखलं असेल तर माफ कर. तू खरा आहेस असं वाटतच नव्हतं मला. मला वाटलं की कदाचित तू यंत्रमानव असशील, कारण तुझ्याकडून मला कसलेही तरंग येताना जाणवले नाहीत. ते कुठून येतायत ते कळत नाहीये मला, पण ते तुझ्याद्वारे येतायत. तो तू नाहीस.”

“चांगलाच हुशार आहेस, हो ना?” तो माणूस आपल्या विचारांद्वारा म्हणाला. त्याचा आवाज रागानं गुरकावल्यासारखा वाटला आणि त्यामुळे मेग अस्वस्थ झाली.

“मी हुशार आहे, ते महत्त्वाचं नाही,” चार्ल्स म्हणाला. मेगनं त्याचा हात पुन्हा धरून ठेवला होता. त्याच्या हाताला घाम फुटल्याचं मेगला जाणवलं.

“मग मी कोण आहे ते शोधायचा प्रयत्न कर की,” तो माणूस टोचून बोलला.

मोठ्यानं चार्ल्स म्हणाला, “मी तोच प्रयत्न करतोय.”

“माझ्या डोळ्यांत बघ. खोलवर बघ डोळ्यांत, मग सांगीन मी तुला.”

चार्ल्सनं पटकन मेग आणि कॅल्विनकडे पाहिलं, आणि मग स्वतःशीच बोलत असल्यासारखा म्हणाला, ‘आता करावंच लागेल तसं.’ आपले निळे डोळे त्यानं त्या माणसाच्या लाल डोळ्यांवर केंद्रित केले. मेग तिच्या भावाकडे बघतच राहिली. काही क्षणांनी चार्ल्सच्या डोळ्यांच्या बाहुल्या लहान होऊ लागल्या, एखाद्या तीव्र,

तेजस्वी प्रकाशाकडे पाहिल्यावर होतात ना तशाच. हळूहळू त्या बंद होऊ लागल्या. त्याचे निरभ्र, निळे डोळे आता अपारदर्शक दिसू लागले. मेग आणि कॅल्विननं धरलेले आपले हात त्यानं सोडवून घेतले आणि तो खुर्चीत बसलेल्या त्या माणसाकडे हळूहळू चालू लागला.

"नाही! नको!" मेग किंचाळली.

पण चार्ल्स मात्र हळूहळू पुढे जातच राहिला. आपला आवाज त्याला ऐकूच आला नाहीये हे मेगच्या लक्षात आलं.

"नाही!" ती पुन्हा किंचाळली आणि त्याच्या मागे धावली. तिच्या एकूणच धडपड्या वेंधळेपणामुळे ती त्याच्या अंगावर कोसळली. त्याच्यापेक्षा ती मोठी असल्यामुळे तो खाली पडला आणि त्याचं डोकं संगमरवरी जमिनीवर जोरात आपटलं. ती त्याच्या शेजारी गुडघ्यावर बसली आणि हुंदके देत रडायला लागली. थोड्याच वेळात चार्ल्सनं आपले डोळे उघडले, डोकं हलवलं आणि उठून बसला. हळूहळू त्याच्या डोळ्यांच्या बाहुल्या पुन्हा मोठ्या होऊ लागल्या, काही वेळानं तर अगदी पूर्वीसारखे झाले त्याचे डोळे. पांढऱ्या पडलेल्या चेहऱ्याचा रक्तप्रवाह सुरू झाल्यानं त्याचे गाल पुन्हा गुलाबीसर झाले.

खुर्चीतला माणूस धमकी देत थेट मेगच्या मनाशी बोलू लागला, "मला हे अजिबात आवडलेलं नाही हं, आता माझा संयम संपू शकेल. मुली, तसं झालं तर तुझ्या बाबांसाठी ते चांगलं नसेल. तुझ्या बाबांना भेटायचं असेल ना, तर सहकार्य कर मला, तेच जास्त चांगलं."

तिच्या शाळेचे हेडमास्तर मि. जेनकिन्स चिडल्यावर ती जशी वागायची, तशीच वागली मेग. मनात धुसफुसत, कपाळाला आठ्या घालून ती जमिनीकडे पाहत राहिली. "आम्हाला काही खायला दिलं तर बरं होईल," तिनं तक्रार केली. "आम्हाला सगळ्यांनाच अतिशय भूक लागलेली आहे. तुला आम्हाला छळायचंच असेल, तर निदान त्याआधी आम्हाला पोटभर जेवू तरी दे."

त्या माणसाचं हसणं ऐकू आलं. "काही म्हणा, खूप गमतीशीर मुलगी आहे हं ही! नशीब चांगलं आहे हं तुझं, तुझं वागणं मला मजेचं वाटतंय. खरंतर तुमच्याशी इतक्या सौम्यपणे वागायलाच नको मी. या दोन मुलांमुळे माझं लक्ष इतकं विचलित होत नाही. बरंतर, ए पोरी, आता मला सांग, जर मी तुम्हाला खायला दिलं तर तू माझ्या कामात ढवळाढवळ करणं थांबवशील का?"

"नाही," मेगनं स्पष्ट नकार दिला.

"उपासमारीचे आश्चर्यकारक परिणाम नेहमीच दिसून येतात," तो माणूस तिला म्हणाला, "तुमच्यावर अशा जुनाट पद्धतींचा अवलंब करायला अजिबातच आवडणार नाही मला, पण तसं करायला तुम्हीच मला भाग पाडाल, हे कळतंय

ना तुला.''

"हं... पण तसंही, मी तुझं ते शिळं अन्न मुळीच खाणार नाही,'' मेग अजूनही चिडलेली होती. "माझा त्यावर विश्वासच नाहीये.''

"तुम्ही ते जे मांस, कडधान्य आणि काय काय खाता ना, त्यापेक्षा आमचं अन्न चवीला चांगलं नसेलही, कारण ते कृत्रिमरीत्या बनवलेलं असतं. पण मी खात्री देतो तुला, की आमचं अन्न कितीतरी जास्त पौष्टिक आहे. स्वतःची चव नसेल त्याला, पण जरासे फेरफार केले की तुम्हाला आपण छानपैकी भाजलेल्या टर्कींचा समावेश असलेलं चविष्ट जेवण जेवतोय असा भास होईल.''

"मी जर आत्ता खाल्लं तर उलटी होईल मला,'' मेग म्हणाली.

मेग आणि कॅल्विनचा हात धरून चार्ल्स पुढे आला आणि त्यानं विचारलं, "बरं, आता पुढे काय? ही औपचारिकता खूप झाली. पुढचं काय ते बघू या.''

"आपण तेच तर करत होतो,'' तो माणूस म्हणाला, "तुझ्याच बहिणीनं मध्ये येऊन लुडबुड केली. तिच्यामुळे डोकं फुटलं असतं मघाशी तुझं. आता आपण परत प्रयत्न करायचा का?''

"नाही!'' मेग ओरडली. "प्लीज नको रे चार्ल्स. नाहीतर मला करू दे तसं, किंवा कॅल्विनला.''

"पण फक्त त्या छोट्या मुलाचीच मज्जासंस्था पुरेशी जटिल आहे. तुम्ही जर तसा प्रयत्न केला तुमच्या मेंदूचा स्फोट होईल.''

"आणि चार्ल्सच्या मेंदूचा स्फोट नाही होणार?''

"बहुतेक नाही.''

"पण शक्यता तर आहे ना?''

"हो, शक्यता तर नेहमीच असते.''

"मग तर त्यानं तसं अजिबात करायला नको.''

"स्वतःचे निर्णय स्वतः घ्यायचा हक्क आहे की त्याला, तू त्याला तो हक्क दिला पाहिजे.''

मेगनं हेकेखोरपणे आपला मुद्दा सोडला नाही. तिनं विचारलं, "तुम्ही नक्की कोण आहात हे मला आणि कॅल्विनला कळू शकणार नाही असं म्हणायचं आहे का तुम्हाला?''

"नाही गं, तसं नाही म्हणालो मी. तुम्हाला त्याच एका पद्धतीनं कळू शकणार नाही. आणि तसंही, तुम्हाला ते कळणं माझ्यासाठी तितकं महत्त्वाचं नाहीये. हं, आले पाहा ते!'' काळोखातून कुठूनतरी आणखी चार लोक एक टेबल घेऊन आले. त्यांनीसुद्धा तसेच काळपट अंगरखे घातले होते. त्या टेबलावर पांढरं कापड घातलं होतं. हॉटेलमधल्या टेबलांवर असतं तसं. त्याच्यावर एक धातूचं मोठं भांडं होतं.

त्यातून खमंग वास येत होता, टर्कीचा असावा बहुधा.

"हा सगळा प्रकार बनावट वाटतोय. या कॅमॅझॉट्झवर नक्कीच काहीतरी गडबड आहे," मेगच्या मनात आलं.

पुन्हा त्या माणसाचं हसू ऐकू आलं. "हा काही खराखुरा वास अर्थातच नाहीये, पण खऱ्या वासाइतकाच छान आहे की नाही?"

"मला कसलाही वास येत नाहीये," चार्ल्स म्हणाला.

"मला माहीत आहे बाळा, आणि जरा विचार कर, तू कशाला मुकतोयस त्याचा. हे सगळं खाताना तुला आपण वाळू खातोय असंच वाटेल, कसलीच चव लागणार नाही. पण तरीही ते सगळं तू जबरदस्तीनं खाऊन टाक. उपाशीपोटी निर्णय घेऊ नकोस, मलाही तसं व्हायला नकोय."

त्यांच्यासमोर टेबल मांडलं गेलं. काळपट अंगरखे घातलेल्या लोकांनी मोठ्या बशीत वाढायला सुरुवात केली. टर्की होतंच, शिवाय उकडून कुस्करलेले बटाटे, रस्सा, वाफवलेले हिरवे मटारचे दाणे आणि त्यावर वितळणारा पिवळसर लोण्याचा गोळाही होता. बाजूला क्रॅनबेरी, रताळी, मऊ आणि रसाळ मार्शमेलो, ऑलिव्हची फळं, सेलरी, लाल मुळे आणि काय काय होतं तिथे.

मेगचं पोट भुकेनं गुरगुरलं. तिच्या तोंडाला पाणी सुटलं.

'अरे देवा...' कॅल्विन पुटपुटला.

खुर्च्या दिसू लागल्या आणि ते जेवण वाढणारे लोक परत मागे गेले.

मेग आणि कॅल्विननं धरलेले आपले हात सोडवून घेऊन, चार्ल्स धपकन एका खुर्चीत बसला.

"या ना," तो म्हणाला, "यात अगदी विष जरी असलं तरी असू दे, पण मला नाही वाटत असेल असं."

कॅल्विन खुर्चीवर बसला. मेग मात्र साशंकतेनं तशीच उभी राहिली.

कॅल्विननं एक घास चावून खाल्ला. मेगकडे बघत तो म्हणाला, "हे जर खरंखुरं अन्न नसेल ना, तर खऱ्या अन्नाची सर्वोत्कृष्ट नक्कल आहे ही."

चार्ल्सनं एक घास घेतला, तोंड वाकडं केलं आणि तोंडातला घास थुंकून टाकला. "हे अगदीच चुकीचं आहे!" तो त्या माणसावर ओरडला.

हसत तो माणूस म्हणाला, "चालू दे रे, जेव तू."

मेग सुस्कारत म्हणाली, "हे आपण खायला नको असं वाटतंय मला, पण तुम्ही दोघं खाताय, मग मी पण खाते," तिनं एक घास घेतला. "ठीक आहे की चव. माझ्यातलं खाऊन बघ चार्ल्स," असं म्हणून तिनं चमचाभर टर्की चार्ल्सच्या पुढ्यात नेलं.

चार्ल्सनी ते खाल्लं, पुन्हा तोंड वाकडं केलं, पण कसंबसं गिळून टाकलं.

“वाळूसारखंच लागतंय अजूनही,” तो म्हणाला. त्या माणसाकडे बघत त्याने विचारलं, ‘का असं?’

“का ते तुला चांगलंच माहितीये. तू तुझ्या मनाची दारं माझ्यासाठी अगदी पूर्णपणे बंद करून घेतली आहेस. ती दोघं तसं करू शकत नाहीत. बारीकशा फटीतून मी त्यांच्या मनात शिरू शकतो. अगदी पूर्णपणे नाही, पण आपण छान चविष्ट टर्की खातोय असं त्यांना भासवण्याइतपत नक्कीच. बघ, मी किती दयाळू आणि सभ्य गृहस्थ आहे ते.”

“हा हा!” चार्ल्स उद्गारला.

त्या माणसानं हसण्यासाठी आपले ओठ वळवले. मेगनं हे असलं भयानक हसू याआधी कधीच पाहिलं नव्हतं. तो माणूस बोलू लागला, “तू माझ्यावर विश्वास का ठेवत नाही चार्ल्स? माझ्या मनात शिरून मी कोण आहे हे शोधण्यापुरतासुद्धा तुला माझा विश्वास वाटत नाही का रे? मी म्हणजे शांती आणि पूर्ण आराम. मी म्हणजे सगळ्या जबाबदाऱ्यांमधून मुक्तता. माझ्यात येण्याचा निश्चय करणं, हा फक्त एकच, आणि अगदी अखेरचा अवघड निर्णय तुला घ्यावा लागेल.”

“मी जर आत आलो तर पुन्हा बाहेर येऊ शकीन का?” चार्ल्स वॉलेसनं विचारलं.

“हो हो, अर्थातच, तुझी जर तशी इच्छा असेल तर निश्चितच बाहेर पडू शकतोस. पण मला नाही वाटत की तुला एकदा आत गेल्यावर बाहेर यावंसं वाटेल.”

“जर मी आत आलो... आणि आतच राहणार नाहीये हं, लक्षात ठेव... तुझ्याबद्दल माहिती मिळवण्यापुरताच येणार फक्त... तर बाबा कुठे आहेत ते तू सांगशील का?”

“हो. तसं वचन देतो मी. मी उगाचच खोटी वचनं देत नाही.”

“मी मेग आणि कॅल्विनशी एकांतात बोलू शकतो का? तू आमचं बोलणं ऐकू नकोस.”

“नाही.”

चार्ल्सनं खांदे उडवले. “ऐका ना,” तो मेग आणि कॅल्विनला म्हणाला, “हा माणूस नक्की काय आहे ते तर शोधायलाच हवं , हो ना? मी पूर्णपणे आत न जाण्याचा प्रयत्न करीन. माझा काही भाग तरी बाहेर ठेवण्याचा प्रयत्न करीन. मेग, या वेळेला मात्र मला थांबवू नकोस.”

“चार्ल्स, अरे पण तसं करणं तुला जमणार नाही रे! तो तुझ्यापेक्षा जास्त शक्तिशाली आहे! तुलासुद्धा माहितीये की ते!”

“अगं, पण प्रयत्न तर करायलाच हवा ना.”

“पण सौ. व्हॉट्सइटनी ताकीद दिली होती ना तुला!”

“प्रयत्न तर करायलाच हवा. बाबांसाठी गं मेग. प्लीज गं, मला– मला माझ्या बाबांबद्दल माहिती हवीये...” काही क्षणांकरता त्याचे ओठ रडवेले होऊन थरथरले. त्यानं पुन्हा स्वतःवर नियंत्रण मिळवलं. “आणि फक्त बाबांबद्दलच नाही गं मेग, तुला तर माहितीये, त्या काळ्याकुट्ट सावलीसारख्या गोष्टीबद्दल आहे हे. सौ. विचनी आपल्याला जे करण्यासाठी इथे पाठवलंय, ते करायलाच हवं आपण.”

“कॅल्विन... तू तरी समजाव याला,” गयावया करत मेग म्हणाली.

पण मान हलवत कॅल्विन म्हणाला, “तो बरोबर बोलतोय मेग. आणि काहीही झालं तरी आपण आहोतच त्याच्या सोबत.”

“पण म्हणजे काय होणार आहे?” मेग रडक्या स्वरात ओरडली.

त्या माणसाकडे वळून चार्ल्स म्हणाला, “ठीक आहे, चल, करू या तसं.”

त्या माणसानं आपले लाल डोळे चार्ल्सच्या डोळ्यांवर रोखले. त्याच्या डोक्यावरचा लाल दिवा आणि ते लाल डोळे चार्ल्सच्या डोळ्यात खोल खोल रुतत चालले आहेत असं वाटत होतं. छोट्याशा चार्ल्सच्या डोळ्यांच्या बाहुल्या पुन्हा आकुंचित होऊ लागल्या. त्याच्या डोळ्यांच्या बाहुल्या लहान होत गेल्या आणि सरतेशेवटी पूर्ण बंद झाल्या. चार्ल्सनं आपली नजर त्या लाल डोळ्यांवरून हटवली आणि मेगकडे पाहून तो अगदी गोड हसला. पण हे हसू आधीच्या चार्ल्ससारखं नव्हतं.

“ये मेग, खास आपल्यासाठी बनवलेले हे चविष्ट पदार्थ खा,” तो म्हणाला.

मेगनं चार्ल्सच्या हातातली बशी हिसकावून जमिनीवर फेकून दिली. सगळं अन्न जमिनीवर विखुरलं आणि बशी फुटून तिचे तुकडे झाले. “नाही!” ती रडत किंचाळली, “नाही! नाही! नाही!”

काळपट अंगरखा घातलेला एक माणूस काळोखातून बाहेर आला. त्यानं चार्ल्ससमोर दुसरी बशी ठेवली. चार्ल्स उतावीळपणे खाऊ लागला. “काय झालंय मेग?” त्यानं विचारलं. “इतका भांडखोरपणा का करतीयेस? आणि असहकार्य का करतीयेस गं तू?” चार्ल्सचाच आवाज होता तो, पण तरीही वेगळासुद्धा. सपाट. त्या द्विमितीय ग्रहावर ऐकू आला असता तसाच सपाट आवाज.

मेगनं कॅल्विनला घट्ट पकडलं आणि किंचाळत म्हणाली, “हा चार्ल्स नाहीये! आपला चार्ल्स गेलाय निघून!”

८

पारदर्शक खांब

चार्ल्स तसाच जेवत बसला. जणूकाही इतकं चवदार जेवण तो पहिल्यांदाच जेवत होता. त्याचे कपडे तेच होते, तो आधीच्या चार्ल्ससारखाच दिसतही होता. तेच सोनेरी केस, अजूनही बाळसं टिकून असलेला गोबरा चेहरा, सगळं आधीसारखंच. फरक होता तो फक्त त्याच्या डोळ्यांमध्ये. त्याच्या डोळ्यांच्या बाहुल्या पूर्ण बंद असल्यामुळे दिसतच नव्हत्या. पण आणखीही असं काहीतरी होतं की त्यामुळे चार्ल्स निघून गेलाय असं मेगला वाटत होतं. हा छोटासा मुलगा म्हणजे आधीच्या चार्ल्सची हुबेहूब नक्कल होता, जणू फक्त एक बाहुला.

तिनं कसाबसा हुंदका आवरला. त्या लाल डोळ्याच्या माणसाला विचारलं, ''कुठे आहे तो? काय केलंस तू त्याला? कुठेय चार्ल्स वॉलेस?''

''अगं बाळा, काय वेडबीड लागलंय की काय तुला? तो काय तिथे, तुझ्या समोरच आहे की, छान आणि आनंदी आहे तो. त्याच्या आयुष्यात पहिल्यांदाच अगदी पूर्ण छान, आनंदी झालाय तो. आपलं जेवण संपवतोय, शहाणी असशील तर तू पण जेव की,'' त्या माणसाचे विचार तिच्यापर्यंत पोहोचले.

''तुलाही चांगलंच माहितीये की हा चार्ल्स नाही!'' मेग ओरडली. ''तू ताबा मिळवलास त्याच्यावर कसातरी.''

कॅल्विन तिच्या कानात कुजबुजत म्हणाला, ''श्‌श्‌श... शांत हो मेग. त्याच्याशी बोलण्याचा काहीच उपयोग नाहीये. आत्ता आपण चार्ल्सला घट्ट पकडून ठेवलं पाहिजे. इथेच असेल त्याचं बाहेर राहिलेलं मन. इथेच कुठेतरी, आणि त्या लोकांना आपण चार्ल्सला आपल्यापासून दूर नेऊ द्यायचं नाही. त्याला पकडून ठेवायला मदत कर मला मेग. स्वतःवरचं नियंत्रण घालवू नको. आत्ता तर नाहीच. चार्ल्सला धरून ठेवायला मला मदत करायलाच हवीस तू.'' असं म्हणून त्यानं चार्ल्सचा एक हात घट्ट धरला.

आपल्या संतापाच्या उद्रेकाला आवरत मेगनं चार्ल्सचा दुसरा हात घट्ट पकडला.

"मेग, दुखतंय मला!" तीव्रपणे चार्ल्स म्हणाला, "सोड मला!"

कठोर स्वरात मेगनं उत्तर दिलं.

"नाही."

"आपण खूप मोठी चूक केलीय,' चार्ल्स म्हणाला. एखादा ध्वनिमुद्रित आवाज असतो तसा चार्ल्सचा आवाज वाटत होता. "तो आपला शत्रू मुळीच नाहीये. तो आपला मित्र आहे."

"मूर्ख," कॅल्विननं त्याला फटकारलं.

चार्ल्स म्हणाला, "तुला काहीच कळत नाही कॅल्विन. अरे, त्या सौ. व्हॉट्सइट, सौ. हू, आणि सौ. विच या तिघींनी आपल्याला गोंधळात टाकलंय. खरं म्हणजे त्या तिघीच आपल्या शत्रू आहेत. आपण त्यांच्यावर एक मिनिटसुद्धा विश्वास ठेवायला नको होता." अत्यंत शांतपणे, थंड आवाजात चार्ल्स बोलत होता. असल्या आवाजांनी तर तिच्या जुळ्या भावांची चिडचिड व्हायची. चार्ल्स बोलत असताना थेट कॅल्विनकडे बघत होता, पण मेगला खात्री होती की त्याच्या डोळ्यांना काहीच दिसत नाहीये, आणि कुणीतरी दुसरंच कॅल्विनकडे चार्ल्सच्या माध्यमातून बघत होतं.

आता त्याचे थिजलेले, थंड डोळे मेगकडे वळले. "मेग, सोड मला. मी सगळं समजावून सांगतो तुला, पण आधी मला सोड."

"नाही सोडणार," दातओठ खात मेग म्हणाली. तिनं आपली पकड अजिबात ढिली केली नाही. चार्ल्स आपला हात सोडवण्यासाठी खूप जोर लावून ओढू लागला. ही एवढी शक्ती त्याची स्वतःची नव्हतीच. मेगची शक्ती कमी पडू लागली. जोरात हिसका मारून चार्ल्सनं आपला हात सोडवून घेतला आणि तो उभा राहिला. "कॅल्विन!" धापा टाकत मेगनं त्याला हाक मारली.

खेळाडू कॅल्विन, इंधनासाठी आईला लाकडं फोडून देणारा कॅल्विन, मजबूत स्नायू असलेला कॅल्विन, त्याच कॅल्विननं चार्ल्सचं मनगट सोडलं आणि तो एखादा फुटबॉल असल्यागत त्याच्याशी झटापट केली. संतापलेली, घाबरलेली मेग त्या खुर्चीतल्या माणसावर धावून गेली. चार्ल्सनं मारलं तसंच मारायचं होतं तिला, पण ते काळपट अंगरखेवाले लोक तिच्यापेक्षा चपळ होते, एकानं तिचे हात पकडून ते तिच्या पाठीमागे घट्ट पकडून ठेवले.

"कॅल्विन, मी सांगतोय, सोड मला," चार्ल्सचा आवाज आला.

कठोर निर्धार दिसत होता कॅल्विनच्या चेहऱ्यावर. त्यानं आपली पकड अजिबात ढिली केली नाही. त्या लाल डोळ्यांच्या माणसानं डोकं हलवून खूण केली आणि तीन लोक कॅल्विनवर चालून गेले. त्यांनी चार्ल्सला सोडवलं आणि कॅल्विनला

मेगसारखंच पकडून ठेवलं.

"सौ. व्हॉट्सइट!" निराश होऊन मेगनं हाक मारली, "अहो सौ. व्हॉट्सइट!'

पण सौ. व्हॉट्सइट काही आल्या नाहीत.

"मेग," चार्ल्स म्हणाला. "मेग ऐक गं माझं म्हणणं."

"बरं, ऐकते, बोल."

"तुला सांगितलंच मी, आपण सगळ्यांनी चूक केली आहे ते. आपल्याला समजलंच नाही. आपण आपल्या आणि बाबांच्या मित्राशीच लढा देतोय."

"तो आपला मित्र आहे हे जर बाबांनी सांगितलं तर कदाचित विश्वास बसू शकेल माझा. पण कदाचितच हं. तुझ्यावर टाकलंय तसं मायाजाल किंवा मंत्र... असंच काहीतरी बाबांवरही टाकलेलं असू शकेल."

"मंत्र? मायाजाल? अगं ही काही परीकथा नाहीये," चार्ल्स म्हणाला, "मेग तू झगडणं थांबवायला हवं आणि शांत हो बरं. शांत आणि खूश राहा. मेग, अगं, तसं केलंस ना, की तुझ्याच लक्षात येईल की सगळी पीडा आता संपली आहे. तुला कळतंच नाहीये, की आपण जिथे आलोय ती जागा किती छान आहे. बघ ना, या ग्रहावर सगळं कसं अगदी सुव्यवस्थित आहे, कारण सगळे जण शांतपणे स्वतःला समर्पित करायला शिकले आहेत. आपल्या या छान मित्राच्या डोळ्यांत शांतपणे आणि स्थिरतेनं बघत राहायचं. एवढंच करायचं फक्त. जास्त काही नाही. तो आपला मित्र आहे बरं का ताई! त्यानं मला कसं त्याच्या आत घेतलंय तसंच तुलाही घेईल."

"तुला आत घेतलं...हे अगदी बरोबर बोललास तू!" मेग म्हणाली. "तुलाही कळतंय की हा तू म्हणजे खरा तू नाहीयेस. आत्तापर्यंत मला आयुष्यात कधीही 'ताई' अशी हाक मारली नव्हतीस तू."

"मेग, जरा एक मिनिट गप्प बस," कॅल्विन कुजबुजला. त्या लाल डोळेवाल्या माणसाकडे बघत तो त्याला म्हणाला, "बरं ठीक आहे, तुझ्या माणसांना आम्हाला सोडायला सांग आणि चार्ल्सच्या माध्यमातून आमच्याशी बोलणं थांबव. आम्हाला माहीत आहे की चार्ल्सच्या द्वारे तूच बोलतोयस ते, किंवा तुझ्या माध्यमातून दुसरंच कोणीतरी बोलतंय. तू चार्ल्सला संमोहित केलंय तेसुद्धा कळलंय आम्हाला."

"संमोहनशास्त्र....फार जुनाट पद्धत," लाल डोळ्यांचा माणूस पुटपुटला. त्यानं एक बोट उंचावून त्याच्या माणसांना खूण केली आणि त्या लोकांनी मेग आणि कॅल्विनला सोडलं.

"धन्यवाद," कॅल्विन वैतागून म्हणाला, "तू जर खरंच आमचा मित्र म्हणवतोस, तर तू कोण...किंवा काय...आहेस ते आम्हाला सांगतोस का?"

"मी कोण आहे ते कळणं तितकंसं गरजेचं नाहीये. मी इथला प्रमुख समन्वयक

आहे, एवढीच माहिती पुरे तुम्हाला.''

''पण तू फक्त एक माध्यम आहेस, तुझ्या माध्यमातून वेगळंच कोणीतरी बोलतंय, हो ना? चार्ल्ससारखंच? तुला पण संमोहित केलंय का?''

''तुम्हाला सांगितलं ना, तो शब्द फार जुनाट झालाय, योग्य अर्थ सूचित होतच नाही त्यातून.''

''तू आम्हाला श्री. मरी यांच्याकडे घेऊन जाणार आहेस का?''

''नाही. तशी गरज नाहीये, आणि मला ही जागा सोडणं शक्य नाही. चार्ल्स वॉलेस नेईल तुम्हाला.''

''चार्ल्स वॉलेस?''

''हो!''

''केव्हा?''

''आत्ताच.'' त्या माणसानी तोंड वाकडं करत म्हटलं, ''हो, आत्ता नेलेलं चालेल.''

चार्ल्सनं दचकून मान वर केली आणि म्हणाला, ''चला.'' चार्ल्स यंत्रवत्, घरंगळत चालू लागला. कॅल्विन त्याच्यामागे जाऊ लागला. साशंकतेनं मेग त्या माणसाकडे, चार्ल्सकडे आणि कॅल्विनकडे आलटूनपालटून बघायला लागली. तिला पुढे जाऊन कॅल्विनचा हात पकडायचा होता, पण हा प्रवास सुरू झाल्यापासून ती सतत आधारासाठी हात धरतच होती. त्यामुळे आत्ता तिनं आपले हात खिशात कोंबले आणि त्या दोघांच्या मागून चालू लागली. तिनं स्वतःलाच बजावलं, 'मला आता धीटपणे वागायलाच हवं... आणि आता मी हिंमत करीन आणि धिटाईनं वागेन.'

एका अंतहीन वाटणाऱ्या, लांबलचक पांढऱ्या कॉरिडॉरमधून ते बराच वेळ चालत राहिले. चार्ल्स तसाच यांत्रिकपणे चालत राहिला. आपल्यामागे मेग, कॅल्विन येतायत की नाही हे पाहण्यासाठीसुद्धा त्यानं एकदाही मागे वळून पाहिलं नाही.

अचानक मेग पुढे पळत गेली आणि तिनं कॅल्विनला गाठलं. ती त्याला म्हणाली, ''कॅल, ऐक ना, पटकन सांगते, तुला आठवतंय, सौ. व्हॉट्सइट म्हणाल्या होत्या की त्यांनी वरदान म्हणून तुझं संवाद साधण्याचं कौशल्य अधिक सक्षम केलंय. आपण चार्ल्सशी आत्तापर्यंत शारीरिकदृष्ट्या झगडत होतो, पण त्याचा काहीच फायदा झाला नाही. तू चार्ल्सशी संवाद साधायचा प्रयत्न करतोस का? त्याच्या मनापर्यंत पोचायला जमेल का तुला?''

''अगं, खरंच की, अगदी बरोबर बोललीस,'' कॅल्विनचा चेहरा आशेनं उजळला. त्याच्या उदास डोळ्यांत चमक आली. ''आत्तापर्यंत किती गोंधळ चाललाय ना सगळाच, डोक्यातच आलं नाही गं... फारसा फरक पडेल असं नाही वाटत, पण

प्रयत्न करायला काय हरकत आहे ना, ते तर नक्कीच करू शकतो मी.'' त्या दोघांनी चालण्याचा वेग वाढवला आणि चार्ल्सला गाठलं. कॅल्विननं चार्ल्सचा हात हातात घ्यायचा प्रयत्न केला, पण चार्ल्सनी तो झटकून टाकला.

''एकटं सोड मला,'' चार्ल्स गुरगुरला.

''अरे मित्रा, मी इजा नाही करणार तुला, मला तुझ्याशी मैत्री करायची आहे. चल, आपण पुन्हा मित्र बनू या, चालेल?'' कॅल्विन म्हणाला.

''म्हणजे, तू ऐकशील माझं सगळं?'' चार्ल्सनी विचारलं.

''नक्कीच,'' समजुतीच्या स्वरात कॅल्विन म्हणाला, ''आम्ही चांगले समजूतदार लोक आहोत. चार्ल्स, माझ्याकडे एक मिनिट बघ तरी.''

चार्ल्स थांबला आणि हळूच वळून गोठलेल्या नजरेनं कॅल्विनकडे बघू लागला. कॅल्विननंही त्याच्या डोळ्यांत आपली नजर रोखली. त्याच्या तीव्र एकाग्रतेची जाणीव मेगला झाली. चार्ल्सचं अंग जोरात थरथरलं. क्षणभर त्याचे डोळे पूर्वीसारखे भासले. नंतर मात्र त्याचं सगळं अंग पिळवटून निघालं, आणि ताठरलं. तो पुन्हा एखाद्या कळसूत्री बाहुल्यासारखा चालू लागला. ''मला आधीच कळायला हवं होतं,'' तो म्हणाला, ''तुम्हाला मरी यांना भेटायचं असेल तर गुपचूप माझ्याबरोबर चला. कसलीही चलाखी करायची नाही उगाचच.''

''तू तुझ्या बाबांना अशी हाक मारतोस?... मरी अशी?' कॅल्विननी विचारलं. त्याचा प्रयत्न थोडक्यात फसल्यानं तो चिडला असल्याचं मेगच्या लक्षात आलं.

''बाबा? बाबा म्हणजे काय?'' सपाट स्वरात चार्ल्स म्हणाला, ''हा फक्त एक गैरसमज आहे. जर तुला बाबांची इतकीच गरज भासत असेल तर 'इट' आहेच ना.''

पुन्हा 'इट.'

''हा 'इट' कोण आहे?'' मेगनं विचारलं.

चार्ल्स म्हणाला, ''योग्य वेळ आली की तेव्हाच कळेल. 'इट'साठी तुम्ही अजून तयार नाही. पण सगळ्यात आधी मी तुम्हाला या सुंदर आणि ज्ञानसंपन्न कॅमॅझॉट्झ ग्रहाची माहिती देतो.'' चार्ल्सचा मि. जेनकिन्स यांच्यासारखा खास शिक्षकी सूर लागला होता. ''तुमच्या लक्षातही आलं नसेल की कॅमॅझॉट्झ ग्रहावरून सगळ्या प्रकारचे आजार, व्यंगं नाहीशी करण्यात आम्ही यश मिळवलं आहे.''

''आम्ही?'' कॅल्विननं मध्येच विचारलं.

त्याचं बोलणं ऐकूच न आल्यासारखं चार्ल्सनी आपलं बोलणं सुरूच ठेवलं. 'अर्थातच, नसेलच ऐकलं त्यानी,' मेगच्या मनात आलं. ''आम्ही कोणालाही त्रास होऊ देत नाही. जो आजारी आहे त्याचाच समूळ नाश करणं, हे जास्त चांगलं वाटतं आम्हाला. त्यामुळे इथे दिवसेंदिवस सर्दीचा त्रास सहन करणारे, किंवा घसा खवखवून खोकत असलेले लोक दिसणारच नाहीत. त्रास सहन करण्यापेक्षा अशा

लोकांना झोपवून टाकणं जास्त चांगलं असतं.''

"म्हणजे त्या लोकांना सर्दी असेपर्यंत झोपवलं जातं, का त्यांचा खून केला जातो?'' कॅल्विननं विचारलं.

"खून करणं, हा फार जुनाट शब्द झाला,'' चार्ल्स पुढे बोलू लागला, "कॅमॅझॉट्झवर खून वगैरे काही नसतं. 'इट' या अशा सगळ्या गोष्टी व्यवस्थित सांभाळतात.'' खटकेबाज हालचाली करत चार्ल्स कॉरिडॉरच्या भिंतीजवळ गेला. क्षणभर स्तब्ध उभा राहिला, मग आपला हात उंचावला. ती भिंत हेलकावली, थरथरली आणि मग पारदर्शक झाली. चार्ल्स त्या भिंतीतून पुढे गेला, खूण करून मेग आणि कॅल्विनला तिथे यायला सांगितलं. ते दोघं चार्ल्सच्या पाठोपाठ त्या भिंतीतून आत गेले. आता ते एका लहानशा चौकोनी खोलीत आले होते. मंद, पिवळसर प्रकाश पसरला होता. मेगला त्या खोलीबाबत काहीतरी अनिष्ट असल्याचं जाणवलं. त्या खोलीचा लहानसा आकार... जणूकाही खोलीच्या भिंती, छत, जमीन, एकमेकांजवळ येतील आणि उतावीळपणे आत आलेल्याला एकत्र येऊन चिरडून टाकतील, असं वाटत होतं.

"हे कसं केलंस तू?'' कॅल्विननं चार्ल्सला विचारलं.

"काय केलं?''

"ती भिंत ... उघडली ... त्यातून कसा गेलास तू?''

"मी फक्त अणूंची रचना बदलली,'' गर्विष्ठपणे चार्ल्स म्हणाला, "अणूंच्या बद्दल शाळेत शिकलायस ना तू?''

"हो, पण...''

"हं... मग तुला तर माहितीच असेल की कुठलीही वस्तू पूर्णपणे घनरूपात नसते, हो ना? उदाहरणार्थ कॅल्विन, तू स्वतः अनेक रिकाम्या पोकळ्यांचा बनलेला आहेस, बरोबर? जर तुझ्यातल्या सगळ्या पोकळ्या काढून टाकल्या, तर तुझा आकार फक्त एखाद्या टाचणीच्या टोकावर असलेल्या गोळ्याएवढाच होईल. हे एक शास्त्रीय सत्य आहे, हो ना?''

"हो, पण...''

"मी फक्त त्या भिंतीतले अणू बाजूला सारले आणि आपण त्या अणूंच्या मधल्या जागेतून आत गेलो.''

मेगच्या पोटात खड्डा पडायला लागला. तिला जाणवलं की ते उभे असलेली ती छोटी खोली म्हणजे एक लिफ्ट आहे, आणि आता ते खूप वेगाने वरच्या दिशेला जाऊ लागले होते. त्यांच्या चेहऱ्यांवर तो पिवळसर प्रकाश पडला होता. चार्ल्सच्या डोळ्यांचा फिकट निळा रंग त्या पिवळ्या प्रकाशामुळे हिरवट दिसायला लागला होता.

कॅल्विननं ओठांवरून जीभ फिरवली आणि विचारलं, "आपण कुठे जातोय?"

"वर," चार्ल्सचं व्याख्यान देणं सुरूच होतं, "कॅमॅझॉट्झवर आम्ही सगळे अगदी एकसारखे आहोत ना, त्यामुळे आम्ही सगळेच सुखी आहोत. भिन्नता असली की समस्या निर्माण होतात. तुला हे चांगलंच माहितीये, हो ना गं ताई?"

"नाही," मेग म्हणाली.

"नाही काय अगं? माहितीये तुला. पृथ्वीवर असताना पाहिलंच आहे की तू, खरंच आहे ते. तू शाळेत खूश नसायचीस त्याचंही हेच तर कारण आहे. कारण तू वेगळी आहेस.'

"मी पण वेगळा आहे, आणि तरीही खूशसुद्धा आहे," कॅल्विन म्हणाला.

"पण तू इतरांपेक्षा वेगळा नाहीयेस असंच भासवत असतोस नेहमी."

"मी वेगळा आहे, आणि तसं असायला मला आवडतं," चढ्या सुरात कॅल्विन म्हणाला.

"मी वेगळी आहे हे मला फारसं आवडत नसेलही, पण मला इतर लोकांसारखंसुद्धा बनायचं नाहीये," मेग म्हणाली.

चार्ल्सनं हात उंच केला. वर वर जाणारी ती चौकोनी खोली थांबली आणि एक भिंत गायब झाली. चार्ल्स खोलीबाहेर पडला. त्याच्या मागोमाग मेग आणि कॅल्विनही बाहेर पडू लागले. कॅल्विन कसाबसा बाहेर येतो न येतो, तेवढ्यातच त्याच्या मागे ती भिंत पुन्हा प्रकट झाली. ती भिंत कुठून प्रकट झाली ते दिसू शकलंच नाही.

"तुला कॅल्विनला मागे, त्या खोलीतच ठेवायचं होतं ना?" मेगनं विचारलं.

"मी फक्त तुम्हाला सतत जागरूक राहायला शिकवतोय. मी आधीच बजावून ठेवतोय हं, तुम्हा दोघांपैकी कुणीही कसलाही त्रास दिला, तर तुम्हाला 'इट'कडे न्यावंच लागेल मला."

तो 'इट' हा शब्द चार्ल्सच्या तोंडून ऐकताना काहीतरी भयंकर आणि किळसवाणं वाटलं मेगला. "आहे तरी काय हे 'इट'?" तिनं विचारलं.

"तू त्याला'इट'- मालक, किंवा बॉस म्हणू शकतेस," चार्ल्स खिदळत म्हणाला. अतिशय भयानक वाटलं ते हसणं. 'इट' स्वतःला कधीकधी 'सर्वांत सुखी सॅडिस्ट (Sadist),' म्हणजेच दुसऱ्याच्या दुःखात आनंद मानणारा, किंवा परपीडक, असं म्हणवतो."

भीती लपवत थंडपणे मेग म्हणाली, "तू काय बोलतोयस ते काहीही कळत नाहीये मला."

"तो शब्द 'सॅडिस्ट (Sadist)' असा आहे बरं का, 'सॅडेस्ट (Saddest)' असा नाही," चार्ल्स पुन्हा खिदळायला लागला. "अनेक लोक त्या शब्दाचा चुकीचा उच्चार करतात."

“मला काही फरक पडत नाही,” बेपर्वाईनं मेगनं उत्तर दिलं. “मला कधीही त्या ‘इट’ला भेटायचं नाहीये, बस, इतकंच.”

चार्ल्स पुन्हा त्या एकसुरी, विचित्र आवाजात बोलू लागला, ‘‘मेग, तुला जरा अक्कल असेल असं वाटलं होतं. आपल्या इथे इतक्या लढाया का होत असतील असं वाटतं तुला? लोक इतके गोंधळलेले आणि दुःखी का असतात? कारण ते सगळे आपापलं स्वतंत्र, वैयक्तिक आयुष्य जगतात. मी तुला अगदी शक्य तितक्या सोप्या प्रकारे समजावून देण्याचा प्रयत्न करतोय. कॅमॅझॉट्झवर आम्ही कोणीच स्वतंत्रपणे, किंवा वैयक्तिकरीत्या जगत नाही. कॅमॅझॉट्झवर सगळ्यांना एकच मन असतं. ते म्हणजेच ‘इट’. आणि म्हणूनच सगळेच अगदी सुखी आणि कर्तबगार आहेत. आपल्या पृथ्वीवर हीच गोष्ट त्या सौ. व्हॉट्सइटसारख्या म्हातारड्या चेटकिणींना होऊ द्यायची नाहीये.”

“त्या चेटकीण नाहीत,” मेगनं त्याचं बोलणं मध्येच थांबवलं.

“नाही?”

“नाही,” कॅल्विन म्हणाला. “तुलाही माहितीये ते. हा त्यांच्यासाठी फक्त एक खेळ असेल. त्यांची पद्धत असेल, अंधारात हसण्याची.”

चार्ल्सनं बोलणं सुरूच ठेवलं, ‘अंधारात... हे बरोबर आहे. आपण योग्य तऱ्हेनं सुव्यवस्थापित असण्यापेक्षा गोंधळलेले असणं हेच हवंय त्यांना.”

मेगनं आपलं डोकं जोरजोरात हलवलं, आणि ओरडून म्हणाली, “नाही! आपलं जग अगदी परिपूर्ण नसलं ना चार्ल्स, तरी यापेक्षा नक्कीच चांगलं आहे. आपल्या जगाला हा असला एकमेव पर्याय असूच शकत नाही!”

“इथे कोणालाही त्रास होत नाही, कोणीही दुःखी नसतं,” चार्ल्सचं सुरूच होतं.

“अरे, दुःखी नसलं तरी कोणी सुखीही नाहीये ना,” गंभीरपणे मेग बोलत होती, “कधीकधी होतं असं, जरी तुम्ही दुःखी नसलात तरी तुम्हाला सुख कसं मिळवायचं ते नाही कळत. कॅल्विन, मला घरी जायचंय.”

“अगं, आपण इथे चार्ल्सला एकटं सोडून नाही जाऊ शकत, आणि तुझ्या बाबांना शोधल्याशिवायही आपण नाही जाऊ शकत हे कळतंय ना तुला, पण मेग, तू आणि सौ. विच, दोघी बरोबरच बोलत होतात हं. हे सगळं फारच वाईट आहे.”

चार्ल्सनं आपलं डोकं जोरात हलवलं. नापसंती आणि तुच्छता त्याच्या चेहऱ्यावर स्पष्ट दिसत होती. “चला. उगाच वेळ घालवतोय आपण.” तो बोलत बोलत कॉरिडॉरमधून भराभर चालायला लागला. ‘खालच्या दर्जाची, स्वतंत्र व्यक्ती असणं किती भयानक असतं ना, चं-चं-चं’ पावलागणीक त्याची गती वाढत होती, त्यामुळे मेग आणि कॅल्विनला त्याच्यामागे पळावं लागत होतं. “आता हे बघा हं,”

तो म्हणाला. त्यानं आपला हात वर केला. एक भिंत पारदर्शक झाली आणि त्यांना पलीकडचं दिसू लागलं. पलीकडे एक छोटीशी खोली होती. त्या खोलीत एक छोटा मुलगा चेंडूला टप्पे देत होता. छान, एका लयीत तो चेंडूला टप्पे देत होता आणि त्या खोलीच्या भिंतीही त्या लयीसोबत स्पंदन पावत होत्या. पण जेव्हा जेव्हा चेंडू खाली आपटत होता, तेव्हा प्रत्येक वेळेला तो मुलगा खूप वेदना झाल्यासारखा ओरडत होता.

कॅल्विन मोठ्यानं म्हणाला, ''हा तर आपण दुपारी पाहिलेला छोटा मुलगा आहे, तो नाही का... इतर मुलांसारखं एका लयीत चेंडूला टप्पे देणं जमत नव्हतं त्याला... तोच मुलगा.''

चार्ल्स पुन्हा खिदळला, ''हो, तोच आहे हा. अधून मधून असा असहकार करतं कोणीकोणी, पण अशी परिस्थिती अगदी सहजपणे सुधारली जाते. आता यानंतर त्याला इतरांपेक्षा वेगळं वागायची इच्छासुद्धा होणार नाही. हं... आलो आपण.''

तो पट्‌कन जरा पुढे गेला. त्यानं पुन्हा एका भिंतीवर हात ठेवून ती भिंत पारदर्शक केली. त्यांना एक दुसरी छोटीशी खोली दिसली. त्या खोलीच्या मध्यभागी एक खूप मोठा, गोलाकार, पारदर्शक खांब होता, आणि त्या खांबाच्या आत एक माणूस होता.

''बाबा!'' मेग ओरडली.

९

'इट'

त्या खांबात बंदिवान झालेल्या माणसाकडे मेग धावली, पण तिला वाटलं होतं तसं ते दार उघडं नव्हतं. एखाद्या भिंतीवर आदळून मागे फेकलं जावं तसं तिला वाटलं.

कॅल्विननी तिला पकडलं. "अगं, ते नुसतंच काचेसारखं पारदर्शक दार आहे, आपल्याला त्यातून जाता येणार नाही," त्यानं सांगितलं.

आपटल्यामुळे तिचं डोकं गरगरत होतं. ती काही बोलूच शकली नाही. आपल्याला चक्कर येईल किंवा उलटी होईल असं तिला क्षणभर वाटलं. चार्ल्स पुन्हा हसला. हे हसू त्याचं स्वतःचं मुळीच नव्हतं. तिला त्या हसण्यामुळे प्रचंड राग आला आणि होणाऱ्या वेदना, भय याकडे तिचं दुर्लक्ष झालं. चार्ल्स वॉलेस...., तिचा लाडका भाऊ चार्ल्स, तिला दुखापत झाल्यावर कधीही हसला नव्हता. अशा वेळी तो अगदी प्रेमानं, तिला बरं वाटावं म्हणून, तिच्या गळ्यात हात टाकून तिच्या गालांवर आपला मऊ मऊ गाल टेकवायचा. पण हा...? हा राक्षसी चार्ल्स खिदळत होता. तिनं त्याच्याकडे पाठ केली आणि खांबातल्या माणसाकडे पुन्हा बघितलं.

"बाबा..." तिनं आर्तपणे हळूच हाक मारली, पण खांबातल्या माणसाचं लक्षच गेलं नाही. त्यांनी चश्मा घातला नव्हता. आधीचा, शिंगाच्या फ्रेमचा चश्मा त्यांच्या शरीराचाच भाग वाटायचा. आपल्याच विचारात गढून गेल्यासारखे दिसत होते ते. त्यांची दाढी वाढली होती, रेशमी तपकिरी केसांत रुपेरी छटा दिसत होती. केसही वाढले होते. केप कनावरल इथं काढलेल्या फोटोमध्ये जसे लांबसडक वाढलेले केस होते तसे, पण आता ते केस कपाळावरून मागे सारलेले होते. जवळजवळ खांद्यांपर्यंत पोचत होते त्यांचे केस. त्यामुळे ते एखाद्या दुसऱ्याच शतकातल्या माणसासारखे, किंवा फुटलेल्या जहाजावरच्या खलाशासारखे दिसत होते. पण काहीही झालं तरी ते तिचे बाबा होते, तिचे लाडके बाबा.

"बापरे...किती गबाळे दिसतायत ते...नाही का?" चार्ल्स खिदळला.

अतिशय संतापलेली मेग गर्रकन वळून त्याला म्हणाली, "चार्ल्स, अरे ते बाबा आहेत! आपले बाबा!"

"बरं, मग? मग काय झालं त्यात?"

मेगनं पुन्हा पाठ वळवली. आपले हात बाबांच्या दिशेनं पुढे पसरले.

"आपण त्यांना दिसत नाही मेग," हळुवारपणे कॅल्विन म्हणाला.

"का? का नाही दिसत?"

"घराच्या दरवाजाला बाहेर कोण आलंय ते पाहण्यासाठी लहानसं भोक असतं ना, तसंच काहीसं आहे हे," कॅल्विन समजावून सांगायला लागला, "आतून तुला बाहेरचं सगळं दिसू शकतंय, पण बाहेरून मात्र आतलं काहीही दिसू शकत नाही. आपण बाबांना बघू शकतो, पण ते आपल्याला बघू शकत नाहीत."

गयावया करत मेग म्हणाली, "चार्ल्स! मला तिथे आत, बाबांजवळ जाऊ दे ना!"

"कशाला?" शांतपणे चार्ल्सनं विचारलं.

मेगला आठवलं, ते सगळे जेव्हा लाल डोळ्यांच्या माणसासोबत होते, तेव्हा तिनं चार्ल्सला पाडलं होतं आणि तेव्हा त्याचं डोकं जमिनीवर आपटलं होतं. त्यामुळेच चार्ल्स पुन्हा पूर्वीसारखा झाला होता. ते आठवून ती चार्ल्सवर धावून गेली, पण ती त्याच्यापर्यंत पोचायच्या आधीच त्यानं तिच्या पोटात एक गुद्दा हाणला. तिला तर श्वास अडकल्यासारखंच झालं. तिनं त्याच्याकडे पाठ फिरवली आणि पुन्हा त्या पारदर्शक भिंतीतून बाबांकडे बघू लागली. जरी ते तिला दिसत होते, जरी ती त्यांच्याजवळ उभी होती, तरी ते खूप लांब असल्यासारखेच वाटत होते. तिनं कॅल्विनला फोटोमधले बाबा दाखवले होते ना, अगदी तसंच वाटत होतं, जणू ती फोटोच बघतीये. बर्फाच्या खांबात गोठलेल्या पुतळ्यासारखे दिसत होते ते. त्यांचा चेहरा दुःख सहन करत असल्यासारखा दिसत होता. ते बघून तर तिच्या हृदयात खंजीर खुपसल्यासारखं वाटलं तिला.

"तुला बाबांना मदत करायची आहे असं म्हणत होतीस ना?" तिच्या मागून चार्ल्सचा भावनाशून्य आवाज आला.

"हो, तुला नाही करायची मदत?" गर्रकन वळून, त्याच्याकडे रोखून पाहत तिनं विचारलं.

"हो, अर्थातच. त्यासाठीच तर आलोय आपण इथे."

"बरं, मग आता आपण काय करायचं?" मेग आपला राग, हतबलता लपवीत म्हणाली. चार्ल्ससारखा भावनाशून्य आवाज काढायचा प्रयत्न करायचा होता तिला, पण तरी शेवटी तिचा आवाज चिरकलाच.

"मी जे केलं तेच तुलाही करायला हवं, 'इट'कडे जा, समर्पित हो त्याला,"

चार्ल्स म्हणाला.

"नाही"

"तुला बाबांची सुटका करायची नाहीये असंच वाटतंय."

"मी असली यांत्रिक, फक्त दुसऱ्याच्या आज्ञेनुसार वागणारी, चालतं बोलतं शव बनले तर त्यामुळे बाबांची सुटका कशी होईल?"

"त्यासाठी तुला माझ्या शब्दांवर विश्वास ठेवावाच लागेल मार्गरिट," चार्ल्सचे सपाट, थंड शब्द ऐकू आले. "'इट'ला तू हवी आहेस आणि 'इट' तुला ताब्यात घेईलच. आता मीसुद्धा 'इट'चाच भाग बनलो आहे, हे विसरू नकोस. तसं करणं योग्य नसतं तर मी ते केलंच नसतं."

"कॅल्विन, मी जर खरंच असं केलं तर बाबांची सुटका करता येईल का रे?" अत्यंत व्यथित होऊन मेगनं विचारलं.

कॅल्विनचं तिच्याकडे मुळीच लक्ष नव्हतं. तो आपली सगळी शक्ती एकवटून चार्ल्सवर लक्ष केंद्रित करत होता. तो चार्ल्सच्या निळसर डोळ्यांत एकटक बघत होता.

'.... पाळू शकला नाही तो, त्यांनी उद्धटपणे दिलेल्या घृणास्पद आज्ञा,
कारण होतं त्याचं मन अत्यंत हळवं आणि नाजूक,
त्यानं नाकारले त्यांचे भले मोठे हुकूम, फतवे,
मग आत्यंतिक क्रोधित होऊन,
त्यांच्या सामर्थ्यवान मंत्र्यांच्या मदतीने,
केले त्याला बंदिवान, पाइन वृक्षांच्या वनराजीत, एका पाइनच्या ढोलीत,
दुःखी,कष्टी बंदिस्त असा तो,...राहिला तसाच तिथे अनेक वर्षे...'

...कॅल्विन पुटपुटत होता. मेगला सौ. हू यांनी कॅल्विनसाठी म्हटलेली ही वाक्यं आठवली.

क्षणभर तरी चार्ल्स ते ऐकत असावा. नंतर मात्र त्यानं खांदे उडवले आणि पाठ फिरवली. कॅल्विन त्याच्या मागोमाग गेला आणि आपले डोळे पुन्हा चार्ल्सच्या डोळ्यांवर रोखले. एकटक नजर रोखण्याचा प्रयत्न करत कॅल्विन म्हणाला, "अरे बाबा,'इट' हीच खरी चेटकीण आहे, आपल्याला मदत करणाऱ्या त्या तिघी चेटकिणी नाहीयेत. बरं झालं, मी नुकतंच शाळेत 'द टेम्पेस्ट' नाटकाचा अभ्यास केला. हो ना चार्ल्स? त्या नाटकातल्या एरियलला पाइनच्या ढोलीत एक चेटकीणच बंदिस्त करते, हो ना?"

खूप लांबून आल्यासारखा चार्ल्सचा आवाज आला, "माझ्याकडे एकटक बघू नको."

उत्तेजित होऊन भराभर श्वास घेत कॅल्विन चार्ल्स त्याच्याकडे नजर रोखून

बघतच राहिला. ''चार्ल्स, तूही त्या एरियलसारखाच आहेस, बंदिवान झालेला. पण मी तुला सोडवू शकतो. माझ्याकडे बघ. आमच्याकडे परत ये.''

पुन्हा चार्ल्सच्या शरीराचा थरकाप उडाला.

कॅल्विनचा तीव्र आवाज पुन्हा चार्ल्सच्या कानांवर आदळला,''परत ये चार्ल्स आमच्याकडे परत ये.'' चार्ल्सचं शरीर पुन्हा थरथरलं, आणि मग जणूकाही एखाद्या अदृश्य हातानं त्याच्या छातीत जोरात ठोसा मारून त्याला जमिनीवर पाडलं. त्यामुळे कॅल्विनची चार्ल्सच्या डोळ्यांवर एकटक रोखलेली नजर दूर हटली. त्याच्या नजरेचा संपर्क तुटला. चार्ल्स तिथेच जमिनीवर कण्हत रडू लागला. छोट्या मुलाचा नाही तर एखाद्या भयावह जनावरासारखा आवाज होता त्याचा.

''कॅल्विन,'' मेगनं कॅल्विनला हाताला धरून आपल्याकडे वळवलं. आपली पकड घट्ट करत ती म्हणाली, ''बाबांच्या मनापर्यंत पोचायचा असाच प्रयत्न कर ना.''

कॅल्विननं मान हलवली. ''अगं, चार्ल्स अगदी जवळजवळ परत आलाच होता गं. जमलं होतं मला. अगदी आलेलाच होता तो.''

''बाबांवर कर हा प्रयोग,'' मेग पुन्हा म्हणाली.

''त्यांच्यावर कसं?''

''तेच, तुझ्या त्या 'टेम्पेस्ट' नाटकातल्या गोष्टीसारखं. बाबा पण बंदिवान आहेत ना तसेच? चार्ल्सच्या कितीतरी आधीपासून, नाही का? त्यांच्याकडे नजर रोखून एकटक बघ ना, ते बघ तिकडे त्या खांबात आहेत. त्यांना बाहेर काढ ना कॅल्विन.''

दमलेल्या आवाजात कॅल्विन म्हणाला, ''मेग, अगं, काय करावं ते काहीही कळत नाहीये मला. आत कसं जायचं तेसुद्धा मला माहीत नाही. मेग, आपल्याकडून खूप जास्त अपेक्षा केल्या जातायत.''

''सौ. हू यांचा चश्मा!'' मेगला एकदम आठवलं. संकटावर मात करण्याचा अखेरचा पर्याय म्हणून तो चश्मा वापर असं सौ. हू तिला म्हणाल्या होत्या, आणि ती वेळ आता आली होती. तिनं खिशात हात घातला. वजनाला हलका, गार पडलेला तो चश्मा तिथेच होता. थरथरत्या हातांनी तिनं तो बाहेर काढला.

''मला दे बरं तो चश्मा!'' चार्ल्सनं फर्मावलं. तो जमिनीवरून उठला आणि तिच्याकडे धावून गेला.

तिला जास्त वेळच मिळाला नाही. कसाबसा तिनं आपला चश्मा काढला आणि सौ. हू यांचा चश्मा घाईघाईत घातला. त्या गडबडीत सौ. हू यांच्या चश्म्याची एक काडी तुटून खाली पडली, त्यामुळे तो चश्मा तिच्या नाकावर नीट बसतही नव्हता. चार्ल्स तिच्या अंगावर धावून गेला, त्याच वेळेला तिनं त्या पारदर्शक दारावर

उडी मारून झेप घेतली आणि त्या दारातून ती पलीकडे गेलीसुद्धा. बाबांना ज्या खोलीत खांबात बंदिवान करून ठेवलं होतं, त्या खोलीत ती आली. कापणाऱ्या हातांनी तिनं सौ. हू यांचा चश्मा नाकावर नीट बसवला आणि स्वतःचा चश्मा खिशात ठेवला.

"मला दे तो चश्मा," तिला चार्ल्सची धमकी ऐकू आली. चार्ल्सही त्या खोलीत आला, पण कॅल्विन मात्र त्या पारदर्शक दारावर ठोठावत, त्या खोलीत येण्याचा आटोकाट प्रयत्न करीत राहिला.

मेगनं चार्ल्सला लाथ मारली आणि ती त्या खांबाकडे धावली. त्या खांबातून आत जाऊ शकली ती. आत जाताना तिला अंधाऱ्या, थंडगार वातावरणातून जात असल्याची जाणीव झाली, पण ती तशीच आत गेली. "बाबा!" मोठ्यानं हाक मारून ती त्यांच्याजवळ गेली आणि बाबांनी तिला मिठीत कवटाळलं.

याच क्षणाची ती वाट बघत होती. सौ. विचनी या प्रवासाला त्यांना आणल्याच्याही आधीपासून, कितीतरी महिने किंवा वर्षांपासून, त्यांची पत्रं येणं थांबलं तेव्हापासून, लोक चार्ल्सबद्दल टोमणे मारायचे तेव्हापासून, सौ. मरी कधीकधी दुःखी दिसायच्या तेव्हापासून, मेग याच क्षणाची वाट पाहत होती. या क्षणाचा, या भेटीचा अर्थ मुळी असाच होता, की आता यापुढे सगळं ठीक होणार.

बाबांना आणखीनच चिकटत ती सगळा त्रास विसरूनच गेली. फक्त आनंद भरून राहिला तिच्या मनात. बाबांच्या स्पर्शात शांतता आणि सुख होतं, त्यांच्या हातांचं संरक्षक कडं तिच्या भोवती होतं. त्यांच्या आश्वासक सहवासात तिला नेहमीच सुरक्षित वाटायचं.

आनंदानं हुंदका देत ती उद्‌गारली, "ओह बाबा! माझे बाबा!"

आनंदाश्चर्यानं त्यांनी मोठ्यानी विचारलं, "मेग! अगं तू इथे काय करतीयेस? आई कुठे आहे? आणि बाकी मुलं?"

तिनं खांबाच्या बाहेर पाहिलं. चार्ल्स होता तिथेच, त्या खोलीत. त्याच्या चेहऱ्यावर वेगळेच भाव होते. तिनं पुन्हा बाबांकडे पाहिलं. आता त्यांच्याशी निवांत बोलण्यासाठी, आनंद साजरा करण्यासाठी वेळच नव्हता. "आपल्याला चार्ल्सजवळ जावं लागेल, पटकन," तिच्या शब्दांत ताण जाणवत होता.

बाबांचे हात तिच्या चेहऱ्यावर चाचपडत फिरत होते. त्यांच्या मजबूत बोटांचा हळुवार स्पर्श जाणवत होता तिला, आणि अचानक एक भयंकर गोष्ट तिच्या लक्षात आली. ती बाबांना, खोलीतल्या चार्ल्सला, कॉरिडॉरमधल्या कॅल्विनला बघू शकत होती, पण बाबांना मात्र कोणीच दिसत नव्हतं. अगदी तीसुद्धा नाही. तिनं घाबरून बाबांकडे पाहिलं. त्यांचे डोळे पूर्वीसारखेच शांत, निळ्या रंगाचे दिसत होते. तिनं आपल्या हाताचा पंजा त्यांच्या डोळ्यांसमोर धरून हलवला, पण त्यांनी

पापणीही मिटली नाही.

तिनं ओरडत विचारलं, "बाबा!, बाबा, तुम्हाला मी दिसत नाहीये का?"

त्यांनी तिला पुन्हा मिठीत घेतलं आणि म्हणाले, "नाही गं मेग."

"पण बाबा, अहो मला तर दिसताय तुम्ही..." बोलता बोलता तिच्या लक्षात आलं. तिनं आपल्या नाकावरचा सौ. हू यांचा चश्मा काढला. ती ताबडतोब अगदी संपूर्ण अंधारात बुडून गेली. तिनं तो चश्मा बाबांच्या हातात कोंबला आणि म्हणाली, "हे घ्या."

आपल्या हातात चश्मा पकडत ते म्हणाले, "अगं बाळा, तुझा चश्मा माझ्या कामाचा नाही गं."

"अहो, तो सौ. हू यांचा चश्मा आहे, माझा नाही," तिनं समजावत सांगितलं. तिचे शब्द त्यांना कळतायत की नाही हा विचारदेखील तिच्या मनात आला नाही. "कृपा करून तो चश्मा घाला बाबा, प्लीज!" असं सांगून ती वाट पाहू लागली. ते अंधारात चाचपडतायत असं तिला जाणवलं. "आता दिसतंय का? बाबा, दिसतंय आता?" तिनं विचारलं.

"हो," ते बोलू लागले, "हो गं, ती भिंत आता पारदर्शक झालीय. किती विलक्षण ना! अगं, त्या अणूंची रचना बदलताना दिसली मला!" एखादा शोध लागल्यावर त्यांच्या आवाजात पूर्वीही असाच आनंद असायचा. कधीकधी प्रयोगशाळेतून घरी येऊन ते आईला अशाच आवाजात आपल्या कामाबद्दल सांगायचे. नंतर मात्र ते एकदम ओरडले, "चार्ल्स! चार्ल्स वॉलेस!" त्यांनी मेगला विचारलं, "मेग, काय झालंय त्याला? काय बिनसलंय? हा चार्ल्सच आहे, हो ना?"

"'इट'नं त्याच्यावर ताबा मिळवलाय बाबा," चिंतायुक्त आवाजात ती सांगू लागली. "तो 'इट'मध्ये सामावून गेलाय. बाबा, आपण सोडवायला हवं त्याला."

बराच वेळ मि. मरी काहीच बोलले नाहीत. ते गप्प राहून विचार करत होते, आणि काही गोष्टी त्यांनी त्यांच्या छोट्या मुलीला सांगितल्याही नसत्या. मग ते म्हणाले, "मेग, अगं मी इथे कैदेत आहे गं. इथे मी जवळजवळ..."

"अहो बाबा, या भिंती आहेत ना, तुम्ही त्यातून जाऊ शकता बाहेर. मी त्या खांबातून अशीच आले तुमच्याजवळ आत. सौ. हू यांचा चश्मा आहे नं, तो वापरून."

मि. मरीनं सौ. हू कोण आहेत हा प्रश्न विचारलाच नाही. त्यांनी आपला हात खांबाच्या भिंतीवर आपटला. "चांगलीच भक्कम आहे की, आणि भरीवही."

मेगनं पुन्हा सांगितलं, "अहो, पण मी आले ना आत, मी इथेच आहे. त्या चश्म्यामुळे अणूंची रचना बदलत असावी बहुदा. प्रयत्न करा ना बाबा."

ती श्वास रोखून वाट पाहू लागली. क्षणभरातच तिच्या लक्षात आलं की ती

त्या खांबात एकटीच आहे. तिनं अंधारात आपले हात पसरले. तिला खांबाच्या गुळगुळीत भिंतीचा स्पर्श तिच्या अवतीभोवती जाणवला. त्या अंधारात ती अगदी एकटीच होती, जणू हा अंधार आणि शांतता अभेद्य होती. भीतीशी झगडत असताना तिला बाबांचा अगदी मंद आवाज ऐकू आला.

"मी तुझ्याजवळ परत येतोय हं मेग."

त्या खांबाच्या भिंतीच्या अणूंची रचना बदलून, बाबांना आत येऊ देण्यासाठी ते अणू बाजूला होताना जणू स्पष्टपणे दिसले. त्यांच्या केप कॅनावरल इथल्या सागरकिनारी असलेल्या घरात दिवाणखाना आणि जेवणाची खोली यांच्यामध्ये, तांदळासारख्या मण्यांच्या लांबलचक माळांचा पडदा होता. खूपशा माळा एकत्र, अगदी जवळजवळ असल्यामुळे तो पडदा एकसंध वाटायचा खरा, पण त्यातून सहजगत्या ये-जा करता यायची. मेगला आधी त्या पडद्यातून ये-जा करणं अजिबात आवडायचं नाही; पण हळूहळू तिला सवय झाली. ती त्यातून पळापळ करायची आणि पडद्याच्या माळा तिच्या मागे हेलकावायच्या. या भिंतीतल्या अणूंची रचनासुद्धा अशीच असावी बहुधा.

मि. मरी म्हणाले, "मेग, तुझे हात माझ्या गळ्याभोवती टाक आणि मला घट्ट धरून ठेव. डोळे बंद कर आणि मुळीच घाबरू नकोस." त्यांनी तिला कडेवर घेतलं. तिनं आपले पाय त्यांच्या कमरेभोवती वेढून घेतले, आणि गळ्यात हात टाकून घट्ट धरून ठेवलं. सौ. हू यांचा चश्मा घालून ती त्या खांबात शिरली होती, तेव्हा तिला अगदीच किरकोळ अंधार आणि गारठा जाणवला होता. आता तो चश्मा तिच्या डोळ्यांवर नव्हता. ते जेव्हा टेसर करून, कॅमॅझॉट्झच्या भोवती असलेल्या काळोखातून आले होते, तेव्हा जाणवलेला भीषण कोंदटलेपणा तिला आत्ता जाणवू लागला. कॅमॅझॉट्झवर अधिराज्य गाजवणारी ती काळीकुट्ट गोष्ट जणू सर्वव्यापी होती, ग्रहात, आणि ग्रहाबाहेरही. क्षणभर असं वाटलं की तो झोंबरा थंडगार काळोख तिला बाबांच्या बाहुपाशातून खेचून काढतोय. तिनं किंचाळण्याचा प्रयत्न केला, पण तिच्या गळ्यातून आवाज फुटलाच नाही. बाबांची मिठी आणखी घट्ट झाली. ती बाबांच्या गळ्याला आणखीनच बिलगली, पण आता तिला भीती वाटत नव्हती. जरी तिचे बाबा त्या भिंतीपलीकडे जाऊ शकले नाहीत, तरी ते तिच्या सोबतच राहतील, तिला सोडून जाणार नाहीत याची तिला खात्री होती. ती त्यांच्या मिठीत अगदी सुरक्षित आहे, हे तिला माहीत होतं.

काही वेळातच ते बाहेर आले. तो खांब खोलीच्या मध्यावर तसाच उभा होता, स्फटिकासारखा स्वच्छ आणि रिकामा.

मेगला चार्ल्स, बाबा, सगळेच अस्पष्ट दिसायला लागले, तिनं अनेकदा डोळ्यांची उघडझाप केली. तिला आश्चर्य वाटलं, 'स्पष्ट दिसत का नाहीये

सगळं?' मग लक्षात येऊन तिनं खिशातून स्वतःचा चश्मा काढला आणि डोळ्यांवर चढवला. आता सगळं नीट दिसायला लागलं.

चार्ल्स अधीरपणे आपला एक पाय जमिनीवर आपटत होता. ''इट'ला हे आवडलेलं नाहीये, अगदी अजिबात नाही आवडलं,'' तो म्हणाला.

मि. मरीनं मेगला सोडलं आणि ते त्याच्यासमोर वाकले. ''चार्ल्स, चार्ल्स वॉलेस,'' हळुवारपणे त्यांनी हाक मारली.

''काय हवंय तुम्हाला?''

''अरे मी बाबा आहे तुझा चार्ल्स, माझ्याकडे बघ ना.''

चार्ल्सचे निळसर डोळे मि. मरींच्या चेहऱ्यावर स्थिरावले. ''हाय पॉप,'' तो उर्मटपणे बोलला.

''हा आपला चार्ल्स नाहीये! बाबा, अहो चार्ल्स खरंच असा नाहीये. 'इट'नं त्याचा ताबा घेतलाय,'' मेग रडत म्हणाली.

''हो, दिसतंय मला ते,'' मि. मरी दमलेल्या आवाजात म्हणाले. त्यांनी आपले हात पसरले. ''चार्ल्स, ये रे माझ्याजवळ.''

''आता बाबा सगळं ठीक करतील, सगळं छान होईल आता,'' मेगच्या मनात आलं.

चार्ल्स अजिबात हलला नाही. तो बाबांपासून फक्त काही फुटांवर होता, पण त्यानं बाबांकडे पाहिलंदेखील नाही.

''माझ्याकडे बघ,'' मि. मरींनी आज्ञा केली.

''नाही.''

कठोरतेने मि. मरी म्हणाले, ''माझ्याशी बोलताना तू 'नाही, बाबा,' किंवा 'नाही, सर' असंच बोलायचं.''

''अहो, सोडा हो, तुम्ही इथले मालक नाहीत,'' चार्ल्स थंडपणे म्हणाला... चार्ल्स वॉलेस, कॅमॅझॉट्झच्या बाहेर असताना वेगळा, विचित्र वागायचा, पण त्यानं उद्धटपणा मात्र कधीच केला नव्हता.

मेगचं कॅल्विनकडे लक्ष गेलं. तो अजूनही ते पारदर्शक दार ठोठावत होता. ''कॅल्विन!'' तिनं हाक मारली.

''त्याला तुझं बोलणं ऐकू येत नाहीये,'' चार्ल्स म्हणाला. त्यानं कॅल्विनकडे बघत चेहरा वेडावाकडा केला, नाकावर अंगठा ठेवून त्याला चिडवलं.

''हा कॅल्विन कोण आहे?'' मि. मरींनी विचारलं.

''तो ना,'' मेगनं सांगायला सुरुवात केली, पण चार्ल्सनं तिचं बोलणं मध्येच तोडलं.

''सगळी स्पष्टीकरणं नंतर देत बसा. चला आता, जायचं आहे.''

“कुठे जायचं आहे?”

“इट’कडे”

“नाही,” मि. मरी म्हणाले, “तू मेगला तिथं नेऊ शकत नाही.”

“नेऊ शकत नाही!”

“नाही, तू नाही नेऊ शकत. चार्ल्स, अरे, तू मुलगा आहेस माझा, आणि मी जे सांगीन ते तुला करावंच लागेल.”

“अहो, हा आपला चार्ल्स नाहीये!” मेग वैतागून ओरडली, “चार्ल्स अजिबात असा नाहीये हो बाबा! तुम्हाला माहितीये ना, तो तसा नाहीये!” तिच्या मनात आलं, ‘बाबांना समजत का नाहीये?’

“मी तुम्हाला सोडून गेलो तेव्हा तो अगदी लहानसं बाळ होता,” खिन्न होऊन मि. मरी म्हणाले.

“बाबा, अहो, चार्ल्सच्या माध्यमातून ‘इट’ बोलतोय. ‘इट’ म्हणजे चार्ल्स नाहीये. त्याच्यावर ...त्याच्यावर जादूचा मंत्र टाकून त्याला भुरळ घातलीये.”

“पुन्हा परीकथा,” चार्ल्स म्हणाला.

“बाबा, तुम्ही ‘इट’ला ओळखता का?” मेगनी विचारलं.

“हो.”

“तुम्ही भेटलाय का ‘इट’ला?”

“हो मेग,” त्यांचा आवाज पुन्हा एकदा दमल्यासारखा वाटला. “हो. भेटलोय मी.” चार्ल्सकडे वळून ते म्हणाले, “तुला कळतंय ना, ती हे सहन करू शकणार नाही.”

“अगदी बरोबर,” चार्ल्स म्हणाला.

“अहो बाबा, तो खराखुरा चार्ल्स असल्यासारखं त्याच्याशी कशाला बोलताय तुम्ही! कॅल्विनला विचारा! कॅल्विन सांगेल तुम्हाला.”

“चला माझ्याबरोबर,” चार्ल्स वॉलेस म्हणाला, “आपल्याला जायलाच हवं.” त्यानं पुन्हा आपला हात बिनधास्तपणे वर केला आणि तो त्या खोलीतून कॉरिडॉरमध्ये गेला. मेग आणि मि. मरींना त्याच्यामागे जावंच लागलं.

कॉरिडॉरमध्ये आल्यावर मेग बाबांची बाही खेचत म्हणाली, “कॅल्विन, हे माझे बाबा!”

चिंतातुर झालेला कॅल्विन त्यांच्याकडे वळला. त्याच्या गोऱ्यापान चेहऱ्यावरचे लालसर ठिपके आणि त्याचे केस उठून दिसत होते.

“तुमच्या ओळखीपाळखी नंतर करत बसा,” चार्ल्स बोलू लागला. “इट’ला वाट पाहायला आवडत नाही.” तो कॉरिडॉरमधून तरातरा पुढे चालायला लागला. दर पावलागणीक त्याच्या हालचाली अधिक खटकेबाज होत गेल्या. इतर सगळे त्याच्या मागोमाग भरभर चालायला लागले.

"तुझ्या बाबांना त्या तिघीजणींबद्दल (सौ. व्हॉट्सइट, सौ. विच आणि सौ. हू) माहिती आहे का?" कॅल्विननं मेगला विचारलं.

"अरे, वेळच नव्हता तेवढा. सगळंच इतकं वाईट आहे ना." निराशेनं मेगच्या पोटात खड्डा पडला. तिला अगदी पूर्ण खात्री होती की ती बाबांना भेटली की लगेच सगळं ठीक होईल. सगळं काही नीट मार्गी लागेल. तिच्यावरचं सगळ्या समस्यांचं, जबाबदाऱ्यांचं ओझं नाहीसं होईल.

आणि अशा छान सुखाच्या क्षणांऐवजी आता त्यांना आणखी नव्याच समस्यांशी लढावं लागणार असंच दिसत होतं.

"चार्ल्सबद्दल समजतच नाहीये बाबांना," बाबांच्या पाठीकडे नाराजीनं बघत ती कॅल्विनच्या कानात कुजबुजली. चार्ल्सच्या मागे बाबा चालत होते, आणि त्यांच्या मागून मेग आणि कॅल्विन.

"आपण कुठे जातोय आता?" कॅल्विननं विचारलं.

"इटकडे. कॅल्विन मला अजिबात जायचं नाही! मी नाही जाऊ शकत!" ती थांबली, पण चार्ल्स मात्र तसाच पुढे चालतच राहिला.

"आपण चार्ल्सला एकट्याला इथे सोडून जाऊ शकत नाही," कॅल्विन म्हणाला. "तसं केलेलं त्यांना अजिबात आवडणार नाही."

"कोणाला आवडणार नाही?"

"सौ. व्हॉट्सइट आणि त्यांच्या त्या मैत्रिणी."

"पण त्यांनी फसवलं हं आपल्याला! या भीषण जागेवर आणून आपल्याला सोडून निघून गेल्या त्या!"

कॅल्विननं तिच्याकडे आश्चर्यानं पाहिलं. तो म्हणाला, "तुला हे सगळं करायचं नसेल तर जाऊ दे, पण मी मात्र चार्ल्सला अजिबात एकटा सोडणार नाही." तो पुढे पळत गेला आणि चार्ल्सबरोबर चालू लागला.

"अरे, मला तसं नव्हतं म्हणायचं..." असं म्हणत मेगही त्याच्यामागे धावली.

चार्ल्सजवळ येऊन चालायला लागल्यावर लगेच चार्ल्स थांबला आणि त्यानं हात उंचावला. तीच लिफ्ट होती पुन्हा तिथे, तो भेसूर पिवळा दिवा असलेली. ते त्या लिफ्टमध्ये शिरले आणि लिफ्ट वेगानं खाली जाऊ लागली. मेगच्या पोटात खड्डा पडला. कोणीही बोलत नव्हतं. लिफ्ट थांबली, ते सगळे बाहेर आले. चार्ल्सच्या मागोमाग ते लांबलचक कॉरिडॉरमधून चालत चालत अखेर बाहेर, रस्त्यावर आले. ती मुख्य-मध्यवर्ती गुप्तचर केंद्राची इमारत त्यांच्या मागे उभी होती.

"...काहीतरी करा... काहीतरी....मदत करा, वाचवा आम्हाला," मेगनं मनातल्या मनात बाबांना विनवलं.

ते कोपऱ्यावर वळले आणि चालू लागले. रस्त्याच्या शेवटी एक विचित्र,

घुमटाकार इमारत होती. मंद, मिणमिणता जांभळट प्रकाश त्या इमारतीच्या भिंतींमधून प्रकाशत होता. इमारतीच्या चंदेरी छतातून अशुभ वाटावा असा प्रकाश लयबद्धरीत्या चमचमत होता. तो प्रकाश उबदारही वाटत नव्हता किंवा थंडसुद्धा नव्हता, पण तो प्रकाश पुढे येऊन स्पर्श करतोय असं मात्र वाटत होतं. मेगची खात्री पटली की याच जागेत 'इट' आपली वाट पाहतोय.

त्या रस्त्यावरून हळूहळू चालत ते त्या इमारतीजवळ पोचले. तो जांभळा प्रकाश पुढे होऊन त्यांना वेढून घेतोय, जणू आत ओढून घेतोय असं वाटत होतं. ते आत गेले.

मेगला तालबद्ध स्पंदनं जाणवू लागली. तिच्या अवतीभोवती आणि तिच्या शरीरातदेखील ती स्पंदनं जाणवत होती. असं वाटत होतं की तिच्या हृदयाचे ठोके किंवा फुप्फुसांची हालचाल यावर तिच्या शरीराचं नियंत्रण राहिलेलं नसून, कुठलीशी बाह्य शक्ती ते नियंत्रित करतीये. ती जेव्हा गर्ल स्काउटच्या गटात होती, तेव्हा कृत्रिम श्वसनाचा सराव करताना असंच काहीसं जाणवलं होतं तिला. त्यांची गटप्रमुख असलेली ताकदवान बाई मेगवर कृत्रिम श्वसन करून दाखवत होती. "अशुद्ध हवा बाहेर पडली, शुद्ध हवा आत आली!" असं एका स्वरात म्हणत ती बाई आपले हात दाबत होती, सैल सोडत होती, दाबत होती, सोडत होती.

मेगनं मोठा श्वास घेतला. आपल्या स्वतःच्या शरीराच्या लयीत श्वसन करण्याचा प्रयत्न केला, पण ते तिला कष्टदायक वाटू लागलं. काही क्षण ती हालचाल करू शकली नाही किंवा इतरांच्या बाबतीत काय घडतंय तेही पाहू शकली नाही. ती तिथे नुसतीच उभी राहिली, तिच्या हृदय आणि फुप्फुसांच्या कृत्रिम लयीशी जुळवून घेत. तिच्या डोळ्यांसमोरचा सगळा भोवताल लाल दिसायला लागला होता, जणू लाल समुद्रच.

काही वेळानं सगळं स्पष्ट दिसू लागलं. पाण्यातून बाहेर काढलेल्या माशासारखा मोठ्यानं श्वास घेण्याची गरज उरली नाही. आता तिला त्या भव्य घुमटाकार इमारतीत अवतीभवती बघता यायला लागलं. पूर्ण रिकामी होती ती इमारत. फक्त ती स्पंदनं तेवढी जाणवत होती, अगदी प्रत्यक्ष मूर्त वाटत होती ती स्पंदनं. मध्यभागी एक गोलाकार व्यासपीठ होतं, आणि त्या व्यासपीठावर होतं एक... काय होतं ते? मेगच्या लक्षातच येईना, पण तिला कळलं होतं की ती तालबद्ध स्पंदनं त्यातूनच येतायत. ती बिचकत पुढे आली. आता तिची भीती पळून गेल्याचं तिच्या लक्षात आलं. चार्ल्स वॉलेस, हा आता खरा चार्ल्स वॉलेस राहिला नव्हता. बाबा सापडले असले, तरी त्यांना सगळं ठीक करता आलं नव्हतंच, उलट सगळं आणखीनच जास्त वाईट झालं होतं. हे दाढी वाढलेले बाबा बारीक झाले होते, पांढरेफटक पडले होते, आणि आता तर ते तिला पूर्वी वाटायचे तसे सर्वशक्तिमानदेखील राहिले

नव्हते. आता यापुढे जे काही होईल, ते आत्तापर्यंत जितकं वाईट घडलंय, त्यापेक्षा नक्कीच जास्त भयानक नसेल, असं तिच्या मनात आलं.

जास्त भयानक घडणार नाही? खरंच?

ती हळूहळू पुढे जात राहिली. जवळ गेल्यावर व्यासपीठावर काय होतं ते कळलं तिला.

'इट' म्हणजे एक मेंदू होता.

शरीरविहीन, फक्त मेंदू. खूपच मोठा होता तो मेंदू. भयानक आणि किळसवाणा, ओंगळ. जिवंत मेंदू. स्पंदनं निर्माण करणारा, थरथरणारा मेंदू. ताबा मिळवून हुकमत गाजवणारा मेंदू. या मेंदूला 'इट' असं नाव पडावं यात नवल ते काय. 'इट' ही तिनं आत्तापर्यंत पाहिलेली सर्वाधिक भेसूर, घृणास्पद गोष्ट होती. तिनं कधी कल्पनाही केली नव्हती इतकी ओंगळ गोष्ट. अगदी स्वप्नातसुद्धा इतकी भयंकर गोष्ट कधीच पाहिलेली नव्हती.

पण आता तिची भीती गायब झाली होती, त्यामुळे ती किंचाळली नाही.

तिनं चार्ल्स वॉलेसकडे पाहिलं, तिथेच उभा होता तो. 'इट'कडे तोंड करून. तोंड उघडं पडलं होतं त्याचं; आणि त्याचे भावनाशून्य निळे डोळे हळूच फिरले.

'हं... आता वाईट गोष्टी घडतच जाणार.' तिच्या मनात आलं. त्याच्या गोल,गोबऱ्या चेहऱ्यावरचे फिरणारे डोळे बघून तिच्या अंगावर शिरशिरी उठली.

तिनं बाबांकडे पाहिलं. ते तिथेच सौ. हू यांचा चश्मा घालून उभे होते. 'त्यांच्या लक्षात तरी आहे का तो चश्मा अजून नाकावर असल्याचं?' मेग मनात म्हणाली. बाबांनी कॅल्विनला ओरडून सांगितलं, "शरण जाऊन त्यांच्या स्वाधीन होऊ नकोस हं!"

"मी तसं मुळीच करणार नाही! तुम्ही मेगला मदत करा!" कॅल्विन ओरडला. त्या घुमटाकर जागेच्या आत अगदी संपूर्ण शांतता होती. मेगच्या लक्षात आलं की जर एकमेकांशी बोलायचं असेल, तर शक्य तितक्या जोरात ओरडून बोललं पाहिजे. ती जिथे जिथे बघेल तिथे तिथे, सगळीकडे, ती तालबद्ध, लयबद्ध स्पंदनं जाणवत होती. तिच्या हृदयाचे ठोके, तिचा श्वासोच्छ्वास, अगदी सगळ्यावर ती स्पंदनं नियंत्रण ठेवत होती. तिच्या डोळ्यांसमोर पुन्हा तो लाल रंग सगळीकडे पसरू लागला. आपण बेशुद्ध पडू अशी तिला भीती वाटली, आणि जर तसं झालं असतं, तर ती पूर्णपणे 'इट'च्या ताब्यात गेली असती.

सौ. व्हॉट्सइट म्हणाल्या होत्या, "मेग, मी तुला तुझे दोष हेच वरदान म्हणून देते."

तिचे सगळ्यात मोठे दोष कोणते होते? संताप, उतावीळपणा, हट्टीपणा...

खरंच, आता हेच दोष तिला वाचवणार होते.

प्रचंड कष्टांनी तिनं 'इट'च्या लयीपेक्षा वेगळ्याच लयीत श्वासोच्छ्वास करायचा प्रयत्न केला. पण 'इट'ची शक्ती फार जास्त होती. ती जेव्हा वेगळ्या लयीत श्वास घेई त्या प्रत्येक वेळेला जणू एक पोलादी हात तिचं हृदय आणि फुफ्फुसं पिळवटून काढत होता.

तिला आठवलं, ते जेव्हा त्या लाल डोळेवाल्या माणसापुढे उभे होते तेव्हाची घटना. तो माणूस जेव्हा पाढे म्हणत होता, तेव्हा चार्ल्स, त्या माणसाच्या शक्तीशी लढा देण्यासाठी शाळेतल्या कविता जोरजोरात ओरडून म्हणत होता. कॅल्विनही त्यासाठीच अब्राहम लिंकनचं गेटिसबर्ग इथलं भाषण म्हणून दाखवत होता.

ती ओरडायला लागली, *"जॉर्जी पॉर्जी, पुडिंग ॲण्ड पाय, किस्ड द गर्ल्स ॲण्ड मेड देम क्राय."*

काहीच फरक पडला नाही. शाळेतल्या कविता 'इट'च्या लयीत अगदी सहजपणे सामावल्या गेल्या.

तिला ते गेटिसबर्ग इथलं भाषण माहीत नव्हतं. 'स्वातंत्र्याच्या जाहीरनाम्याची सुरुवात काय आहे बरं?' ती आठवू लागली. तिनं तो जाहीरनामा नुकताच, या हिवाळ्यातच पाठ केला होता. शाळेचा अभ्यास म्हणून नाही, पण तिला आवडला होता तो म्हणून.

ती मोठ्यानं ओरडत तो जाहीरनामा म्हणायला लागली, "सर्व व्यक्ती समान आहेत, विधात्याने त्यांना काही विशिष्ट हक्क कायमस्वरूपी बहाल केलेले आहेत. त्यांपैकी काही हक्क म्हणजे स्वातंत्र्य, जीवन जगण्याचा मानवी हक्क आणि सुखाचा पाठपुरावा करण्याचा हक्क. या तथ्यांना कुठल्याही वेगळ्या पुराव्याची गरज नाही, ती स्वयंसिद्ध आहेत, असं आम्ही मानतो."

ती मोठमोठ्यानं बोलत असताना तिला दुसऱ्या एका मनाचं अस्तित्व जाणवलं. 'इट' तिच्या मेंदूवर ताबा मिळवतोय, तिचा मेंदू पिळवटून काढतोय असं तिला वाटलं. तिच्या लक्षात आलं की चार्ल्स तिच्याशी बोलतोय, किंवा चार्ल्सच्या माध्यमातून 'इट' बोलतोय.

'तेच तर, कॅमॅझॉट्झवर हेच करतो आम्ही. संपूर्ण समानता. इथला प्रत्येक जण अगदी एकसारखा आहे.'

क्षणभर तिच्या मेंदूत गोंधळ उडाला. नंतर मात्र प्रकाशकिरणासारखं तेजस्वी सत्य तिला लख्खपणे जाणवलं. 'नाही!,' ती विजयानं ओरडली. "एकसारखं असणं आणि समान असणं यात खूप फरक आहे, दोन्ही शब्दांचा अर्थ अजिबात एकच नाहीये!"

"शाब्बास मेग!" बाबा ओरडले.

आपल्या बोलण्यात, मधेच कोणीही अडथळा आणलाच नसल्यासारखं चार्ल्सनं बोलणं सुरूच ठेवलं. ''कॅमॅझॉट्झवर सगळे समान आहेत. प्रत्येक जण तंतोतंत एकसारखा.'' त्यानं कसलाही वाद घातला नाही, कसलंही स्पष्टीकरण दिलं नाही. ती मात्र स्वतःला झालेल्या साक्षात्काराबाबत ठाम राहिली.

एकसारखं असणं आणि समान असणं या पूर्णतया वेगवेगळ्या बाबी आहेत.

क्षणभर तरी 'इट'च्या शक्तीपासून तिचा बचाव झाला होता.

पण कसा?

तिला चांगलंच कळलं होतं की तिच्या कमकुवत मेंदूची, या भल्यामोठ्या, शरीररहित, स्पंदन पावणाऱ्या मेंदूशी तुलना होऊच शकत नाही. तो मेंदू खूपच जास्त ताकदवान होता. 'इट'कडे बघताबघता तिचं अंग एकदम थरथरलं. तिच्या शाळेतल्या प्रयोगशाळेत एक मानवी मेंदू फॉरमॅल्डिहाईडच्या द्रावणात अभ्यासासाठी ठेवला होता. मोठी, कॉलेजमध्ये जाण्याची तयारी करणारी मुलं त्या मेंदूचा अभ्यास करायची. मेगला पूर्वी वाटायचं की वरच्या वर्गात गेल्यावर ती हा असला अभ्यास करूच शकणार नाही. आता मात्र तिला वाटत होतं की तिच्याजवळ एखादा चाकू असता, तर तिनं या मेंदूचे तुकडेतुकडे केले असते. अगदी निर्दयतेने वार केले असते मेंदूच्या सगळ्या भागांवर.

चार्ल्सच्या तोंडून न येता, तिला आता थेटपणे, तिच्या आत, शब्द ऐकू आले. ''माझा नाश केलास तर तुझ्या छोट्या भावाचादेखील नाश होईल हे कळत नाही का तुला?''

म्हणजे....त्या मेंदूचे जर तुकडे तुकडे झाले किंवा तो जर चिरडून टाकला तर कॅमॅझॉट्झवरचे 'इट'च्या ताब्यातले सगळे लोकसुद्धा मरतील? चार्ल्स, लाल डोळेवाला माणूस, तो स्पेलिंग मशिन चालवणारा माणूस, चेंडू खेळणारी आणि दोरीच्या उड्या मारणारी मुलं, त्यांच्या आया, त्या इमारतीत जाणारे - येणारे सगळे लोक, सगळेच मरतील? त्यांचं आयुष्य पूर्णपणे 'इट'वर अवलंबून होतं? त्या सगळ्यांच्या सुटकेची काहीही शक्यता नव्हती?

तो मेंदू तिचा ताबा घेऊ पाहतोय असं तिच्या लक्षात आलं. तिचं स्वतःवरचं नियंत्रण सुटू लागलं. लाल रंग पुन्हा तिच्या डोळ्यांसमोर धुक्यासारखा पसरू लागला.

बाबांचा अगदी मंद आवाज तिला ऐकू आला. तिला माहीत होतं की खरंतर ते जोरात ओरडतायत. ''मेग, मूलद्रव्यांची आवर्तसारणी! म्हण गं मेग!''

तिला हिवाळ्यातल्या संध्याकाळी, शेकोटीसमोर बसून, बाबांसोबत केलेला अभ्यास आठवला. 'हायड्रोजन, हीलियम,' ती आज्ञाधारकपणे म्हणू लागली. 'त्यांचा अणुक्रमांकानुसार योग्य तो क्रम नीट लक्षात ठेवायला हवा. पुढे काय बरं...

हं...' तिच्या मनात विचार चालू होते. 'लिथियम, बेरीलियम, बोरॉन, कार्बन, नायट्रोजन, ऑक्सिजन, फ्लोरिन.' तिनं 'इट'कडे पाठ केली आणि बाबांकडे बघत मोठ्यानं ओरडत म्हणायला लागली. "निऑन, सोडियम, मॅग्नेशियम, ॲल्युमिनिअम. सिलिकॉन. फॉस्फरस."

"अगं, हे फारच लयबद्ध होतंय," बाबा ओरडले, "पाच या आकड्याचं वर्गमूळ काय?"

क्षणभर तिला लक्ष केंद्रित करता आलं. "तुझं डोकं चालव मेग, इटला त्याचा ताबा घेऊ देऊ नको," ती मनात म्हणाली. 'पाचाचं वर्गमूळ २.२३६,' ती जिंकल्याच्या आनंदात ओरडली, 'कारण २.२३६ गुणिले २.२३६ याचं उत्तर पाच येतं!'

"सातचं वर्गमूळ काय?"

"सातचं वर्गमूळ..." तिचा प्रतिकार मंदावला. तिचं लक्ष केंद्रित होईना. 'इट' तिचा ताबा घेऊ पाहत होता. तिचं कशातही लक्ष लागेना, अगदी गणितातही नाही. लवकरच 'इट', तिच्यावरसुद्धा ताबा मिळवून तिला आपल्यात सामावून घेणार होता. तीदेखील आता 'इट'चा भाग बनणार होती.

टेसर, सर! त्या लाल धुक्यातून तिला कॅल्विनचा आवाज ऐकू आला. "टेसर!"

बाबांनी तिचं मनगट पकडलेलं जाणवलं तिला, आणि एक जोरदार, हाडं खिळखिळी करणारा झटका बसला, आणि मग मात्र टेसरिंगचं ते शून्यत्व आणि अंधार.

सौ. व्हॉट्सइट, सौ. हू आणि सौ. विच यांच्याबरोबर टेसरिंग करताना विचित्र, भीतिदायक अनुभव आला होता, पण त्याच्याशी बाबांसोबत टेसरिंग करण्याच्या अनुभवाची तुलनाच होऊ शकत नव्हती. काही झालं तरी सौ. विच अनुभवी होत्या. मि. मरी...त्यांना कसं माहीत होतं याबद्दल? एखाद्या जोरदार वादळात किंवा वावटळीत सापडून आपलं अंग फाटून निघतंय असं वाटलं मेगला. तिला प्रचंड वेदना होत होत्या, पण त्या वेदना थोड्याच वेळात बेशुद्धीच्या काळोखात विरून गेल्या. मेगची शुद्ध हरपली.

१०

केवल शून्यांक

आपण शुद्धीवर येत असल्याची पहिली जाणीव तिला प्रचंड थंडीच्या रूपात झाली. नंतर आवाज ऐकू आले. त्या आवाजांचा अर्थ कळतच नव्हता तिला. आवाज म्हणजे जणू ध्रुवीय थंडगार प्रदेशातला गोठलेला कचराच. ते बर्फाळ आवाज हळूहळू स्पष्ट होत गेले आणि ते आवाज तिच्या बाबांचे आणि कॅल्विनचे असल्याचं तिच्या लक्षात आलं. तिला चार्ल्सचा आवाज ऐकू आला नाही. तिनं डोळे उघडायचा प्रयत्न केला, पण तिच्या पापण्यांची हालचाल अजिबात होत नव्हती. तिनं उठून बसायचा प्रयत्न केला, पण तिला हलताच आलं नाही. तिनं वळायचा, हात-पाय हलवण्याचा प्रयत्न केला, पण तिला ते काहीच जमेना. शरीराची जाणीव होत होती तिला, पण त्यात जीव नसल्यासारखं झालं होतं. एखाद्या संगमरवरी पुतळ्यासारखं.

तिला कॅल्विनचा गोठून गेल्यासारखा आवाज ऐकू आला : ''तिच्या हृदयाचे ठोके किती मंद गतीनं पडतायत...''

तिच्या बाबांचा आवाज : ''मंद असले तरी पडतायत ठोके. ती जिवंत आहे.''

''पण कशीबशीच. जिवात अगदी धुगधुगी आहे फक्त.''

''अरे पण आधी तर तिच्या हृदयाचे ठोकेसुद्धा पडत नव्हते. आपल्याला वाटलं होतं की ती जिवंत नाहीये!''

''हो!''

''आणि मग हळूहळू अगदीच मंद ठोके जाणवायला लागले. त्या ठोक्यांची गतीसुद्धा किती संथ होती, पण नंतर ते चांगल्यापैकी जाणवायला लागले हो ना! मग आता आपण फक्त वाट पाहायची!'' तिच्या बाबांचा आवाज तुटक तुटक येत होता, जणू बर्फ फोडून काढावा तसा.

कॅल्विन : ''हो सर, बरोबर आहे तुमचं.''

तिला त्या दोघांना हाक मारून सांगावंसं वाटत होतं, 'मी जिवंत आहे! अगदी

पूर्ण जिवंत आहे! मी फक्त गोठून दगडासारखी झालेय.'

पण तिला बोलताही आलं नाही आणि जागचं हलतादेखील आलं नाही.

पुन्हा कॅल्विनचा आवाज आला, "तुम्ही कसंतरी तिला 'इट'पासून दूर आणलंत. आम्हा दोघांना 'इट'पासून दूर आणलंत. आम्ही तितकासा तग धरू शकलो नसतो. 'इट' खूपच जास्त शक्तिशाली आणि ताकदवान आहे...पण आम्ही इतका प्रतिकार कसा करू शकलो सर? इतका वेळ 'इट'ला विरोध करत राहणं कसं जमलं आम्हाला?"

बाबा : "कारण 'इट'ला नकार ऐकून घ्यायची सवय अजिबातच नाहीये. मीदेखील त्याच्या ताब्यात न जाण्याचं हेच कारण आहे. आत्तापर्यंतची अनेक हजारो शतकं कोणाचीही 'इट'च्या तावडीतून सुटका झालेली नाहीये. त्यामुळे 'इट' ची काही केंद्रं वापर नसल्यामुळे आक्रसली आहेत. तुम्ही जर मला शोधत आला नसतात ना, तर मीदेखील आणखी किती काळ टिकलो असतो, माहीत नाही. मी अगदी शरण जाण्याच्या बेतातच होतो."

कॅल्विन : "अरे बापरे, नाही हो सर...!"

बाबा : "हो रे, त्या वेळी तरी मला आरामाशिवाय दुसऱ्या कशाचीच गरज नव्हती, आणि अर्थातच, 'इट'नं मला संपूर्ण आराम मिळेल, अशी ग्वाही दिली होती. 'इट'सोबत लढा देणं चुकीचं आहे या निष्कर्षापर्यंत मी आलो होतो. असंदेखील वाटायला लागलं होतं की 'इट' जे करतोय, ते बरोबरच करतोय, आणि मी ज्या ज्या गोष्टींवर, मूल्यांवर अगदी मनापासून विश्वास ठेवला होता, ते सगळं फक्त एखाद्या वेड्या माणसाच्या स्वप्नासारखंच आहे, असंही वाटायला लागलं होतं. पण मग तू आणि मेग माझ्याकडे आलात, माझा तुरुंग तोडलात, आणि मग माझ्या मनात आशा आणि श्रद्धा पुन्हा एकदा जागृत झाल्या."

कॅल्विन : "सर, पण तुम्ही त्या कॅमॅझॉट्झ ग्रहावर गेलातच कशाला? तिथे जाण्याचं काही खास कारण होतं का?"

बाबा उदासीनपणे हसून म्हणाले, "कॅमॅझॉट्झ ग्रहावर जाणं हा पूर्णपणे फक्त एक अपघात होता. मला आपली सूर्यमाला सोडायची इच्छा मुळीच नव्हती. मी मंगळ ग्रहाच्या दिशेनं जात होतो. टेसरिंग करणं मला वाटलं होतं त्यापेक्षा खूप जास्त गुंतागुंतीचं आहे हं."

कॅल्विन : "सर, माझ्या आणि मेगच्या आधी, चार्ल्सला ताब्यात घेणं कसं काय जमलं 'इट'ला?"

बाबा : "तू मला जे काय सांगितलंस, त्यावरून असंच वाटतंय, की चार्ल्सला वाटलं, की आपण मुद्दाम 'इट'च्या स्वाधीन होऊ आणि नंतर परत येऊ शकू. त्याला आपल्या क्षमतांवर फारच जास्त भरवसा होता– थांब, ऐक! – मेगच्या हृदयाचे ठोके

तीव्रतेनं पडतायत बहुधा!''

मेगला आता सगळे आवाज गोठलेले वाटत नव्हते. शब्द गोठले होते की तिचे कान? आणि फक्त बाबांचा आणि कॅल्विनचाच आवाज का ऐकू येत होता? चार्ल्स काहीच का बरं बोलत नव्हता?

शांतता... खूप वेळ फक्त शांतता. मग पुन्हा कॅल्विनचा आवाज आला : ''आपण काहीच करू शकत नाही का? कोणी मदत करेल का? आपण फक्त वाट पाहतच बसायचं का?''

बाबा : ''आपण तिला इथे सोडून जाऊ शकत नाही. आणि आपण एकत्र राहिलंच पाहिजे. आपण घाई नको करायला. वेळ लागला तरी घाबरायचं नाही.''

कॅल्विन : ''म्हणजे? आपण आधी घाई केली का फार? कॅमॅझॉट्झवर असताना? चार्ल्स वॉलेसनं घाईघाईत निर्णय घेतला आणि म्हणून तो पकडला गेला का?''

''असेलही तसं. मला नक्की सांगता येत नाही. मलासुद्धा बरंचसं कळलेलं नाहीये अजून. कॅमॅझॉट्झवर 'काळ' ही संकल्पना फार वेगळीच आहे. आपली कालमापनाची पद्धत जरी अपुरी असली तरी निदान ती सरळ तरी असते. अगदी संपूर्णपणे एकमितीयसुद्धा नसते आपली कालगणना. कारण एका सरळ रेषेवर काळ मागे-पुढे होत नाही, तर तो फक्त पुढेच जातो; काळ फक्त एकाच दिशेनं सरकतो, तो आपली दिशा बदलत नाही; पण कॅमॅझॉट्झवर मात्र काळ उलटा, आपली दिशा बदलून मागे येऊ शकतो. त्यामुळे मी त्या खांबात नक्की किती काळ बंदिस्त होतो, त्याची काहीच कल्पना नाहीये... काही शतकं कैदेत होतो, का फक्त काही मिनिटं कैद होतो... काहीच कळत नाही.'' क्षणभर शांतता पसरली. मग बाबा पुन्हा बोलू लागले, ''आता मला तिच्या मनगटामधली नाडी जाणवायला लागलीय.''

मेगला मनगटाभोवती असलेली बाबांची बोटं मुळीच जाणवत नव्हती. तिला तिच्या मनगटाचीसुद्धा जाणीव नव्हती. शरीर अजूनही दगडी पुतळ्यासारखं होतं, पण आता तिचं मन काम करू लागलं होतं. तिनं अगदी कष्टांनी आवाज काढायचा प्रयत्न केला; पण तिला जमलंच नाही.

त्या दोघांचे आवाज पुन्हा कानावर पडू लागले. कॅल्विन म्हणाला, ''सर, तुमच्या प्रकल्पाविषयी सांगा ना, तुम्ही एकटेच काम करत होतात?''

बाबा : ''नाही नाही. आम्ही जवळजवळ अर्धा डझन लोक त्या प्रकल्पावर काम करत होतो. आणखीही लोक असू शकतील, पण ते आम्हाला माहीत नाही. आपला देश या विषयावर काम करणारा एकमेव देश नाहीये. तशी अगदीच नवी कल्पना नाहीये ती. आम्ही हे संशोधन बाहेरच्या देशातील कोणालाही कळू न देण्याचा आटोकाट प्रयत्न केलाय. आम्ही ती कल्पना प्रत्यक्षात राबविण्याचा प्रयत्न करतोय

हेही कळू दिलं नाही.''

''तुम्ही कॅमॅझॉट्झवर एकटेच आलात? का इतर लोकही होते तुमच्यासोबत?'

''मी एकटाच आलो. कसंय ना कॅल्विन, आधी उंदीर किंवा माकडं किंवा कुत्री यांना पाठवायचा प्रयोग करण्याचा काहीच उपयोग झाला नसता. आम्हाला काही कल्पनाही नव्हती, की यात यश मिळेल की त्यामुळे शरीराचे तुकडे तुकडे होतील. काळ आणि अवकाश यांच्याशी खेळणं फारच धोकादायक असतं.''

''पण म्हणून तुम्हीच का गेलात सर?''

''अरे, माझा पहिला क्रमांक नव्हताच. कोणी जायचं याची निवड करण्यासाठी आम्ही वेगवेगळ्या लांबीच्या काड्यांचा लहान जुडगा एका डबीत ठेवला, आणि ज्याला सगळ्यात छोटी काडी मिळेल त्याला सर्वप्रथम संधी देण्याचं ठरवलं. माझा दुसरा क्रमांक आला होता.'' (Drawing Straws)

''मग त्या पहिल्या माणसाचं काय झालं?''

''आम्ही... ए... अरे बघ! तिच्या पापण्या हलल्या का?'' एकदम शांतता. आणि नंतर : ''नाही. सावली होती.''

''पण मी डोळ्यांची उघडझाप केली.'' मेग त्यांना सांगायचा प्रयत्न करत होती. ''मी नक्की केलं तसं. आणि मला तुमचं बोलणं ऐकू येतंय! करा ना काहीतरी!''

खूप वेळ पुन्हा एकदा शांतता पसरली. ते दोघे तिच्याकडे निरखून बघत असावेत बहुधा. काही हालचाल होतीये का, याकडे लक्ष ठेवून होते. तिला पुन्हा तिच्या बाबांचं बोलणं ऐकू यायला लागलं. शांत आवाज, जरासा उबदारही, पूर्वीसारखा. ''आधी सांगितलं, तसं आम्ही काड्या उचलून कोणी जायचं ते ठरवलं. माझा दुसरा नंबर आला होता आणि हॅंकचा पहिला. तो गेल्याचं कळलं आम्हाला. आम्ही त्याला आमच्या डोळ्यांसमोर गायब होताना पाहिलं. आमच्यासोबतच होता तो, क्षणभरात गायब. एक वर्षभर आम्हाला तो परत यायची, किंवा त्याच्याकडून काही निरोप यायची वाट बघायची होती. आम्ही त्याप्रमाणे वाट पाहिली, पण काहीच झालं नाही, ना तो परत आला, ना त्याचा निरोप.''

घोगऱ्या आवाजात कॅल्विन म्हणाला, ''अरे बापरे, सर, तुम्ही तर अगदी चिंतेत पडला असाल ना.''

बाबा : ''हो ना. अरे भौतिक पदार्थ आणि ऊर्जा या दोन गोष्टी अगदी समान आहेत, वस्तूचा आकार हा निव्वळ एक भ्रम आहे आणि काळ हा मूर्तस्वरूपी आहे या गोष्टींचा शोध लागणे ही अतिशय खळबळजनक आणि घाबरवून टाकणारी गोष्ट आहे. हे समजू शकतं आपल्याला, पण आपल्या कमकुवत मेंदूला जे काही समजतं ना, त्यापेक्षा खूप जास्त आहे हे. मला वाटतंय की तुला माझ्यापेक्षा जास्त

समजू शकेल हे. चार्ल्स वॉलेसला तर तुझ्याहून जास्तच समजेल.''

''हो. पण पुढे काय झालं ते सांगा ना सर, प्लीज, तो पहिला माणूस गेल्यानंतर?''

मेगला बाबांचा सुस्कारा ऐकू आला. ''त्याच्यानंतर माझी पाळी होती. गेलो मी. आणि मी आता इथे आहे. अधिक सुजाण आणि नम्र. दोन वर्षं झाली असतील मला जाऊन, खात्री आहे माझी. आता तुम्ही आल्यामुळे, मी वेळेत परतू शकीन अशी आशा आहे. मात्र आम्हाला काहीही माहीत नाही असंच इतरांना मला सांगावं लागेल.''

कॅल्विन : ''म्हणजे काय सर?''

बाबा : 'तेच सांगतोय मी. आम्ही म्हणजे एखाद्या विस्फोटक पदार्थाशी खेळणाऱ्या लहान मुलांसारखे आहोत. याआधीही आम्ही जास्तच जोशात येऊन यात उडी घेतली होती...''

अत्यंत कष्टांनी मेगनं आवाज काढला. मोठा नसला तरी निघाला आवाज. श्री. मरी थांबले, ''श्शऽऽ ऐक.''

मेगच्या घशातून खरखरल्यासारखा आवाज ऐकू आला. आपण पापण्या उघडू शकतोय, असं तिच्या लक्षात आलं. खूपच जड झाल्या होत्या तिच्या पापण्या; पण तिनं कष्टांनी डोळे उघडले. बाबा आणि कॅल्विन तिच्याकडे टक लावून बघत होते. तिला चार्ल्स दिसला नाही. कुठे होता चार्ल्स?

ती एका तपकिरी रंगाचं, खुरटं गवत असलेल्या माळरानात आडवी पडलेली होती. तिनं मोठ्या कष्टांनी, हळूहळू, डोळ्यांची उघडझाप केली.

''मेग... मेग, तू ठीक आहेस ना?'' बाबा म्हणाले.

तिची जीभ अतिशय जड झाली होती. जणू दगडाची असल्यासारखी. तरीही तिनं आवाज काढायचा प्रयत्न केला, ''मला हलता येत नाहीये.''

''प्रयत्न तर कर,'' कॅल्विन म्हणाला. त्याच्या आवाजात राग होता. ''तुझ्या हाता-पायांची बोटं हलव.''

''हलवता येत नाहीयेत.... चार्ल्स वॉलेस कुठे आहे?'' तिची जीभ अजूनही जड होती. त्यामुळेच की काय, पण शब्द कळले नसावेत. कोणी काहीच उत्तर दिलं नाही.

''आम्ही पण मिनिटभर बेशुद्ध झालो होतो,'' कॅल्विन बोलू लागला, ''तू ठीक होशील मेग, घाबरू नको.'' तो शेजारी बसून तिच्यावर ओणवला होता. त्याचा आवाज अजून चिडका असला, तरी तो तिच्याकडे काळजीनं बघत होता. तिचा चश्मा तिच्या डोळ्यांवर अजूनही असल्याचं तिच्या लक्षात आलं, कारण तिला त्याचा चेहरा अगदी स्पष्ट दिसत होता. चेहऱ्यावरचे लालसर ठिपके, काळ्याभोर

पापण्या, चमकदार निळे डोळे... सगळं स्पष्ट दिसत होतं.

तिच्या दुसऱ्या बाजूला बाबा बसले होते. तेही ओणवून तिच्याकडे पाहत होते. सौ. हू यांचा गोल भिंगाचा चश्मा अजूनही त्यांच्या डोळ्यांवर होता. त्यांनी तिचा हात हातात घेतला आणि आपल्या दोन्ही हातांनी चोळायला सुरुवात केली. ''तुला माझ्या बोटांचा स्पर्श जाणवतोय का?'' त्यांनी शांत आवाजात विचारलं, जणूकाही विशेष घडलेलंच नाही. त्यामुळे तीदेखील जरा शांत झाली. तिला त्यांच्या कपाळावर घामाचे थेंब दिसले, आणि असंही लक्षात आलं की तिच्या गालांना स्पर्शून जाणारी वाऱ्याची झुळूक छान गार आहे. आधी त्यांचे शब्दही गोठलेले वाटत होते आणि आता हा जास्त गार नसलेला वारा. इथे आहे तरी कसं.... बर्फाळ थंडी, की उबदार हवा? बाबांनी पुन्हा विचारलं, ''माझ्या बोटांचा स्पर्श जाणवतोय का गं?''

तिला तिच्या मनगटावर दाब पडत असल्याचं जाणवत होतं, पण ती हो म्हणण्यापुरतंदेखील डोकं हलवू शकली नाही. ''चार्ल्स कुठे आहे?'' तिनं विचारलं. तिची जीभ, ओठ आता थंडीमुळे गोठून गेले होते आणि बधिरही झाले होते. दंतवैद्य वेदनाशामक औषध देतो तेव्हा होतात तसे. तिचं शरीर, हात-पाय फक्त थंड पडले नव्हते, तर ते बर्फात गोठून गेले होते. ही गोष्ट तिच्या लक्षात आली आणि तिला धक्काच बसला. म्हणूनच बाबांचे शब्द तिला गोठल्यासारखे वाटत होते.

''मी गोठून गेले आहे...'' ती मंदपणे म्हणाली. कॅमॅझॉट्झवर इतकी जास्त थंडी नव्हती. ही थंडी जणू आतपर्यंत चरचर कापत जात होती. अशी थंडी कुठल्याही, अगदी कडक हिवाळ्यातदेखील अनुभवली नव्हती तिनं. ती 'इट'पासून दूर आली होती, पण ही बर्फाळ थंडी जवळजवळ तितकीच वाईट होती. बाबांना तिचं रक्षण करता आलं नव्हतं.

आता तिला जरा इकडेतिकडे बघता येऊ लागलं होतं. सगळीकडे तांबूस आणि राखाडी रंग दिसत होता. त्या माळरानाच्या कडांवर तशाच तपकिरी रंगाची पानं असलेली झाडं होती. काही वनस्पती होत्या, फुलं असावीत त्यावर, पण तीसुद्धा मंद, राखाडी रंगाचीच. या सगळ्या निस्तेज छटेला, गोठवणाऱ्या थंडीला विरोधाभास म्हणून की काय, पण हवेत एक मंद, नाजूक, वसंतातल्या हवेसारखा सुगंध दरवळत होता. अगदी नकळत जाणवेल इतका मंद. तिनं कॅल्विन आणि बाबांकडे पाहिलं. त्या दोघांनीही नुसतेच शर्ट घातले होते आणि तरीही ते आरामात असल्यासारखे दिसत होते. तिला त्या दोघांच्या कपड्यात गुंडाळलेलं असूनही ती बर्फात ठेवल्यासारखी गोठून गेली होती.

''मला इतकी थंडी का वाजतीये?'' तिनं विचारलं, ''चार्ल्स वॉलेस कुठे आहे?'' कोणीही उत्तर दिलं नाही. 'बाबा, आपण कुठे आहोत?'

शांतपणे तिच्याकडे पाहत श्री. मरी म्हणाले, ''मला नाही माहीत गं मेग. मला

नीटपणे टेसर करता येत नाही. मी बहुतेक जरा जास्तच वेगानं केलं ते. आपण कॅमॅझॉट्झवर नाही आहोत. आपण कुठे आलो आहोत, मला खरंच माहीत नाही. मला वाटतं, आपण त्या काळ्याकुट्ट गोष्टीतून आलो ना, त्यामुळे तू एवढी थंड पडलीयेस. क्षणभर तर मला असं वाटलं की ती काळी गोष्ट तुला माझ्यापासून हिसकावून घेतीय की काय!''

''हा ग्रहसुद्धा गहन काळोखाचा आहे का?'' आता हळूहळू तिची जीभ पूर्ववत होऊ लागली होती. शब्दही बरेच स्पष्टपणे येऊ लागले होते.

मि. मरी म्हणाले, ''मला तसं वाटत नाही; पण मला सगळ्याच गोष्टींबद्दल खूप कमी माहिती आहे गं, मला नक्की काहीच सांगता येत नाहीये.''

''मग तुम्ही टेसर करायचा प्रयत्न करायलाच नको होता.'' ती बाबांशी अशा प्रकारे कधीच बोलली नव्हती. शब्दही तिचे वाटत नव्हते.

कॅल्विन मान हलवत म्हणाला, ''अगं, आपल्या हातात फक्त तेवढंच उरलं होतं. निदान त्यामुळे आपण कॅमॅझॉट्झपासून दूर तरी आलो.''

''पण चार्ल्सला न घेता का आलो आपण? त्याला बिचाऱ्याला तिथे तसंच सोडलं आपण?'' इतके थंड आणि आरोप करणारे शब्द खरंच तिचे वाटत नव्हते.

''अगं, त्याला तसंच सोडलं नाहीये गं,'' बाबा म्हणाले. ''मानवी मेंदू अतिशय नाजूक अवयव असतो आणि अगदी सहजपणे त्याला हानी पोहोचू शकते, हे विसरू नकोस.''

''हे बघ मेग,'' कॅल्विन खूप तणावयुक्त आणि चिंताग्रस्त आवाजात म्हणाला, ''टेसर करतेवेळी, जर तुझ्या बाबांनी चार्ल्सला हात पकडून आपल्याबरोबर ओढायचा प्रयत्न केला असता, आणि त्याच वेळेला जर 'इट'नेही त्याला पकडून ठेवलं असतं, तर ते चार्ल्सला सहन झालं नसतं. कदाचित आपण त्याला कायमचं गमावून बसलो असतो. त्या क्षणी आपण असं करायलाच हवं होतं. तेच योग्य होतं तेव्हा.''

''पण का?''

''अगं,'इट' आपल्याला ताब्यात घेत होता. तू आणि मीसुद्धा अगदी त्याच्या ताब्यात जाणारच होतो. तुझे बाबा मदत करत होतेच आपल्याला, पण तसंच चालू राहिलं असतं, तर बाबासुद्धा थोड्याच वेळात त्याच्या स्वाधीन झाले असते. जास्त वेळ तग धरू शकलं नसतं कोणीच.''

''तूच सांगितलंस ना त्यांना, टेसर करायला,'' मेगनं कॅल्विनवर सरळ सरळ आरोप केला.

''इथे कोणी कोणाला दोष देण्याचा प्रश्नच नाहीये,'' बाबा कठोरपणे म्हणाले, ''हलता येतंय का तुला आता?''

मेगचे सगळे दोष आता उफाळून आले होते, आणि ते काहीही मदत करू शकत नव्हते. "नाही! आणि मला ताबडतोब कॅमॅझॉट्झवर चार्ल्सपाशी घेऊन चला बरं. तुम्हाला मदत करता आलीच पाहिजे!" त्या काळ्याकुट्ट, ओरबाडणाऱ्या गोष्टीसारखीच अतिशय निराश झाली होती ती. तिच्या गारठलेल्या ओठातून जे वाईट शब्द बाहेर पडत होते ते बाबांसाठी होते, यावर तिचा स्वतःचाच विश्वास बसेना. तिच्या लाडक्या, आसुसून वाट पाहिलेल्या बाबांशी असं बोलत होती ती. डोळ्यांतले अश्रू गोठून गेले होते, नाहीतर आत्तापर्यंत ते खळखळा वाहू लागले असते.

तिला बाबा सापडले होते, पण त्यांनी काहीच ठीक केलं नव्हतं. सगळं आणखी आणखी वाईट होत चाललं होतं. बाबांचा शोध घेणं संपलं असलं, तरी बाबा सगळ्या अडचणींवर मात करू शकले नव्हते, आणि सरतेशेवटी सगळं ठीक होईल याची खात्रीही नव्हती. आशा वाटावी असं काहीही उरलं नव्हतं. ती गोठून गेली होती आणि चार्ल्स वॉलेसला 'इट'नं पार गिळून टाकलं होतं. तिचे सर्वशक्तिमान बाबा काहीही करू शकत नव्हते. प्रेम आणि द्वेष या दोन टोकांच्या भावनांमध्ये तिचं मन हेलकावे खात होतं आणि त्या काळ्याकभिन्न गोष्टीच्या प्रभावामुळे ती द्वेषभावनेच्या आहारी गेली. ती बाबांवर ओरडायला लागली, "तुम्हाला आपण कुठे आहोत हे माहितीसुद्धा नाहीये! आता आईला आणि माझ्या जुळ्या भावांना पुन्हा भेटूच शकणार नाही आपण! पृथ्वी कुठे आहे हेही माहीत नाही! किंवा तो कॅमॅझॉट्झ कुठेय तेही माहीत नाही! आपण अंतराळात हरवलो आहोत! आता काय करणार आहात तुम्ही?" चार्ल्स जसा त्या काळ्या शक्तीच्या प्रभावाखाली होता, तशीच तीसुद्धा गेली होती, हे तिच्या लक्षातच आलं नाही.

श्री. मरी तिच्यावर ओणवले होते आणि तिचे गारठलेले हात चोळत होते. तिला त्यांचा चेहरा दिसू शकत नव्हता. "माझ्या बाळा, मी म्हणजे सौ. व्हॉट्सइट, सौ. हू किंवा सौ. विच नाहीये गं. हो... कॅल्विननं सांगितलंय मला सगळं. मी एक माणूस आहे, आणि माझ्या हातून पण चुका होतातच. पण कॅल्विनचं म्हणणं पटलं मला. एका कसल्याशा हेतूनं आपल्याला पाठवण्यात आलंय. जे देवावर प्रेम करतात, श्रद्धा ठेवतात, त्यांचं सगळं चांगलंच होतं, हे माहितीये ना आपल्याला.

"आणि ती काळी गोष्ट!" मेग पुन्हा ओरडली. "मला त्याचा त्रास का होऊ दिला तुम्ही?"

कॅल्विननं तिला आठवण करून दिली, "तुला आमच्यासारखं नीटपणे टेसर कधीच करता आलेलं नाहीये. तुला जेवढा त्रास झाला, तेवढा मला आणि चार्ल्सला कधीच झाला नाही."

मेग म्हणाली, "मग बाबांनी मला असं आणायला नको होतं. निदान बऱ्या

प्रकारे टेसर करायला शिकल्याशिवाय तर नाहीच नाही.''

कॅल्विन किंवा बाबा, कोणीही बोललं नाही. बाबा तिच्या हातांना मालिश करत राहिले. तिच्या बोटांना झिणझिण्या येऊ लागल्या आणि दुखायलाही लागलं. ''अहो दुखतंय ना बाबा!''

बाबा शांतपणे म्हणाले, ''हं... म्हणजे आता तुला जाणीव व्हायला लागलीय. माझ्या मते जरासं दुखेलच हं मेग'

ती टोचणारी वेदना आता बोटांपासून वर हातांकडे हळूहळू पसरू लागली. तशीच वेदना पायाच्या बोटातही सुरू होऊन वर पायांकडे पसरायला लागली. ती रडायला लागली; तेवढ्यात कॅल्विन उद्गारला, ''ए... ते बघा काय!''

तीन आकृत्या त्या तपकिरी गवतावरून शांतपणे त्यांच्या दिशेनं येत होत्या.

हे काय होतं?

युरिएल ग्रहावर भव्य, सुंदर प्राणी होते. कॅमेझॉट्झवरचे रहिवासी पृथ्वीवरच्या माणसांसारखेच दिसत होते. या जवळ येणाऱ्या तीन विचित्र आकृत्या नक्की काय होत्या?

तिथल्या फुलांसारखाच मंद राखाडी रंग होता त्यांचा. प्राण्यांसारखेच दिसत होते ते, फक्त दोन पायांवर ताठ चालत होते. या तिघांच्या दिशेनंच येत होते ते. त्यांना चार पाय होते, आणि प्रत्येक हाताला पाचपेक्षा कितीतरी जास्त बोटं होती. बोटंसुद्धा म्हणता येणार नाही, बोटांच्या जागी बारीक सोंडेसारख्या लांबलचक हलत्या स्पर्शिका होत्या. ऑक्टोपसला असतात तशा. त्यांना डोकी होती आणि चेहरेही होते. युरिएल ग्रहावरच्या प्राण्यांचे चेहरे मानवी चेहऱ्यांपेक्षा जास्त विकसित वाटत असत, पण या प्राण्यांचे चेहरे मात्र कमी विकसित असल्याचं दिसत होतं. नाक-डोळ्यांच्या जागी फक्त खाचा होत्या आणि कानांच्या जागी पण खाचा होत्या. केस म्हणजे आणखी खूप स्पर्शिका. ते खूप उंच होते. ते थोडे जवळ आल्यावर मेगच्या लक्षात आलं, कुठल्याही मानवापेक्षा ते खूप उंच आहेत. डोळे नाहीतच, फक्त खाचा.

मेगचं गारठलेलं, कडक झालेलं शरीर भीतीनं थरथरलं, पण त्या थरथरण्यामुळे तिला आणखीच जास्त वेदना झाल्या. ती कण्हायला लागली.

ते तिघे त्यांच्या अगदी जवळ येऊन उभे राहिले. त्यांच्याकडे पाहू लागले. श्री. मरी मेगशेजारी बसून तिला मालिश करतच राहिले.

'त्यांनी इथे आणून जवळजवळ मारलंच आहे आम्हाला, आता मी चार्ल्सला, आईला, जुळ्यांना कधी बघूही शकणार नाही....' मेगच्या मनात आलं.

कॅल्विन उठून उभा राहिला. त्यानं त्या जनावरांना वाकून अभिवादन केलं. तो म्हणाला, ''कसे आहात तुम्ही, सर... मॅडम....?''

"तुम्ही कोण आहात?'' सगळ्यात उंच असलेल्या पशूनं विचारलं. त्याच्या आवाजात शत्रुत्व नव्हतं आणि स्वागतही नव्हतं. तो आवाज केसाळ चेहऱ्यावरच्या तोंडाच्या जागी असलेल्या खाचेतून येत नव्हता, तर झुलणाऱ्या स्पर्शिकांमधून येत होता.

घाबरून मेगच्या मनात खळबळ माजली. '....हे आता खाऊन टाकणार आम्हाला,....त्यांच्यामुळेच दुखतंय मला.... हातापायांची बोट...सगळंच दुखतंय'

कॅल्विननं उत्तर दिलं. "आम्हा...आम्ही पृथ्वीवरून आलोय. इथे कसे आलो, ते मलाही माहीत नाही. आमचा अपघात झाला. मेग ... म्हणजे ही मुलगी आहे ना ती गोठून गेल्यामुळे हालचाल करू शकत नाही. तिला प्रचंड थंडी वाजतीये. म्हणूनच बहुदा तिला हालचाल करता येत नाहीये, असं आम्हाला वाटतंय.''

त्यातला एक पशू मेगजवळ आला आणि तिच्या शेजारी खाली उकिडवा बसला. त्यानं आपली एक स्पर्शिका तिच्या चेहऱ्याला स्पर्श करण्यासाठी पुढे आणली, तेव्हा मेगला प्रचंड तिटकारा आणि घृणा वाटली.

पण त्या स्पर्शिकेला तोच हवेमधला वासंतिक सुगंध होता. त्या स्पर्शामुळे तिला छान ऊब आपल्या अंगात पसरतीये असं वाटलं. क्षणभर तरी तिच्या वेदना कमी झाल्या. तिला अचानक झोप येऊ लागली.

'मला जसा हा विचित्र वाटतोय तसंच या जनावराला मीसुद्धा विचित्र वाटत असेन,' पेंगत मेगनी विचार केला. तिच्या अचानक लक्षात आलं की त्या पशूला ती मुळीच दिसू शकत नसेल. तो पशू तिला स्पर्श करतच राहिला आणि त्यामुळे एक आश्वासक सुरक्षितपणाची भावना जाणवली तिला. ऊब तिच्या शरीरात आतपर्यंत झिरपत राहिली. त्या पशूनं तिला उचललं आणि आपल्या पुढच्या दोन हातात छोट्या बाळासारखं कवटाळलं.

श्री. मरी पटकन उठून उभे राहिले. "हे काय करतोयस तू?''

"या बाळाला घेऊन जातोय.''

११

आंट बीस्ट

"नाही हं!" श्री. मरी तीव्रतेनं म्हणाले, "प्लीज खाली ठेव तिला."

त्या जनावरांना गंमत वाटल्याचं जाणवलं. त्यातला सर्वांत उंच असलेला त्या तिघांच्या वतीनं बोलणारा वाटत होता. तो म्हणाला, "आमची भीती वाटतीय का तुम्हाला?"

"तुम्ही आमच्या सोबत काय करणार आहात?" श्री. मरींनी प्रश्न केला.

तो पशू म्हणाला, "माफ करा हं, पण त्या दुसऱ्याबरोबर संवाद करणं जास्त बरं वाटतंय आम्हाला." कॅल्विनकडे वळून त्यानं विचारलं, "तू कोण आहेस?"

"मी कॅल्विन ओ'कीफ आहे."

"म्हणजे काय?"

"मी एक मुलगा आहे... म्हणजे छोटा माणूस."

"तुलासुद्धा भीती वाटतीये?"

"अं... सांगता येत नाही."

"मला सांग," तो पशू म्हणाला. "जर आम्ही तिघं तुमच्या ग्रहावर अचानकपणे तुमच्यासमोर आलो, तर तुम्ही काय कराल?"

"बहुतेक तुमच्यावर गोळ्या झाडू," कॅल्विननं मान्य केलं.

"मग आता आम्हीही तुमच्यासोबत तेच करायला हवं ना?"

कॅल्विनचा चेहरा, त्यावरचे लाल ठिपके आणखी गडद झाले, पण तरीही शांतपणे त्यानं उत्तर दिलं, "तसं नाही केलं, तर जास्त बरं होईल. म्हणजे मला म्हणायचं आहे की पृथ्वी हे माझं घर आहे, आणि तिथेच आवडेल मला. तिथल्याशिवाय अंतरिक्षात कुठेही राहायला मला आवडणार नाही. मला तातडीनं परत जायचंय, पण आम्ही काही अत्यंत वाईट घोडचुका करतो तिथे, हेही खरंय."

सगळ्यात लहान जनावरानं मेगला उचलून घेतलं होतं. तो लहान पशू म्हणाला,

"कदाचित दुसऱ्या ग्रहावरून भेट द्यायला येणाऱ्या पाहुण्यांची सवय नसेल त्यांना."

"सवय नसेल!" कॅल्विन मोठ्यानं उद्गारला, "अहो आत्तापर्यंत परग्रहावरून कोणीही आलेलं नाहीये, मला तरी इतकंच माहितीये."

"का?"

"मला नाही माहीत."

भीतीमुळे कापऱ्या आवाजात मध्यम उंचीच्या जनावरानं विचारलं, "तुम्ही त्या गूढ काळोख्या ग्रहावरचे रहिवासी नाही ना?"

"नाही नाही," कॅल्विन ठामपणे मान हलवत म्हणाला. "आम्ही... आम्ही त्याच्या छायेत आहोत, पण आम्ही लढा देतोय त्याच सावलीशी."

मेगला घेतलेल्या पशूनं विचारलं, "तुम्ही तिघं लढा देताय?"

"हो," कॅल्विननं उत्तर दिलं, "आता आम्हाला कळलंय त्याच्याबद्दल."

उंच पशूनं श्री. मरींकडे वळून कठोरपणे विचारलं, "तू, सगळ्यात मोठा. आत्ता तू कुठून आला आहेस?"

श्री. मरी शांतपणे उत्तर देऊ लागले, "कॅमॅझॉट्झ नावाच्या एका ग्रहावरून." ते तीन पशू एकमेकांत काहीतरी कुजबुजले. मि. मरी सावकाश आणि स्पष्टपणे म्हणाले, "आम्ही तिथले मूळ रहिवासी नाही. आम्ही इथे जसे अनोळखी आहोत तसेच अनोळखी तिथेही होतो. मी तिथे कैदी होतो आणि या मुलांनी माझी सुटका केली. माझा सगळ्यात लहान मुलगा, माझं बाळ मात्र अजूनही तिथेच आहे. 'इट'च्या दुष्ट काळोख्या मानसिक जाळ्यात अडकलेला आहे तो."

मेगनं त्या प्राण्याच्या कुशीतून वळून बाबा आणि कॅल्विनकडे एक तीक्ष्ण, जळजळीत नजर टाकली. "सगळ्याच गोष्टी इतक्या मोकळेपणानं का सांगतायत हे त्यांना? काही धोका असू शकेल, असं का वाटत नाहीये दोघांना?" तिच्या मनात राग साचू लागला. त्या प्राण्याच्या स्पर्शिका तिच्या अंगावरून फिरत होत्या. तिला छान ऊबदार वाटायला लागलं, आणि तिचा राग विरघळून गेला. तिच्या लक्षात आलं की आता तिला हाता-पायांची बोटं बऱ्यापैकी हलवता येतायत आणि वेदनाही जरा कमी झाल्या आहेत.

"या बाळाला आपण आपल्याबरोबर न्यायलाच हवंय," तिला उचलून घेतलेला प्राणी म्हणाला.

मेग बाबांवर ओरडली, "मला सोडून जाऊ नका, चार्ल्सला सोडून दिलंत तसं!" भीतीमुळे वेदनेची एक तीव्र लाट तिच्या अंगातून गेली आणि तिचा श्वासच अडकला.

तो प्राणी तिला म्हणाला, "झगडू नकोस, त्यामुळे आणखी त्रास होईल. शांत हो."

“हे असंच ‘इट’देखील म्हणाला होता,” मेग ओरडली, “बाबा!...कॅल्विन...मदत करा ना!”

तो पशू कॅल्विन आणि मि. मरी यांच्याकडे वळून म्हणाला, “हे मूल धोक्यात आहे. तुम्ही आमच्यावर विश्वास ठेवा.”

“आमच्याकडे दुसरा पर्यायही नाहीये,” मि. मरी म्हणाले, ‘तुम्ही वाचवू शकाल का तिला?”

“असं वाटतंय तरी.”

“मी तिच्यासोबत राहू शकतो का?”

“नाही. पण तुम्ही फार लांब नसाल तिच्यापासून. तुम्हाला भूक लागली असेल, दमला असाल, स्वच्छ अंघोळ करून आराम करावासा वाटत असेल, असं आम्हाला वाटतंय. आणि हे लहान मूल... काय शब्द वापरता तुम्ही? त्या प्राण्यानं आपली स्पर्शिका कॅल्विनकडे रोखून त्याला विचारलं.

“मुलगी” कॅल्विन म्हणाला.

“हां... तर या लहान मुलीची तातडीनं विशेष काळजी घेणं गरजेचं आहे. ते... काय म्हणता तुम्ही त्याला?... त्याच्या थंडपणामुळे...”

“ती काळीकुट्ट गोष्ट?”

“हो, तेच... काळीकुट्ट गोष्ट. त्यावर योग्य प्रकारे उलट उपाय न केल्यास ती काळीकुट्ट गोष्ट जाळून टाकते सगळं.” ते तीन प्राणी मेगभोवती उभे होते, आपल्या स्पर्शिकांनी तिला हळुवार स्पर्श करत होते, जणू स्पर्शानं तिला जाणून घेत होते. त्या स्पर्शिका लयबद्ध, एखाद्या लाटेसारख्या फिरत होत्या, समुद्रातली एखादी वनस्पती हलावी तसं. त्या अनोळखी हातांनी तिला हळूच कवटाळून धरलं होतं. मेगला खूप सुरक्षित वाटलं. लहान असताना आई तिला मांडीवर घेऊन झुलत्या खुर्चीत बसायची आणि अंगाई म्हणत तिला झोपवायची. आत्ताही तसंच काहीसं वाटत होतं मेगला. बाबांच्या मदतीमुळे ती‘इट’ला विरोध करू शकली होती. पण आता ती विरोध करू शकत नव्हती. तिनं आपलं डोकं त्या प्राण्याच्या छातीवर टेकवलं. कल्पनाही करता येणार नाही असं मऊमऊ, नाजूक फर (प्राण्यांच्या अंगावरचे मऊ केस) त्या प्राण्यांच्या संपूर्ण शरीरावर होतं. त्या फरला तोच वासंतिक सुगंधही होता.

‘माझ्या अंगाला घाणेरडा वास येत नसेल अशी आशा आहे,’ तिच्या मनात आलं. जरी वाईट वास येत असला, तरी ते प्राणी त्यासाठी तिला माफ करतील असंही वाटलं तिला. त्या प्राण्याच्या कवेत तिचं आखडलेलं शरीर हळूहळू सैल पडायला लागलं होतं. ‘हे असं सुख ‘इट’कडून कधीही मिळणार नाही. ‘इट’ फक्त वेदना देतो, पण वेदनेपासून मुक्ती कधीही देत नाही. हे पशू चांगले असावेत,

नक्कीच चांगले,' ती विचार करत होती. ती एखाद्या लहान बाळासारखी सुस्कारली आणि एकदम झोपूनच गेली.

काही वेळानं ती जागी झाली. तिला त्या त्रासदायक वेदना आठवल्या. आता मात्र तिला अजिबात वेदना होत नव्हत्या. शरीराला खूप आराम मिळत होता. एका बंद खोलीत, कसल्याशा मऊमऊ बिछान्यावर ती झोपली होती. अंधार पडला होता. अधूनमधून उंच सावल्या इकडेतिकडे फिरताना दिसत होत्या. तिला समजलं, तेच प्राणी फिरतायत. तिचे कपडे काढून तिच्या अंगावर काहीतरी उबदार आणि झणझणतं चोळलेलं होतं. तिनं एक निःश्वास टाकला आणि हात-पाय ताणले. तिच्या लगेच लक्षात आलं, की आता तिला अंग ताणता येतंय, हालचाल करता येतीये. तिचं शरीर जणू उबेत न्हाऊन निघालं होतं. तिच्या बाबांनी नाही; तर या प्राण्यांनी वाचवलं होतं तिला.

"उठलीस का गं बाळा?" तिला हळुवार शब्द ऐकू आले. "किती गमतीशीर आणि अगदी छोटीशी आहेस तू! बेडकाच्या छोट्या पिल्लासारखी! बरं, आता वेदना होत नाहीत ना?"

"नाही. सगळ्या वेदना पळाल्या."

"छान ऊबदार आणि ताजंतवानं वाटतं आहे ना? पुन्हा पहिल्यासारखं?"

"हो, हो, छान आहे मी आता," तिनं उठून बसायचा प्रयत्न केला.

"उठू नको छोटुले, पडूनच राहा. लगेच दगदग करायची नाही. आता तुझ्यासाठी फरचं वस्त्र देईन थोड्याच वेळात आणि मग तुला खायला घालू आम्ही. अगदी स्वतःच्या हातांनी खाण्याचासुद्धा प्रयत्न करू नको. तान्ह्या बाळासारखं वागायलाच हवं तू. ती काळीकुट्ट गोष्ट आपल्या शिकारीला सहजासहजी सोडून देत नाही."

"बाबा आणि कॅल्विन कुठे आहेत? ते चार्ल्स वॉलेसला आणायला परत गेले आहेत का?"

"ते खातायत, आराम करतायत." तो पशू म्हणाला, "आणि आम्ही एकमेकांबद्दल जाणून घ्यायचा प्रयत्न करतोय. बघू, तुम्हाला कशा प्रकारे मदत करता येईल ते ठरवू. आता आमच्या लक्षात आलंय की तुम्ही धोकादायक नाहीत, आणि तुम्हाला मदत करण्याची परवानगी मिळेल आम्हाला."

"इतका अंधार का आहे इथे?" मेगनं विचारलं. ती इकडेतिकडे बघू लागली, पण तिला फक्त सावल्याच दिसल्या. तिथे मोकळंही वाटत होतं, वाऱ्याची मंद झुळूक वाहत असल्याचं जाणवत होतं. त्यामुळे अंधार असला तरी तो त्रासदायक वाटत नव्हता.

त्या प्राण्यानं विचारलेल्या प्रश्नामुळे तर ती अगदीच गोंधळून गेली. "हा अंधार म्हणजे काय? उजेड म्हणजे काय? ते कळतच नाहीये आम्हाला. तुझे बाबा आणि

तो मुलगा, कॅल्विन, यांनीसुद्धा हेच विचारलं. ते म्हणाले की आत्ता आमच्या ग्रहावर रात्र आहे आणि म्हणूनच त्यांना काही दिसत नाहीये. ते असंही म्हणाले की आमचं वातावरण अपारदर्शक आहे, म्हणून तारे दिसत नाहीत. अपारदर्शक... हो हाच शब्द वापरला त्यांनी. आम्हाला ताऱ्यांबद्दल माहिती आहे हे कळल्यावर त्यांना आश्चर्य वाटलं. आम्हाला तर त्यांचं संगीतसुद्धा कळतं. ताऱ्यांच्या नृत्यमय हालचाली, तुमच्यासारख्या लोकांपेक्षाही जास्त चांगल्या कळतात आम्हाला. तासचे तास त्यांचा अभ्यास करत असता तुम्ही, आणि तोसुद्धा ते काय म्हणता तुम्ही... हं... दुर्बीण... त्यातून बघता तुम्ही ताऱ्यांकडे आणि अभ्यास करता. आम्हाला समजतच नाही बघणे... म्हणजे काय ते.''

''अं... म्हणजे सगळ्या गोष्टी कशा दिसतात ते,'' असहायपणे मेग म्हणाली.

''तू म्हणतीयेस तसं, गोष्टी कशा दिसतात ते आम्हाला माहीत नाही,'' तो प्राणी म्हणाला, ''सगळ्या गोष्टी कशा 'आहेत'' ते कळतं आम्हाला. हे जे 'बघणं' प्रकरण आहे, ते नक्कीच फार मर्यादित असणार.''

''नाही, नाही!'' मोठ्यानं मेग म्हणाली, ''ती ... ती तर जगातली सर्वांत सुंदर बाब आहे!''

''किती विचित्र असेल ना तुमचं जग!'' तो प्राणी म्हणाला. ''या एका बघण्याच्या बाबीला इतकं जास्त महत्त्व असतं! बरं, मला सांगायचा प्रयत्न कर, ते 'प्रकाश' नावाचं जे काय असतं ते म्हणजे काय असतं? त्याच्याशिवाय तुम्हाला फारसं काहीच करता येत नाही.''

''अं.. आम्हाला त्याच्याशिवाय काहीही दिसू शकत नाही,'' मेग म्हणाली. तिच्या लक्षात आलं की 'प्रकाश', 'अंधार' , 'दृष्टी' या संकल्पना ती समजावून सांगू शकत नाहीये. ज्या जगात कोणी काहीच पाहिलेलं नाहीये, जिथे डोळ्यांची गरजच नाहीये, त्या जगातल्या लोकांना कोणीही 'दृष्टी', 'दिसणं' हे कसं समजावू शकेल? तरी तिनं चाचपडत सुरुवात केली, ''बरं, मला सांगा, या ग्रहावर..., अं... तुम्हाला सूर्य असेल, हो ना?''

''सर्वांत सुंदर सूर्य, त्यापासूनच आम्हाला ऊब मिळते. त्याचे किरण आम्हाला फुलं देतात. आमचं अन्न, आमचं संगीत, आणि जगण्यासाठी, वाढ होण्यासाठी लागणाऱ्या सगळ्या गोष्टी सूर्यच देतो आम्हाला.''

''बरं,'' मेग बोलू लागली, ''जेव्हा आम्ही,... आमचा ग्रह, म्हणजे पृथ्वी,... सूर्याच्या दिशेला वळतो, तेव्हा आम्हाला त्याचा प्रकाश मिळतो. जेव्हा आम्ही सूर्यापासून दूर वळतो, तेव्हा रात्र असते. रात्री जर आम्हाला काही बघायचं असेल तर आम्हाला कृत्रिम उजेड देणारे दिवे वापरावे लागतात.''

सुस्कारत तो प्राणी म्हणाला, ''कृत्रिम उजेड देणारे दिवे... तुमच्या ग्रहावरचं

जीवन किती गुंतागुंतीचं असेल. हे सगळं, आणि आणखीही काही, मला नंतर नीट समजावून सांग हं तू.''

''हो, सांगीन,'' मेगनं मान्य केलं, पण तिला चांगलं माहीत होतं की डोळ्यांना जे दिसतं त्याबद्दल समजावून सांगणं अशक्यच होणार. त्या प्राण्यांना सगळं कुठल्यातरी वेगळ्याच संवेदनेनं दिसत होतं, कळत होतं, समजत होतं. अगदी तिच्यापेक्षा, तिच्या आई-बाबांपेक्षा, कॅल्विनपेक्षा किंवा चार्ल्स वॉलेसपेक्षाही कितीतरी जास्त पूर्णत्वानं सगळं समजत होतं.

''चार्ल्स वॉलेस!''ती एकदम किंचाळली, ''चार्ल्सबद्दल काय करणार आहेत ते? 'इट' चार्ल्सला काय करतोय, किंवा त्याला काय करायला लावतोय तेसुद्धा आपल्याला माहीत नाहीये. प्लीज, प्लीज.. आम्हाला मदत करा ना!''

''हो...हो गं बाळा, आम्ही अर्थातच मदत करणार आहोतच तुम्हाला. त्यासाठी काय केलेलं सगळ्यात उत्तम असेल, ते ठरवण्यासाठी आत्ता एक परिषद भरवलेली आहे. आत्तापर्यंत आम्ही त्या गूढ, काळ्या ग्रहावरून निसटून बचावलेल्या कोणाशीही संवाद साधू शकलेलो नाही. तुझे बाबा जे काय घडलं त्याबद्दल स्वतःलाच दोष देतायत, पण आम्हाला मात्र ते अगदी असामान्य, विलक्षण व्यक्ती वाटतायत. तुम्हा दोघांनाही कॅमॅझॉट्झवरून सुखरूप सोडवून आणलं त्यांनी. खरंच विलक्षण! तो छोटा मुलगा मात्र राहिला तिथे. तो तुमच्यासाठी खूप खास असेल ना... पण बाळा, त्याला सोडवणं सोपं नाहीये, ही गोष्ट तुला मान्य करायलाच हवी. त्या काळ्याकुट्ट गोष्टीतून पुन्हा जायचं, पुन्हा कॅमॅझॉट्झवर... माहीत नाही. मला खरंच कळत नाहीये.''

''पण बाबा तिथेच सोडून आले त्याला!'' मेग बोलू लागली, ''त्यांनी चार्ल्सला परत आणायलाच हवं! ते त्याला असं टाकून नाही देऊ शकत!''

तो प्राणी एकदम अगदी अचूक शब्दात तिचं मन वळवत खात्री पटवून देऊ लागला, ''इथे कोणीही कोणाला टाकून देण्याबद्दल बोलत नाहीये. आमची तशी पद्धतच नाही. पण आम्हाला एवढं कळतं की आपल्याला एखादी गोष्ट हवी असली, तरी ती आपल्याला मिळेलच असं नाही. नक्की काय करावं ते आम्हाला अजूनही कळत नाहीये, आणि आपल्या सगळ्यांचाच जीव धोक्यात पडेल असं काहीही तुला आम्ही करू देणार नाही. निदान आत्ता, तुझ्या अशा अवस्थेत तर मुळीच नाही. तुला असं वाटतंय ना, की तुझ्या बाबांनी लगेच कॅमॅझॉट्झवर धाव घ्यावी. मला कळतंय ते, आणि कदाचित तू त्यांना तसं करायला भाग पाडशील. मग, त्यामुळे आपलं काय होईल? नाही, नाही.. तू आधी जरा शांत हो बरं. बरं, हे बघ, आता तू हा पायघोळ झगा घाल. तुला उबदार आणि छान वाटेल.'' मेगला पुन्हा उचललं गेल्याचं जाणवलं आणि एक मऊ, हलकंफुलकं वस्त्र तिच्याभोवती

लपेटलं गेलं. "तुझ्या छोट्या भावाची काळजी करू नकोस," त्या स्पर्शिकांमधून हळुवार आवाज आला. "आम्ही त्या काळ्याकुट्ट सावलीमागे, त्याला अजिबात तसंच एकटं सोडणार नाही. पण आता मात्र तू आराम कर, तू आनंदी राहायलाच हवं, आणि बरंही व्हायला हवं."

ती कशीही वागली, काहीही बोलली, तरी हा प्राणी तिच्यावर मायाच करील असं तिला जाणवलं. त्यामुळे आणि त्याच्या हळुवार शब्दांमुळे मेग शांत झाली. तिला छान उबदार वाटत होतं. तिच्या गालावर स्पर्शिकेचा नाजूक, हलकासा स्पर्श जाणवला तिला, अगदी आई पापा घेत असे तसाच.

तो प्राणी बोलू लागला, "माझी स्वतःची छोटी पिल्लं मोठी होऊन निघून गेली त्यालाही खूप काळ लोटलाय. इतकी छोटीशी आहेस आणि तुला कोणीही अगदी सहज दुखावू शकेल. आता मी तुला खायला घालणार आहे. मी भरवीन हं तुला. अगदी हळूहळू, शांतपणे खायचं हं. तुला खूप भूक लागली आहे ना, माहितीये मला. खूप जास्त काळ काही खायला मिळालंच नाहीये, पण तरीही घाईघाईनं खायचं नाही हं. नाहीतर तुला बरं वाटणार नाही."

काहीतरी अतिशय अवर्णनीय, अत्यंत चवदार अन्न तिच्या तोंडापाशी आलं, तिनं ते कृतज्ञतापूर्वक खाल्लं. प्रत्येक घासागणीक आपली शक्ती परत येतीये असं जाणवलं तिला. कॅमॅझॉट्झवर ते घाणेरडं, खोटंखोटं टर्कीचं जेवण मिळालं होतं, तेसुद्धा तिनं नुसतंच चाखलं होतं. त्यानंतर मात्र काहीही खायला मिळालं नव्हतं. आईच्या हातचा रस्सा खाऊन किती दिवस झाले होते? 'काळ' या शब्दाला काही अर्थच उरला नव्हता.

"इथे किती तासांची रात्र असते?" तिनं झोपाळलेल्या आवाजात विचारलं, "आता पुन्हा दिवस उजाडेल, हो ना?"

"श्श... तू खा गं पिटुकले. आत्ता आहे तसा गारठा असतो ना, तेव्हा आम्ही झोपतो. आत्ता झोपायचीच वेळ आहे. मग, जाग आल्यावर पुन्हा सगळं उबदार होईल. तेव्हा बरीच कामं असतात करायला. आता तू खा आणि मग झोप. मी आहे हं तुझ्यासोबतच," तो प्राणी म्हणाला.

"मी तुम्हाला काय हाक मारू?" मेगनं विचारलं.

"अं... हे बघ, आत्ता क्षणभर काहीच बोलू नकोस. तू मनातल्या मनात विचार कर. तू इतर वेगवेगळ्या लोकांना काय काय हाक मारतेस, ते आठव."

मेग विचार करायला लागली, तो प्राणी कुजबुजत तिच्याशी बोलू लागला, "नाही, 'आई' हे खूप विशेष आणि खास नाव असतं आणि 'आई' ही एकच असते. 'बाबा.' ते तर आहेत तुला... इथेच आहेत. मैत्रीण... नाही, शिक्षक... नाही, भाऊ...नाही, बहीणही नाही. ए, 'परिचित' म्हणजे काय गं? किती मजेदार आणि

अवघड शब्द आहे! आंट, किंवा काकू.. हं, हे चालेल. हो, हे चालेल बहुतेक. तू काय काय विचित्र नावांचा विचार करत होतीस! पण आंट, किंवा काकू याच्या पुढे काय? अं.. गोष्ट? किंवा राक्षस! नाही नाही, राक्षस हा किती भयंकर शब्द आहे! मी काही राक्षस नाहीये. हां... बीस्ट. हे चालेल. 'आंट बीस्ट,'' किंवा 'बीस्ट काकू' म्हण मला.''

''आंट बीस्ट,'' मेग पेंगत पेंगत पुटपुटली, आणि तिला हसू आलं.

''मी काही मजेशीर बोलले का?'' बीस्ट काकूंनी आश्चर्यानं विचारलं, ''आंट बीस्ट हे नाव ठीक वाटत नाहीये का?''

''आंट बीस्ट हे नाव मस्त आहे,'' मेग म्हणाली. ''माझ्यासाठी एखादं गाणं म्हणा ना आंट बीस्ट.''

आंट बीस्टना 'दिसणं,' किंवा 'दृश्य' म्हणजे काय हे समजावून सांगणं जितकं कठीण होतं, त्यापेक्षा कुणाही मानवाला आंट बीस्टच्या गाण्याबद्दल सांगणं जास्त अवघड होतं. युरिएल ग्रहावरच्या गाणाऱ्या प्राण्यांच्या संगीतापेक्षाही जास्तच सुंदर होतं हे संगीत. दृश्य, किंवा आकार यापेक्षाही कैकपटीनं हे संगीत जणू मूर्त स्वरूपात वाटत होतं. त्या संगीताला आत्मा आणि विशिष्ट रचना होती. मेगला जणू या स्वरांचा मजबूत आधार मिळाला. ते स्वर तिच्यासोबत फिरत होते. सुरांच्या हिंदोळ्यावर ती जणू हवेत उंच उंच विहरत होती, जणू ताऱ्यांमध्ये फिरत होती. क्षणभर तिलासुद्धा असंच वाटायला लागलं की 'अंधार' आणि 'उजेड' या शब्दांना काही अर्थ नाही, आणि हे सुरेल, गोड संगीत एवढंच फक्त खरं आहे.

त्या संगीतात हरपून झोप कधी लागली ते मेगला कळलंदेखील नाही. जागी झाल्यावर तिनं पाहिलं तर आंट बीस्टसुद्धा गाढ झोपलेल्या होत्या. त्यांचं मऊ फर असलेलं डोकं खाली झुकलं होतं. रात्र संपली होती आणि मंद राखाडी उजेड खोलीत पसरला होता. आता तिच्या लक्षात आलं की या ग्रहावर वेगवेगळ्या रंगांची गरजच नाहीये. राखाडी आणि तपकिरी रंग, त्या रंगांचं एकमेकात मिसळून जाणं, याची कल्पना त्या प्राण्यांना नाहीये, आणि तिनं स्वतः जे काही पाहिलं, ते म्हणजे या संपूर्ण ग्रहाचा सर्वांत छोटासा भाग आहे, हेसुद्धा तिला समजलं. तिच्या ज्ञानेंद्रियांमुळे तिला मर्यादा पडल्या आहेत, त्या अंध प्राण्यांना नाही. तिनं कधी स्वप्नातदेखील कल्पना केली नसेल अशी, वेगळ्या प्रकारची ज्ञानेंद्रिये त्या प्राण्यांना नक्कीच असणार.

तिनं जराशी हालचाल केली, लगेच आंट बीस्ट तिच्यावर वाकल्या आणि म्हणाल्या, ''किती छान झोप झाली ना बेटा, आता बरं वाटतंय ना तुला?''

''हो, खूप छान वाटतंय मला,'' मेगनं उत्तर दिलं, ''आंट बीस्ट, या ग्रहाचं नाव काय आहे?''

"अरे बापरे," आंट बीस्ट सुस्कारत म्हणाल्या, "तुझ्या मनात असणाऱ्या शब्दात किंवा त्या पद्धतीनं सांगणं फार अवघड वाटतं मला. तू जिथून आलीस त्याला तू कॅमॅझॉट्झ म्हणतेस, हो ना?"

"अं..हो, म्हणजे तिथून आम्ही आलो, पण तो काही आमचा ग्रह नाहीये."

"तू या ग्रहाला 'ईशेल' किंवा 'इक्स्चल (Ixchel)' असं म्हणू शकतेस," आंट बीस्टनं तिला सांगितलं, "त्या पराजित कॅमॅझॉट्झचा आणि आमचा सूर्य एकच आहे, पण सुदैवानं आमच्यात फक्त एवढंच साम्य आहे."

"तुम्हीसुद्धा त्या काळ्याकुट्ट गोष्टीशी लढताय का?"

"हो, तर," आंट बीस्ट उत्तर देऊ लागल्या, "आणि तसं करताना आम्हाला जरासाही ढिसाळपणा किंवा निवांतपणा करता येणारच नाही. आम्हाला त्याच्या उद्दिष्टानुसार बोलाविले जाते, आणि ज्याला बोलाविले जाते, त्याला तो स्पष्टीकरणही देतो. अर्थातच, आम्हाला मदतही मिळते, नाहीतर मदतीशिवाय सगळं फारच कठीण होईल."

"तुम्हाला कोण मदत करतं?" मेगनं विचारलं.

"अगं छोट्याशा बाळा, तुला सगळ्या गोष्टी समजावून सांगणं किती अवघड आहे गं, आणि तू लहान मूल आहेस म्हणून तुला समजावून सांगणं अवघड पडतंय असं मुळीच नाहीये, हे कळतंय मला. त्या दुसऱ्या दोघांनासुद्धा समजावून सांगणं तितकंच अवघड जातंय. तुला समजतील असे कोणते शब्द वापरू मी? आम्हाला सत्कृत्यं, चांगल्या गोष्टी मदत करतात, तारे मदत करतात, तुम्ही ज्याला प्रकाश म्हणता तो प्रकाश मदत करतो, प्रेमभावना आम्हाला मदत करते. अगं बाळा, मला नाही गं सांगता येत! हे सगळं माहीत हवं, किंवा माहीत नको."

"पण..."

"तुम्ही ज्या गोष्टींना 'पाहिलं' असं म्हणता त्या गोष्टींकडे आम्ही लक्षच देत नाही. जे दिसत नाही, जे दृष्टीच्याही पलीकडे आहे, त्या गोष्टींकडे आम्ही लक्ष देतो. ज्या गोष्टी तुम्ही बघू शकता, त्या तात्पुरत्या, क्षणिक असतात, पण ज्या गोष्टी दिसत नाहीत त्या मात्र शाश्वत, चिरकालीन असतात."

"आंट बीस्ट, तुम्ही सौ. व्हॉट्सइटना ओळखता का?" मेगनं आशेनं विचारलं.

"सौ. व्हॉट्सइट?" आंट बीस्ट गोंधळात पडल्या. "अगं बाळा, तुमची भाषा इतकी जास्त साधी आणि मर्यादित आहे, की त्यामुळेच ती अत्यंत गुंतागुंतीची असल्यासारखं वाटतं." असहायतेनं त्यांनी चारी हात, स्पर्शिका एका बाजूस लांबवून हवेत उडवल्या. "बरं, मी तुला तुझ्या बाबांकडे आणि कॅल्विनकडे नेलेलं आवडेल का?"

"हो. हो. प्लीज!"

“चल तर मग, आपण जाऊ या. पुढचं ठरवण्यासाठी ते तुझी वाट बघतायत. तुम्हाला एकत्र... काय म्हणता तुम्ही... हां... नाश्ता – नाश्ता करायला आवडेल असंही वाटलं आम्हाला. या फरच्या गरम कपड्यात मात्र आता तुला उकडायला लागेल. तुला काहीतरी हलकंफुलकं घालायला देते, आणि मग आपण जाऊ.”

मेग म्हणजे एखादं तान्हं बाळ असावं तसं आंट बीस्टनं तिला अंघोळ घातली आणि कपडे घालून दिले. हे कपडे मंद रंगाच्या फरचे बनलेले होते, आणि ते खरंच खूप हलके होते. पृथ्वीवर उन्हाळ्यात घालतात त्या कपड्यांपेक्षादेखील हलके. आपला एक हात मेगच्या कमरेभोवती वेढून, आंट बीस्टनं तिला एका लांबलचक, मंद उजेड असलेल्या कॉरिडॉरमधून नेलं. तिथे तिला फक्त खूप खूप सावल्या दिसत होत्या. त्या दोघी एका मोठ्या आणि खांब असलेल्या खोलीपाशी पोचल्या. त्या खोलीच्या छपरात मोठी उघडी खिडकी बसवलेली होती. त्यातून प्रकाशाचे झोत खोलीत येत होते आणि ते एका भल्या मोठ्या, गोल, दगडी टेबलाभोवती एकत्रित होत होते. या टेबलाभोवती दगडी गोलाकार बाक होता. त्या गोल बाकावर अनेक पशू बसले होते. कॅल्विन आणि श्री. मरीदेखील तिथेच बसले होते. टेबलाभोवतीचा तो दगडी बाक चांगलाच उंच होता. ते सगळे पशू खूप उंच असल्यामुळे तिथला बाकदेखील त्यांच्या मापानुसार उंच बनवलेला होता. त्यामुळे श्री. मरींचे पायदेखील जमिनीवर टेकत नव्हते, आणि उंच, सडपातळ कॅल्विनचे पाय तर लोंबकळत होते. त्या खोलीत काही काही ठिकाणी घुमटाकार कमानी होत्या आणि त्या कमानींच्या खालून पक्के बांधीव रस्ते बाहेर पडत होते. कुठेही मोकळ्या भिंती नव्हत्या, बंदिस्त छत नव्हतं, त्यामुळे पृथ्वीवरच्या सूर्यप्रकाशापेक्षा इथे मंद प्रकाश असला तरी मेगला अंधार किंवा थंडी असल्याची जाणीव होत नव्हती. आंट बीस्ट मेगला आत घेऊन आल्या. तिला पाहिल्यावर श्री. मरी बाकावरून उतरले आणि मेगजवळ येऊन तिला हळुवारपणे मिठीत घेतलं.

“तू अगदी ठीक होशील असं त्यांनी आम्हाला वचन दिलं होतं,” ते म्हणाले.

आंट बीस्टच्या मिठीत मेगला सुरक्षित वाटलं होतं. पण आता चार्ल्स वॉलेसची काळजी आणि बाबांच्या चुकांबद्दल, असमर्थतेबद्दल तिच्या मनात निराशा उफाळून आली.

“मी ठीक आहे,” कॅल्विन किंवा बाबांकडे न पाहता ती पुटपुटली. हे बोलताना त्या पशूंकडे मात्र ती पाहत होती. आता ती त्यांना मदत मागत होती. तिला वाटत होतं की बाबांना किंवा कॅल्विनला चार्ल्सची काळजीच नाहीये.

खुशीच्या स्वरात कॅल्विन म्हणाला, “मेग!, हे असं अन्न तू आयुष्यात कधीच खाल्लं नाहीये! ये गं, तू खा!”

आंट बीस्टनं मेगला उचलून त्या बाकावर बसवलं. त्या तिच्याशेजारी बसल्या.

एका बशीत बरंचसं खाणं वाढून घेतलं. त्यात वेगवेगळी, अनोळखी फळं आणि वेगवेगळ्या प्रकारचे पाव होते. मेगनं कधीच असं काही खाल्लं नव्हतं. सगळं मंद, रंगहीन होतं. बघितल्यावर खावंसं वाटणार नाही असं. आदल्या रात्री आंट बीस्टनं जे अन्न खायला घातलं होतं त्याची चव तिला आठवत होती, तरीही ती जरा साशंकच होती. पहिला घास घेतल्यावर मात्र ते आवडून ती पटापट खाऊ लागली; जणू परत कधी खायला मिळणारच नसल्यासारखी.

तिचा खाण्याचा वेग कमी होईपर्यंत इतर सगळे थांबून राहिले. नंतर श्री. मरी गंभीरपणे म्हणाले, "आम्ही चार्ल्स वॅलेसला सोडवण्यासाठी एक योजना बनविण्याचा प्रयत्न करत आहोत. 'इट'पासून दूर जाण्यासाठी मी टेसर केलं आणि ते करताना माझ्या हातून चूक झाली. त्यामुळे आता आम्हाला असं वाटतंय की मी पुन्हा कॅमॅझॉट्झवर जाणं योग्य नाही, अगदी मी एकटासुद्धा जाऊ नये. जर माझ्या हातून पुन्हा चूक झाली, तर मी अंतरिक्षात सहजगत्या हरवू शकतो, निरनिराळ्या आकाशगंगांमधून भटकत राहू शकतो. त्याचा कोणालाही काहीच उपयोग होणार नाही, चार्ल्सला तर मुळीच नाही."

हे ऐकून मेग इतकी निराश झाली की तिची भूकच मेली, काही खावंसं वाटेना.

बाबा पुढे बोलू लागले, "आपल्या इथल्या मित्रांना वाटतंय, की तुझ्या त्या सौ. हू यांचा चश्मा माझ्या डोळ्यांवरच राहिल्यानं, टेसर करताना या एकाच सूर्यमालिकेत राहिलो आपण. मेग, हा घे तो चश्मा. पण मला असं वाटतंय, की त्या चश्म्याचा गुणधर्म आता नाहीसा झालाय. आता तो नुसताच एक साधा चश्मा आहे. कदाचित तो चश्मा फक्त एकाच वेळेस, आणि फक्त कॅमॅझॉट्झवरच उपयोगी पडणारा असू शकेल. किंवा त्या काळ्याकुट्ट गोष्टीतून गेल्यामुळेही तसं झालं असेल." बाबांनी तो चश्मा टेबलावरून तिच्याकडे सरकवला.

कॅल्विन त्या गोलाकार टेबलाभोवती बसलेल्या पशूंकडे निर्देश करून म्हणाला, "यांना टेसरिंगबद्दल सगळं माहितीये, पण त्यांना ते तसल्या गहनगूढ, काळोख्या ग्रहावर करता येत नाही.'

"तुम्ही सौ. व्हॉट्सइटना बोलावण्याचा प्रयत्न केला का?" मेगनं विचारलं.

"अजून नाही," बाबा म्हणाले.

"अहो पण जर तुम्हाला दुसरा कोणताही मार्ग सुचत नसेल, तर तेच करायला हवं ना! बाबा, तुम्हाला चार्ल्सची काहीच काळजी वाटत नाही का हो?"

हे ऐकून आंट बीस्ट उभ्या राहिल्या. तिला ताकीद दिल्याच्या सुरात म्हणाल्या, "ए मुली..." मि. मरी काहीही बोलले नाहीत. मेगच्या लक्षात आलं की तिनं त्यांना खोलवर दुखावलंय. तिच्या शाळेचे हेडमास्तर मि. जेनकिन्स यांच्याशी ती जशी वागायची, तसं आता वागायला लागली. टेबलाकडे पाहत, कपाळाला आठ्या

घालून ती म्हणाली, "आता आपण त्यांना मदत मागायलाच हवी. तुम्हाला तसं वाटत नसेल तर तुम्ही मूर्ख आहात."

आंट बीस्ट इतर पशूंना सांगू लागल्या, "ही मुलगी अतिताणामुळे त्रासून गेलीय. तिच्याबद्दल कुठलंही कठोर मत बनवू नका. त्या दुष्ट काळ्याकभिन्न गोष्टीनं तिला जवळजवळ आपल्या ताब्यात घेतलेलं होतं. ती शारीरिकदृष्ट्या आता बरी झालेली असली, तरी तिच्या आत्म्याची, मनाची हानी किती प्रमाणात झाली आहे ते आपल्याला समजू शकत नाही. कधीकधी होतं असं."

मेगनं रागारागानं टेबलाभोवती पाहिलं. ते पशू शांतपणे, अजिबात हालचाल न करता तिथे बसलेले होते. जणूकाही ते तिची परीक्षा घेतायत, आणि त्या परीक्षेत ती अपेक्षेपेक्षा कमी पडतीये, असं मेगला वाटलं.

कॅल्विन एकदम तिच्यापासून दूर झाला आणि तिच्याकडे वाकून बघत म्हणाला, "आम्ही या लोकांना आपल्या त्या तीन बायकांबद्दल सांगायचा प्रयत्न करतोय, हे तुझ्या लक्षातही कसं आलं नाही? एवढा सगळा वेळ आम्ही काय करतोय असं वाटतंय गं तुला? नुसतंच खात बसलोय? मग आता तूच कर ते काम."

"हो गं बाळा, तू प्रयत्न कर सांगायचा," आंट बीस्ट बसल्या आणि त्यांनी मेगलाही हात ओढून आपल्या शेजारी बसवलं. "पण तुझ्यात मला संतापाची भावना जाणवतेय, मला काही ते कळतच नाहीये. कशाबद्दल आलाय तुला इतका राग? एकमेकांवर दोषारोप करताय, अपराधी भावनाही आहे. का गं?"

"आंट बीस्ट, तुम्हाला माहीत नाही?"

"तसं नाही, पण तुम्हाला कोणाबद्दल आम्हाला सांगायचंय, तेच कळत नाहीये. चिडचिड करून ते समजणार नाहीये. तू प्रयत्न कर आणि सांग बरं."

मेग सांगायचा प्रयत्न करू लागली, चुकतमाकत, अडखळत. आधी तिनं सौ. व्हॉट्सइटचं, त्यांच्या त्या पुरुषी कोटाचं, रंगीबेरंगी शाली आणि स्कार्फचं वर्णन केलं. सौ. हू आणि त्यांच्या शुभ्र पायघोळ झग्याबद्दल, चमचमत्या चश्म्याबद्दल सांगितलं. सौ. विच आणि त्यांच्या टोकदार उंच टोपीचं, त्यांच्या काळ्या अंगरख्याचं वर्णन केलं. त्यांचं शरीर कसं थरथरत असतं तेही सांगितलं. मग मात्र तिच्या लक्षात आलं की हे सगळं फार अपुरं आणि विसंगत, निरर्थक वाटतंय. त्यांचं वर्णन ती स्वतःलाच सांगतीये. हे सगळं म्हणजे सौ. व्हॉट्सइट, सौ. हू किंवा सौ. विच नाहीत. सौ. व्हॉट्सइटनं युरिएल ग्रहावर त्या उडणाऱ्या सुंदर प्राण्याचं रूप घेतलं होतं त्याबद्दल तिनं सांगायला हवं होतं.

सुखद आवाजात आंट बीस्ट म्हणाल्या, "शब्द वापरायचा प्रयत्न करू नकोस. तू नुसतीच स्वतःशी आणि माझ्याशीही झगडतीयेस. त्या तिघी 'काय' आहेत याचा विचार कर. त्या कशा 'दिसतात' याचा आम्हाला काहीच उपयोग होत नाही."

मेगनं पुन्हा प्रयत्न केला, पण ती त्यांच्या बाह्यरूपाची किंवा दृश्यरूपाची संकल्पना मनातून काढून टाकू शकली नाही. सौ. व्हॉट्सइटनं टेसरिंगबद्दल समजावून सांगितलं होतं, त्याचा विचार मेग करू लागली. तिनं त्या तिघींचा गणिताच्या दृष्टिकोनातून विचार करायचा प्रयत्न केला. जेव्हा तिच्या मनात एखादा विचार यायचा, तेव्हा क्वचित एखाद्या वेळेला आंट बीस्ट किंवा त्या पशूंपैकी एखाद्याला किंचितसं समजल्याचं जाणवायचं. जवळजवळ प्रत्येक वेळेला मात्र त्यांना काहीच न कळल्यामुळे ते कोड्यात पडलेले आहेत असंच जाणवायचं.

"देवदूत!" कॅल्विन एकदम ओरडला. "संरक्षक देवदूत!" क्षणभर शांतता पसरली. तो परत ओरडला, "संदेशवाहक! देवाचे संदेशवाहक!" त्याच्या चेहऱ्यावर एकाग्रतेचा ताण दिसत होता.

"मला क्षणभर वाटलं." आंट बीस्टनं बोलायला सुरुवात केली, पण नंतर तो विचार सोडून दिला. सुस्कारा टाकत त्या म्हणाल्या, "नाही, अजूनही स्पष्ट होत नाहीये."

एक उंच, सडपातळ पशू पुटपुटला, "त्यांना स्वतःला सगळं माहीत आहे, तरीसुद्धा ते आपल्याला सांगू शकत नाहीयेत, हे किती विचित्र आहे."

आंट बीस्टनं आपला एक हात पुन्हा मेगच्या कमरेभोवती वेढून घेतला. "ते खूप लहान आहेत. त्यांच्या ग्रहाला ते पृथ्वी म्हणतात, आणि त्यांच्या पृथ्वीवर ते कधीही इतर ग्रहांशी संवाद साधत नाहीत. अंतराळात ते अगदी एकटेच स्वतःभोवती आणि त्यांच्या सूर्याभोवती गोल गोल फिरत राहतात."

"अरेच्या," तो सडपातळ पशू म्हणाला, "त्यांना एकटं वाटत नाही का?"

तेवढ्यात अचानक त्या भल्या मोठ्या खोलीत एक गडगडाटी आवाज घुमला :

"आम्ही इथ्थे आल्लोय!"

१२

मूर्ख आणि दुर्बल

मेगला काहीही दिसत नव्हतं, पण आशेनं तिचं हृदय धडधडायला लागलं. एकाच वेळेस, एकसाथ सगळे पशू उभे राहिले. एका कमानदार वाटेच्या दिशेला वळले, आणि सगळ्यांनी आपली डोकी आणि स्पर्शिका अभिवादन करण्यासाठी झुकवल्या. सौ. व्हॉट्सइट प्रकट झाल्या. त्या दोन खांबांच्या मध्ये उभ्या होत्या. त्यांच्या शेजारी सौ. हू आल्या, त्या दोघींच्या मागे प्रकाशझोत हेलकावत होता. त्या तिघी मेगनं पहिल्यांदा पाहिल्या होत्या, तशा दिसत नव्हत्या. त्यांची बाह्य-रूपरेषा अस्पष्ट, धूसर दिसत होती. एखाद्या चित्रात ओले जलरंग एकमेकात मिसळावेत, तसे या तिघींचे झाले होते; सगळ्या रंगांची सरमिसळ झाली होती. पण त्या तिघी हजर होत्या तिथे; त्या ओळखू येत होत्या; आपल्या मूळ रूपात होत्या.

मेगनं आंट बीस्टच्या हाताचा विळखा दूर सारून जमिनीवर उडी मारली आणि सौ. व्हॉट्सइटकडे धाव घेतली. सौ. व्हॉट्सइटनं मात्र तिला तिथेच थांबण्याचा इशारा करण्यासाठी हात उंचावला. मेगच्या लक्षात आलं की त्या अजूनही पूर्णपणे मूर्त स्वरूपात आलेल्या नाहीयेत. त्या म्हणजे प्रकाशरूप होत्या, पदार्थरूप नव्हे. आता त्यांना मिठी मारणे, म्हणजे एखाद्या प्रकाशकिरणाला मिठी मारण्याचा प्रयत्न केल्यासारखे झाले असते.

"आम्ही घाईघाईत आलो त्यामुळे जास्त वेळ मिळाला नाही... तुला आम्हाला भेटायची गरज वाटत होती?"

सगळ्यात उंच पशू टेबलापासून थोडा पुढे आला. त्यानं सौ. व्हॉट्सइटच्या दिशेनं झुकून पुन्हा अभिवादन केलं "त्या छोट्या मुलाचा प्रश्न आहे."

मेग ओरडली, "बाबा तिथेच सोडून आले त्याला, त्या कॅमॅझॉट्झवर!"

सौ. व्हॉट्सइट धक्कादायक थंडपणे म्हणाल्या, "बरं, मग आता आम्ही काय करावं असं वाटतंय तुला?"

आपली बोटं मेगनं दातांवर घट्ट दाबून धरली. तिच्या दातांवर बसवलेल्या पट्ट्या ओठांच्या आतल्या बाजूस असलेल्या त्वचेत रुतल्या. आपले हात विनवणी करण्यासाठी पुढे पसरून ती म्हणाली, "अहो, पण तो चार्ल्स आहे! इटनं त्याला आपल्या ताब्यात घेतलंय सौ. व्हॉट्सइट! वाचवा हो त्याला, प्लीज, कृपा करून वाचवा त्याला!"

"कॅमॅझॉट्झवर आम्ही काहीही करू शकत नाही हे तर माहितीये की तुला," सौ. व्हॉट्सइट त्याच थंडपणाने म्हणाल्या.

"पण म्हणजे तुम्ही चार्ल्सला कायमचंच त्या 'इट'च्या ताब्यात राहू देणार आहात का?" मेग कर्कश आवाजात ओरडली.

"असं म्हटलं का मी?"

"अहो, पण आम्ही काहीही करू शकत नाही! तुम्हाला माहितीये ना, आम्हाला काही करता येत नाहीये ते! आम्ही प्रयत्न केला होता हो! सौ. व्हॉट्सइट, आता तुम्हीच त्याला वाचवायला हवं!"

"मेग, अगं, तो आमचा मार्ग नाही," दुःखी होऊन सौ. व्हॉट्सइट म्हणाल्या. "मला वाटलं तुला माहीत असेल, की तशी आमची रीत नाहीये ते."

श्री. मरी एक पाऊल पुढे आले, झुकून अभिवादन केलं. त्या तिघींनीही त्यांना तसंच झुकून अभिवादन केलं, आणि ते पाहून मेगला आश्चर्य वाटलं. "आपली ओळख करून दिलेली नाहीये," सौ. व्हॉट्सइट म्हणाल्या.

"अहो ते बाबा आहेत, तुम्हाला तर माहितीये की, ते माझे बाबा आहेत हे," मेग चिडून म्हणाली. तिचा संयम सुटू लागला होता. "बरं... आता ओळख करून देते, बाबा... या सौ. व्हॉट्सइट, सौ. हू आणि सौ. विच."

"तुम्हाला भेटून आनंद..." श्री. मरी पुटपुटले आणि एकदम त्यांच्या लक्षात आलं, "माफ करा हं, माझा चश्मा तुटलाय. त्यामुळे मला तुम्ही नीटशा दिसत नाही आहात."

"आम्हाला बघण्याची गरज नाहीये," सौ. व्हॉट्सइट म्हणाल्या.

"जर तुम्ही मला टेसरॅक्टबद्दल जरा जास्त शिकवलं, तर मी कॅमॅझॉट्झवर परत जाऊ शकीन..."

सौ. विचनं आश्चर्यानं विचारलं, "म्मग्ग, त्यामुळे क्काय होईल्ल?"

"मी माझ्या मुलाला 'इट'च्या ताब्यातून सोडवून परत आणण्याचा प्रयत्न करीन."

"त्यात त्तुम्हाल्ला यशश मिळणार्र न्नाही हे म्माहीत आहे न्ना?"

"प्रयत्न करण्याशिवाय दुसरा उपायच उरलेला नाहीये."

सौम्यपणे सौ. व्हॉट्सइट म्हणाल्या, "माफ करा, पण तुम्हाला जाण्याची

परवानगी आम्ही देऊ शकत नाही.''

''मग मला जाऊ द्या,'' कॅल्विननं सुचवलं. ''याआधीही मी त्याला सोडवण्याचा प्रयत्न केलेला होता, आणि मला ते बऱ्यापैकी जमलं होतं.''

सौ. व्हॉट्सइटनी नकारार्थी मान हलवली. ''नाही कॅल्विन. आतातर चार्ल्स 'इट'च्या आणखीच जास्त कह्यात गेला आहे. त्याच्याबरोबर तूसुद्धा 'इट' च्या ताब्यात जाऊ शकशील आणि त्या गोष्टीची परवानगी तुला मुळीच मिळणार नाही. कारण ते सगळं तसंच होणार, हे तू लक्षात घे.''

खूप वेळ शांतता पसरली. त्या खोलीत येणारे सगळे प्रकाशकिरण सौ. व्हॉट्सइट, सौ. हू, आणि मंद प्रकाशझोतरूपी सौ. विच यांच्यावर एकवटतायत असं वाटत होतं. कोणीही काहीही बोलत नव्हतं. एक पशू आपली एक स्पर्शिका टेबलावर हळूहळू मागे-पुढे हलवत बसला होता. शेवटी मेगला ही शांतता असह्य झाली आणि ती निराश होऊन ओरडली, ''मग आता काय करणार आहात तुम्ही? चार्ल्सला तसंच टाकून देणार आहात का?''

त्या खोलीत सौ. विचचा शक्तिशाली आवाज घुमला, ''गप्प बस्स गं म्मुली!''

पण मेग गप्प राहू शकली नाही. ती आंट बीस्टना चिकटली, आंट बीस्टनं या वेळी मात्र तिच्याभोवती हात किंवा स्पर्शिका वेढून घेतली नाही. ''मी नाही जाऊ शकणार!'' मेग रडायला लागली. ''मला नाही जमणार! तुम्हाला माहितीये ना, मी जाऊ नाही शकणार!''

''त्तुल्ला क्कोणी ज्जायल्ला स्सांगितलंय क्का?'' त्यांच्या कठोर आवाजामुळे मेगच्या अंगावर काटा उभा राहिला.

ती चांगलीच जोरात रडायला लागली. ती आंट बीस्टना गुद्दे मारायला लागली, अगदी लहान मूल हट्ट करतं तसं. तिच्या चेहऱ्यावरून अश्रू ओघळत होते. त्या आसवांनी आंट बीस्टच्या अंगावरचं फर ओलं करून पार माखून टाकलं. आंट बीस्ट मात्र शांत उभ्या राहिल्या होत्या.

''बरं, जाईन मीच!'' हुंदके देत मेग म्हणाली, ''मला माहितीये, तुम्हाला मीच जायला हवीये!'

''तू मनापासून आणि मानाने काम करणार नसलीस, तर आम्हाला तुझ्याकडून काहीही नकोय, किंवा एखादी गोष्ट नीट समजून न घेता करणार असलीस, तर तेसुद्धा नकोच आहे आम्हाला,'' सौ. व्हॉट्सइट म्हणाल्या.

मेगचे अश्रू वाहायचे थांबले, अगदी अचानकपणे. ''पण मला समजतंय.'' तिला दमल्यासारखं वाटलं आणि अनपेक्षितपणे ती शांतही झाली. आंट बीस्टच्या देखभालीमुळे आता थंडी वाजणं बंद झालं होतं. तो सगळा गारठा तिच्या शरीरातून आणि मनातूनही हद्दपार झाला होता. तिनं बाबांकडे पाहिलं आणि तिचा रागही गायब

झाला. तिला बाबांबद्दल प्रेम आणि अभिमान वाटला. तिनं त्यांच्याकडे बघत स्मितहास्य केलं, जणू माफीच मागितली आणि मग ती आंट बीस्टना आणखीनच चिकटली. या वेळी मात्र त्यांनी तिला आपल्या कवेत घेतलं.

गंभीर आवाजात सौ. विचनी विचारलं, "क्काय स्समजलंय्य त्तुल्ला?"

"हेच की तिथे मीच जायला हवं. दुसरं कोणी असूच शकत नाही. चार्ल्सला मी नीट समजून घेतलेलं नसलं, तरी मी मात्र त्याला पूर्णपणे समजलेली आहे. मी त्याच्यासाठी सगळ्यात जवळची आहे. बाबा खूप दिवस आमच्यापासून दूर होते, चार्ल्स हा छोटं बाळ होता तेव्हापासून. ते एकमेकांना नीटसे ओळखतही नाहीत, आणि कॅल्विन तर चार्ल्सला नुकताच भेटलाय. जर तो आधीपासून चार्ल्सला ओळखत असता तर कॅल्विननं जाणंच योग्य ठरलं असतं. पण... हं... आलंय माझ्या लक्षात, मीच जायला हवं. दुसरं कोणीही नाही."

श्री. मरी आपल्या गुडघ्यांवर हाताची कोपरं टेकवून बसले होते, आणि त्यांनी आपल्या हाताच्या मुठीवर हनुवटी टेकवून चेहरा तोलून धरला होता. ते एकदम उठून उभे राहिले. म्हणाले, "मी या गोष्टीला परवानगी देणार नाही!"

"क्का?" सौ. विचनी प्रश्न केला.

"हे पहा, तुम्ही कोण आहात किंवा काय आहात हे मला माहीत नाहीये, आणि आत्ता, या क्षणाला मला त्याची पर्वाही नाही. असल्या धोकादायक ठिकाणी मी माझ्या मुलीला एकटीला जाऊ देणार नाही."

"क्का?"

"याचा काय परिणाम होऊ शकतो ते तुम्हाला चांगलंच माहितीये! आणि आता ती अशक्त झालीये, आधी होती त्यापेक्षाही जास्तच. त्या काळ्याकुट्ट गोष्टीनं तिला जवळपास मारलंच होतं. तुम्ही असल्या गोष्टीचा विचार तरी कसा करू शकता, हे मला कळतंच नाहीये."

कॅल्विन उडी मारून खाली उतरला. "तो 'इट' तुमच्याबद्दल बहुधा अगदी खरं बोलत असावा! किंवा तुम्ही तिघी 'इट' च्या टोळीत सामील झालेल्या असाल. जर कोणी जाणारच असेल तर तो मीच जाईन! मला तुम्ही तुमच्यासोबत कशासाठी आणलंय? मेगची काळजी घेण्यासाठी, हो ना? तुम्ही स्वतःच तसं म्हणाला होतात!"

"अरे पण तू केलंयस तसं, घेतलीस तिची काळजी," सौ. व्हॉट्सइट त्याला आश्वस्त करत म्हणाल्या.

"मी काहीही केलेलं नाहीये!" कॅल्विन ओरडला, "तुम्ही मेगला पाठवू शकत नाही! मी तसं होऊ देणार नाही! मी अगदी ठामपणे सांगतोय, मी परवानगी देणार नाही!"

"मेगसाठी हे सगळं आधीच कठीण आहे, त्यात तू असं वागून ते आणखीनच अवघड करतो आहेस, हे कळत नाहीये का तुला?" सौ. व्हॉट्‌सइटनी त्याला विचारलं.

आंट बीस्टनं आपल्या स्पर्शिका सौ. व्हॉट्‌सइटच्या दिशेनं रोखल्या आणि विचारलं, "पुन्हा टेसर करण्याइतपत ताकद आहे का तिला? ती कशातून गेलीय हे तर तुम्हाला माहीतच आहे."

"जर विच तिला घेऊन गेली, तर फारसा काही त्रास होणार नाही, जमेल तिला," सौ. व्हॉट्‌सइट म्हणाल्या.

"जर मी तिच्यासोबत जाऊ शकले तर बरं पडेल, मी धरून ठेवीन तिला," आंट बीस्टनं तिच्या भोवती घातलेला हाताचा विळखा घट्ट करत विचारलं.

"अहो, आंट बीस्ट..." मेगनं बोलायला सुरुवात केली, पण तितक्यात तिचं बोलणं थांबवत सौ. व्हॉट्‌सइट म्हणाल्या, "नाही."

"मला वाटलंच ते," आंट बीस्ट नम्रपणे म्हणाल्या, "तुम्हाला एवढंच सांगायचं होतं की मी तयार आहे जायला."

श्री. मरींच्या कपाळावर आठ्या पडल्या होत्या. त्यांनी आपले केस मागे सारले, आणि चश्मा डोळ्यांवर नीट बसवल्यासारखं मधलं बोट नाकावरून ढकललं. ते म्हणाले, "सौ... अं – व्हॉट्‌सइट, मेग फक्त एक लहान मुलगी आहे हे तुमच्या लक्षात आहे का?"

"आणि जराशी मंद, मठ्ठ पण आहे," कॅल्विन गुरकावत म्हणाला.

"हे मात्र मला मुळीच आवडलेलं नाहीये हं," मेग रागावली. या संतापामुळे आपलं थरथरणं जरा नियंत्रणात येईल असं वाटलं तिला. "माझं गणित तुझ्यापेक्षा जास्त चांगलं आहे हे तुला माहितीये."

"एकटीनं जाण्याइतकं धाडस आहे ना तुझ्यात?" सौ. व्हॉट्‌सइटनं विचारलं.

अतिशय सपाट आवाजात मेग म्हणाली, "नाहीये. पण आता त्यानं काही फरक पडत नाही.' कॅल्विन आणि बाबांकडे वळून ती म्हणाली, "तुम्हाला कळतंय ना, आता ही एवढी एकच गोष्ट करणं आपल्या हातात आहे. अहो, त्या तिघींनी मला एरवी एकटं कधीच पाठवलं नसतं, पण..."

तिचं बोलणं मध्येच तोडत श्री. मरी म्हणाले, "अगं, पण त्या 'इट'च्या टोळीतल्या नाहीयेत हे आपल्याला कसं कळणार?"

"बाबा!"

सौ. व्हॉट्‌सइट म्हणाल्या, "नाही, मेग. तुझे बाबा चिडलेत, त्यांना आमच्याबद्दल संशय वाटतोय, आणि ते घाबरलेही आहेत, पण त्याबद्दल मी त्यांना दोष देत नाहीये. आम्ही तुला अत्यंत धोकादायक ठिकाणी पाठवतोय, भयंकर संकटात

ढकलतोय, हेसुद्धा मी नाकारत नाहीये. हा सगळा प्रकार प्राणघातक ठरू शकतो, हे मला जाहीरपणे मान्य करायलाच हवं. मला कळतंय ते. पण माझा त्यावर विश्वास नाहीये. आणि हॅपी मीडियमसुद्धा त्यावर विश्वास ठेवत नाहीये.''

''पुढे काय होईल हे ती बघू शकणार नाही का?'' कॅल्विननं विचारलं.

''अरे नाही नं, अशा प्रकारच्या गोष्टींबाबत नाही.'' सौ. व्हॉट्सइटना त्याच्या प्रश्नाचं आश्चर्य वाटलेलं दिसलं. ''भविष्यात काय होणार आहे हे जर आधीच कळलं ना, तर आपण - आपण त्या कॅमॅझॉट्झवरच्या लोकांसारखे होऊन जाऊ. स्वतःचं आयुष्यच नसलेले, प्रत्येक गोष्ट आपल्यासाठी ठरवून दिली जाईल, आपलं सगळं जगणं दुसरंच कोणीतरी आखून देईल, आपल्यासाठी त्या त्या गोष्टी करेल. मी कसं समजावू तुला? हं... असं बघ, तुमच्या भाषेत तुम्ही कवितेचा एक प्रकार शिकता... 'सुनीत' नावाचा. हो ना?''

अधीर होऊन कॅल्विन म्हणाला, ''हो हो, पण त्याचा आणि हॅपी मीडियमचा काय संबंध?''

''माझं बोलणं नीट ऐकून घेण्याइतपत तरी जरा सभ्यतेनं वाग की,'' सौ. व्हॉट्सइट करारीपणे म्हणाल्या. कॅल्विन एखाद्या अस्वस्थ झालेल्या शिंगरासारखा (घोड्याचं पिल्लू) जमिनीवर पाय आपटत होता, ते त्यानं क्षणभर थांबवलं.

''सुनीत हा कवितेचा एक खूप काटेकोर, नियमबद्ध प्रकार आहे, हो ना?''

''हो''

''मला वाटतंय, त्यात चौदा ओळी असतात. त्यातल्या प्रत्येक ओळीत, लघु-गुरू शब्दांचे पाच गण असतात. ते अतिशय काटेकोर, छंदबद्ध वृत्त आहे, बरोबर?''

''हो!'' कॅल्विननं मान डोलावली.

''आणि प्रत्येक ओळीची अखेर, अगदी ठरावीक अशाच यमकानं होते. एखाद्या कवीनं जर तंतोतंत याच प्रकारे कविता लिहिली नाही, तर त्या कवितेला सुनीत म्हणत नाहीत, हो ना?''

''नाही, ते सुनीत समजलं जात नाही.''

''हे सगळे शिस्तबद्ध नियम पाळून, कवीला जे सांगायचं आहे ते तो मोकळेपणानं सांगू शकतो. बरोबर?''

''हो,'' कॅल्विननं पुन्हा मान डोलावली.

''मग,'' सौ. व्हॉट्सइट म्हणाल्या.

''मग काय?''

''ए मुला, मूर्खपणा करू नकोस!'' सौ. व्हॉट्सइट त्याला रागावल्या. ''मला काय म्हणायचंय ते तुला अगदी चांगलंच कळलंय!''

"म्हणजे? तुम्ही आमच्या आयुष्याची तुलना सुनीत या काव्यप्रकाराशी करताय? अत्यंत काटेकोर, नियमबद्ध आराखडा, पण त्यात स्वातंत्र्यही असलेला?"

"हो," सौ. व्हॉट्सइट म्हणाल्या, "तुम्हाला आराखडा किंवा आकृतिबंध दिलेला असतो, पण त्यानुसार सुनीत मात्र तुमचं तुम्हीच लिहायचं असतं. तुम्ही काय लिहावं हे पूर्णपणे तुम्ही ठरवायचं असतं."

मेग म्हणाली, "कृपया आता चर्चा नको. जर माझं जाणं गरजेचंच असेल, तर मला जायचं आहे आणि हे सगळं संपवून टाकायचं आहे. आता तुम्ही जितकं लांबवाल, तितकं ते जास्त अवघड होत जाईल. प्रत्येक मिनिट महत्त्वाचं आहे."

"त्ती ब्बरोब्बर ब्बोलत्तिये," सौ. विचचा आवाज घुमला. "हीच्च त्ती व्वेळ."

"तू सगळ्यांचा निरोप घेऊ शकतेस." सौ. व्हॉट्सइटनं तिला परवानगी नाही, तर आदेश दिला.

मेगनं सगळ्या पशूंना अडखळत अभिवादन केलं. "तुम्हा सगळ्यांना मनापासून खूप खूप धन्यवाद. मला माहितीये, तुम्ही माझा जीव वाचवलाय." तिच्या मनात जे आणखी येत होतं, ते मात्र ती उघडपणे बोलली नाही. तिच्या मनात आलं, 'माझा जीव वाचवला, पण कशासाठी? तर 'इट'च्या तावडीत सापडण्यासाठी?'

तिनं आंट बीस्टना मिठी मारली. त्यांच्या मऊ, सुगंधी फरचा स्पर्श मनात साठवून घेतला आणि कुजबुजत म्हणाली, "धन्यवाद, मला खूप आवडता तुम्ही, मी तुमच्यावर प्रेम करते."

"आणि मी तुझ्यावर गं बाळा." आंट बीस्टनं आपल्या स्पर्शिकांनी मेगचा चेहरा कुरवाळला.

"कॅल..." मेगनं हात पुढे करून त्याला हाक मारली.

कॅल्विन तिच्याजवळ आला. तिचा हात हातात घेतला आणि मग तिला आपल्याजवळ खेचून तिचं चुंबन घेतलं. काहीही न बोलता त्यानं पाठ फिरवली. मेगच्या डोळ्यातला आश्चर्ययुक्त आनंद त्याला दिसला नाही.

सरतेशेवटी ती बाबांकडे वळून म्हणाली, "मला... मला माफ करा हं बाबा."

बाबांनी तिचे दोन्ही हात आपल्या हातात घेतले, खाली वाकून तिला म्हणाले, "मेगॅट्रॉन, माफी कशाबद्दल गं बाळा?"

बाबा, ती लहान असताना, तिला लाडानं अशी हाक मारायचे. ते ऐकून तिच्या डोळ्यांत पाणी आलं. "मला वाटायचं की हे सगळं तुम्ही माझ्यासाठी करावं. मला सगळं साधं,सोपं असायला हवं होतं... म्हणून मी तुम्हालाच दोष देण्याचा प्रयत्न केला... मी फार घाबरलेले होते, आणि मला स्वतःला काही करावं लागू नये, अशी माझी इच्छा होती..."

"अगं," पण मलाही तुझ्यासाठी करायचंच होतं ते सगळं, सगळ्या आई-

बाबांना तसंच वाटत असतं.'' श्री. मरी म्हणाले. त्यांनी तिच्या काळ्याभोर, भेदरलेल्या डोळ्यात पाहिलं. ''मी तुला जाऊ देणार नाही मेग, मी जातोय.''

''नाही.'' सौ. व्हॉट्सइट कडक शब्दात म्हणाल्या. त्यांचा इतका कठोर आवाज मेग पहिल्यांदाच ऐकत होती. ''हा धोका पत्करण्याचा विशेष अधिकार तुम्ही आपणहून मेगला घेऊ देणार आहात. तुम्ही एक सुजाण व्यक्ती आहात, श्री. मरी. तुम्ही तिला जाऊ देणार आहात.''

श्री. मरींनी निःश्वास टाकला. त्यांनी मेगला आपल्याजवळ ओढलं. ''माझं छोटंसं मेगापारसेक ते. बेटा, भीती या भावनेला घाबरू नकोस. आम्ही तुझ्यासाठी धैर्य बाळगण्याचा प्रयत्न करू. आम्ही इतकंच करू शकतो गं. तुझी आई...''

''आई तर मला नेहमीच बाहेरच्या जगात ढकलायची,'' मेग म्हणाली, ''तिलासुद्धा मी हे करावं असंच वाटलं असतं. तुम्हाला माहीत आहेच की ते. तिला सांगा...'' तिचा गळा दाटून आला, पण मान उंच ठेवत ती म्हणाली, ''नाही, जाऊ दे, मी स्वतःच सांगीन तिला.''

''शहाणी मुलगी. नक्की तूच सांगशील तिला.''

आता मेग हळूहळू त्या टेबलापासून सौ. व्हॉट्सइटकडे जायला लागली. त्या अजूनही दोन खांबांच्या मध्ये उभ्या होत्या. ''तुम्ही माझ्याबरोबर येणार आहात?''

''नाही. फक्त सौ. विच.''

''ती काळीकुट्ट गोष्ट...'' भीतीनं आता तिचा आवाज कापायला लागला. ''बाबांनी जेव्हा मला घेऊन त्यातून टेसर केलं, तेव्हा त्या गोष्टीनं जवळजवळ मला अर्धमेलं केलं होतं.''

''तुझ्या बाबांना अजिबातच अनुभव नाहीये,'' सौ. व्हॉट्सइट म्हणाल्या, ''ते खूप चांगले आहेत, आणि पट्कन शिकतील. पण आत्ता, या क्षणाला मात्र त्यांना टेसरिंग करणं म्हणजे एखादं यंत्र चालवण्यासारखं वाटतं. आम्ही त्या काळ्याकुट्ट गोष्टीपासून तुझा बचाव करू, म्हणजे असं वाटतंय तरी.''

आता हे काही फारसं आश्वासक वाक्य नव्हतं.

तिला जी क्षणिक श्रद्धा वाटत होती ती, आणि जे काल्पनिक दृश्य तिच्या मनात तयार झालं होतं ते, या दोन्ही गोष्टी आता पुसट झाल्या. तिचा निर्धार डगमगायला लागला. 'पण जर मी चार्ल्सला 'इट'पासून दूर नेऊ शकले नाही तर...'

''थांब,'' सौ. व्हॉट्सइट आपला हात उंचावत म्हणाल्या, ''मागच्या वेळेला, जेव्हा आम्ही तुम्हाला कॅमॅझॉट्झवर घेऊन गेलो होतो, तेव्हा आम्ही प्रत्येकाला भेट म्हणून वरदान दिलं होतं. या वेळेलासुद्धा आम्ही तुला रिकाम्या हातांनी जाऊ देणार नाही. पण आता तुला भेट म्हणून जे मिळेल, त्याला तू आपल्या हातांनी स्पर्श करू

शकणार नाहीस. मेग, मी तुला माझं प्रेम देते. कधीही विसरू नकोस. माझं प्रेम सदैव तुझ्यासाठी.''

सौ. हू यांचे डोळे चष्म्याआडून चमकत होते. त्यांनी मेगकडे नजर टाकत स्मितहास्य केलं. मेगनं खिशात हात घातला आणि त्यांचा चश्मा बाहेर काढून त्यांना परत दिला.

''तुझे बाबा बरोबर सांगत होते,'' सौ. हू म्हणाल्या. त्यांनी तो चश्मा घेतला आणि त्यांच्या अंगरख्याच्या घड्यांमध्ये कुठेतरी ठेवून दिला. ''त्या चश्म्याचा गुणधर्म नाहीसा झालाय. बरं, मी तुला आता जे देणार आहे, ते तू नीट समजून घेण्याचा प्रयत्न कर. एकेका शब्दाचा अर्थ समजून घेत बसू नकोस, तर अगदी पटकन समजून घे. तुला टेसरॅक्टबद्दल कसं पटकन समजलं ना, तसंच. ऐक मेग, नीट लक्ष देऊन ऐक. ''ईश्वराचा मूर्खपणा हा मानवापेक्षा अधिक शहाणपणाचा ठरतो; आणि परमेश्वराचा दुबळेपणा हा मानवापेक्षा शक्तिशाली असतो. बंधूंनो, तुम्हीच लक्ष द्या, निव्वळ शारीरिक ताकदीमुळे, किंवा पराक्रमामुळे जाणते समजले जाणारे, किंवा उच्चकुलात जन्माला आल्याने जाणते ठरणारे, या असल्या तथाकथित जाणत्या लोकांना देवाचा इशारा मिळत नाही. परमेश्वर असल्या ज्ञानी लोकांना पराभूत करण्यासाठी जगातल्या मूर्ख लोकांची, गोष्टींची निवड करतो. अशा पराक्रमी, शक्तिमान लोकांना, गोष्टींना, पराभूत करण्यासाठी दुर्बलांची निवड करतो. जगातील सर्वांत खालच्या स्तरातल्यांची, सगळे ज्यांचा तिरस्कार करतात अशांची, निवड परमेश्वरानं केलेली आहे. सर्व जग ज्यांना निरुपयोगी, तिरस्करणीय मानते, त्यांच्याकडे दुर्लक्ष करते, अशाच लोकांची, गोष्टींची निवड, जगात जे तथाकथित उच्च, महत्त्वाचे मानले जाते, त्याचा विनाश करण्यासाठी देवाने केलेली आहे.'' त्या थोडा वेळ थांबल्या आणि मग म्हणाल्या, ''सद्‌गुणांचा विजय होवो.'' त्यांचा चश्मा मंद लुकलुकला. त्यांच्या मागचा खांब दिसू लागला. तो चश्मा एकदा चमकला, आणि त्या गायब झाल्या. मेगची नजर अस्वस्थपणे सौ. व्हॉट्सइटना शोधू लागली, पण त्यादेखील तिथे नव्हत्या.

''नाही!'' श्री. मरी ओरडले आणि मेगच्या दिशेनं एक पाऊल पुढे आले.

लकाकत्या प्रकाशाच्या रूपातल्या सौ. विच यांचा आवाज आला, ''म्मी त्तुझ्झा हात्त धर्रू श्शकत्त न्नाही गं ब्बाळा.''

मेग त्याच क्षणी, ताबडतोब काळोखात, त्या परिचित शून्यत्वात, ओढली गेली, आणि नंतर त्या काळ्याकुट्ट गोष्टीच्या सर्वभक्षी, बर्फाळ थंडीत. तिच्या मनात आलं, 'सौ. विच माझा बळी जाऊ देणार नाहीत.' हा असा विचार ती पुनःपुन्हा करत राहिली, आणि ती बर्फाळ थंडी तिच्या हाडांपर्यंत पोचल्यासारखं जाणवलं तिला.

नंतर त्या दोघी त्या काळ्याकुट्ट गोष्टीतून पार झाल्या. ते सगळे कॅमॅझॉट्झवर

पहिल्यांदा पोचले, तेव्हा ते ज्या टेकडीवर उतरले होते, त्याच टेकडीवर ती आता उभी होती. तिला दम लागला होता. थंडीही वाजत होती, आणि जराशी बधिरतादेखील जाणवत होती. पृथ्वीवर असताना हिवाळ्यात अनेकदा ती बर्फामुळे गोठून गेलेल्या तलावावर स्केटिंग करत असे. तेव्हा जेवढी थंडी असायची त्यापेक्षा जास्त वाईट थंडी आत्ता, कॅमॅझॉट्झवर, तिला जाणवत नव्हती. तिनं इकडेतिकडे बघितलं. ती अगदी एकटी होती. तिचं हृदय धडधडायला लागलं.

तिच्या भोवताली सौ. विचचा तो अविस्मरणीय आवाज घुमू लागला, ''म्मी म्माझ्झी भ्भेट अज्जून तुल्ला दिलेल्ली न्नाहीये. त्तुझ्झ्याजवळ अस्सं क्काहीतर्री आहे ज्जे 'इट' क्कडे न्नाहीये. त्तुझ्झ्याजवळच्ची हीच्च विशेश्ष ग्गोष्ट हे एवढंच्च त्तुझ्झं एक्कमेव श्शस्त्र आहे. त्ते क्काय आहे त्ते त्तुझ्झं तुल्लाच श्शोधून क्काढायचं आहे.'' मग तो आवाज बंद झाला, मेगला कळलं की त्या गेल्यायत आणि आता ती एकटीच आहे.

हळूहळू ती टेकडीवरून खाली उतरू लागली. तिचं हृदय अजूनही धडधडत होतं. टेकडीखाली तंतोतंत एकसारख्या दिसणाऱ्या घरांची रांग होती. ही घरं त्यांनी आधीही पाहिली होती. या घरांच्या पलीकडे त्या शहरातल्या उंच इमारती होत्या. रस्ता अगदी शांत होता. ती त्या रस्त्यावरून चालू लागली. अंधार पडला होता आणि रस्ता अगदी सुनसान होता. कोणीही मुलं चेंडू, किंवा दोरीच्या उड्या खेळत नव्हती. कोणत्याही घराच्या दारात त्या आईसारख्या दिसणाऱ्या आकृत्या नव्हत्या. कामावरून घरी परतणाऱ्या बाबांसारख्या दिसणाऱ्या आकृत्याही नव्हत्या. प्रत्येक घराच्या एकाच ठरावीक खिडकीत उजेड दिसत होता. मेग त्या रस्त्यावरून चालत असतानाच सगळ्या घरांमधले दिवे एकाच वेळेस विझवले गेले. 'ती तिथे आल्यामुळे दिवे विझवले, का त्यांची दिवे विझवण्याची वेळ झालेली होती?' तिच्या मनात प्रश्न आला.

तिला बधिरता आली; राग नाही, निराशा नाही, अगदी भीतीदेखील वाटत नव्हती तिला. अत्यंत नियमितपणे, एकापुढे एक पावलं टाकत ती चालत होती. तिनं आपला चालण्याचा वेगदेखील बदलला नाही. ती कसलाही विचार करत नव्हती; कसली योजना आखत नव्हती; ती फक्त हळूहळू आणि स्थिरपणे शहराच्या दिशेनं चालत होती. 'इटच्या त्या गोल, घुमटाकार इमारतीच्या दिशेनं जात होती.

आता ती त्या शहराच्या बाहेरच्या वेशीवर असलेल्या उंच इमारतींपाशी पोचली. प्रत्येक इमारतीत उजेड देणारी एक उभी रेषा प्रकाशित झालेली दिसत होती, पण तो उजेड मंद, भीतिदायक वाटत होता. शहरांमधल्या घरातील जिन्यात असतो तसा स्वच्छ, उबदार उजेड नव्हता तो. कोणी उशिरापर्यंत काम करत बसलं नव्हतं, किंवा कुठल्याही एखाद्या कार्यालयात कसलंही स्वच्छतेचं काम सुरू नव्हतं. त्या इमारतीतल्या एकाही वेगळ्या, स्वतंत्र खिडकीत उजेड दिसत नव्हता. प्रत्येक इमारतीतून एक

माणूस बाहेर पडला, कदाचित पहारेकरी असावा. प्रत्येक माणूस त्या त्या इमारतीच्या रुंदीच्या बाजूबाजूनं फिरू लागला. त्यांनी तिला पाहिलंच नसल्यासारखं ते वागत होते. त्यांनी तिच्याकडे अजिबात लक्षच दिलं नाही, आणि ती चालत चालत त्यांना ओलांडून पुढे गेली.

'इट'कडे नाही, असं काय आहे बरं माझ्यात?' तिला अचानक प्रश्न पडला. 'काय असू शकेल माझ्याजवळ?''

आता ती सगळ्यात उंच अशा व्यावसायिक इमारतींच्या जवळ आली. प्रत्येक इमारतीत तशीच मंद उजेड देणारी उभी रेष दिसत होती, फक्त त्या रेषांची संख्या जास्त होती. इमारतींच्या भिंती किंचितशा चमकत होत्या. त्यामुळे रस्त्यावर मंद उजेड होता. तिच्यासमोर ती मुख्य-मध्यवर्ती गुप्तचर केंद्राची इमारत दिसू लागली. 'लाल डोळेवाला तो माणूस अजूनही बसलेला असेल का तिथे? का आता त्याला झोपायची परवानगी मिळाली असेल? पण आता त्या जागेत तिनं जाऊ नये; 'इट' च्या तुलनेत तो लाल डोळ्यांचा माणूस स्वतःला जरा सभ्य म्हणवून घेत असला, तरीही नको तिथे जायला. आता चार्ल्स वॉलेसला शोधण्यासाठी तो माणूस महत्त्वाचा नाहीये. तिनं थेट 'इट'कडेच जायला हवं,' तिच्या मनात विचारचक्र सुरू होतं.

'इट'ला नकार ऐकण्याची, विरोध सहन करण्याची सवय नाहीये. याचमुळे बाबा त्याच्या ताब्यात जाण्यापासून वाचू शकले होते; आणि त्यामुळेच कॅल्विन आणि मी पण जमेल तितका टिकाव धरू शकलो, असंच सांगत होते बाबा. त्या वेळी बाबांनी मला वाचवलं होतं. आता मात्र मला वाचवायला इथे कोणीही नाहीये. माझं रक्षण मलाच करायचं आहे. मला स्वतःला इटला विरोध करायलाच हवा. हीच गोष्ट असेल का ती, जी 'इट'कडे नाहीये?... विरोध?... नाही नाही, 'इट' अगदी नक्कीच विरोध करू शकतो. खात्रीच आहे माझी. इतर लोकांनी विरोध करायची सवय नाहीये 'इट'ला.' तिच्या मनात अनेक विचार येत होते.

चौकाचा शेवटचा भाग, त्या मुख्य-मध्यवर्ती गुप्तचर केंद्राच्या भव्य चौकोनी इमारतीमुळे, अडवला गेला होता. ती त्याला वळसा घालून चालायला लागली, आणि अगदी नकळत तिचा वेग मंदावला.

'इट'चं घर असलेली गोल घुमटाकार इमारत आता जवळ आली होती.

'मी चार्ल्स वॉलेसकडे जातीये आणि फक्त तेवढंच महत्त्वाचं आहे. मी आता तेवढाच विचार करायला हवा. मला आधी जशी बधिरता आली होती तशीच आत्ताही येऊ दे. 'इट'नं त्याला दुसरीकडेच नेऊन ठेवलं असेल तर? समजा, तो तिथे नसलाच तर?'

'आधी मी तिथे जायलाच हवं. नक्की काय झालंय ते कळण्याचा तोच एक मार्ग आहे.' डोक्यातलं विचारचक्र सुरूच होतं.

त्या मुख्य-मध्यवर्ती केंद्राच्या मोठमोठ्या तांबूस, तपकिरी दारांच्या जवळून, त्या इमारतीच्या भव्य भिंतींच्या जवळून जाताना तिचा वेग कमी कमी होत गेला. सरतेशेवटी तिला तिच्यासमोर ती विचित्र, एका लयीत प्रकाश फेकणारी, 'इट'ची घुमटाकार इमारत दिसली.

'बाबा म्हणाले होते की भीती वाटली तरी ठीक आहे, वाटू दे भीती. आणि सौ. हू म्हणाल्या... काय बरं?... त्या काय म्हणाल्या ते कळलंच नाही मला, पण बहुतेक त्यांच्या बोलण्याचा अर्थ मी स्वतःला कमी समजू नये, मी जशी आहे त्याचा तिरस्कार करू नये, असाच असावा. सौ. व्हॉट्सइटनी, त्या माझ्यावर खूप प्रेम करतात हे लक्षात ठेवायला सांगितलं. आता मी याचाच विचार करायला हवा. भीती वाटण्याचा विचारही करायचा नाही. किंवा 'इट'सारखी जास्त हुशारीही दाखवायला जायचं नाही. सौ. व्हॉट्सइट माझ्यावर प्रेम करतात. त्यांच्यासारख्या व्यक्तीचं प्रेम मिळणं हे फार महत्त्वाचं आहे.'

विचारांच्या नादात ती पोचली तिथे. कितीही हळूहळू चालत असली तरी ती पोचली तिथे.

तिच्या पुढ्यातच ती गोलाकार इमारत होती. तिच्या भिंती जांभळट प्रकाशाने उजळून निघाल्या होत्या. चंदेरी रंगाच्या छतातून लयबद्ध रीतीनं प्रकाश चमकत होता. मेगला ते सगळं वेडसरपणाचं वाटलं. पुन्हा तो उजेड जाणवू लागला तिला. थंड नाही, आणि उष्णही नाही, पण तिच्यापर्यंत पोचणारा, तिला 'इट'कडे खेचणारा.

ती अचानक आत खेचली गेली आणि आत पोचली.

तिचा श्वास अडकल्यासारखा झाला. तिनं एक मोठा श्वास घेतला. तिच्या स्वतःच्याच लयीत, त्या खोलवर झिरपणाऱ्या 'इट' च्या लयीत नव्हे. तिला तिच्या शरीरात ती अविचल स्पंदने जाणवू लागली. तिच्या फुफ्फुसांना, हृदयाला नियंत्रित करू लागली; पण तिला स्वतःला नाही. मेगला नाही. ती स्पंदनं तिच्यावर पूर्ण ताबा मिळवू शकली नाहीत.

तिनं आपल्या डोळ्यांसमोर पसरत चाललेला लाल रंग विरून जाईपर्यंत वेगानं आपल्या डोळ्यांची उघडझाप केली, त्या 'इट' च्या लयीविरुद्ध. आता सगळं स्पष्ट झालं आणि तिला नीट दिसू लागलं. तिथे तो मेंदू दिसला, 'इट' होता तो. त्या व्यासपीठावर स्पंदन पावत, थरथरत पडला होता. मऊ, उघडा आणि ओंगळवाणा. त्याच्याशेजारी गुडघे टेकून, वाकून चार्ल्स वॉलेस बसला होता. त्याचे डोळे अजूनही तसेच फिरत होते, तोंड उघडं पडलं होतं, तिनं आधी पाहिलं होतं तसंच. त्याच्या कपाळावरचे स्नायू 'इट'च्या घाणेरड्या लयीत पुनःपुन्हा आखडले जात होते.

तिनं त्याच्याकडे पाहिलं, आणि तिला पुन्हा कोणीतरी पोटात गुद्दा मारल्यासारखं

वाटलं. तिला पुन्हा लक्षात घ्यावं लागलं की ती चार्ल्सला भेटली होती, पण हा तिचा चार्ल्स मुळीच नव्हता. तिचा लाडका छोटासा चार्ल्स कुठे होता?

'माझ्याकडे असं काय आहे, जे 'इट'कडे नाही?' ती विचार करत होती.

"तुझ्याजवळ असं काहीही नाहीये, जे इटकडे नाही," चार्ल्स थंडपणे म्हणाला. "तू परत आलीस हे किती छान झालं गं ताई. आम्ही तुझी वाट बघतच होतो. आम्हाला माहीतच होतं की सौ. व्हॉट्सइट तुलाच पाठवतील असं. ती आमचीच मैत्रीण आहे, माहीत आहे की तुला."

एका भयंकर क्षणापुरता तिचा विश्वासही बसला, आणि त्याच क्षणी 'इट' आपल्या मेंदूवर ताबा मिळवू पाहतोय, असं तिच्या लक्षात आलं.

तिची सगळी शक्ती एकवटून ती ओरडली, "नाही! नाही! तू खोटं बोलतोयस!"

ती पुन्हा क्षणभर 'इट' च्या तावडीतून निसटली.

"मी जोवर खूप चिडलेली राहीन, तोवर 'इट'ला माझ्यावर ताबा मिळवता येणार नाही. राग, संताप... हीच असेल का ती माझ्याजवळची गोष्ट, 'इट'कडे नसलेली?"

"मूर्ख आहेस," चार्ल्स म्हणाला, " 'इट'कडे नाही असं काहीच नाहीये तुझ्याजवळ."

"तू खोटं बोलतोयस," तिनं उत्तर दिला. या मुलाबद्दल तिला फक्त राग जाणवत होता. हा मुलगा चार्ल्स अजिबातच नव्हता. नाही, राग नव्हता जाणवत, तिरस्कार वाटत होता; घृणा वाटत होती. केवळ निखालस तिरस्कार, दुसऱ्या कुठल्याही भावनेची सरमिसळ न झालेला फक्त तिरस्कार. या तिरस्काराच्या भावनेत ती हरपून जाऊ लागली, आणि त्याचबरोबर ती 'इट' च्या स्वाधीन होऊ लागली. ते लाल धुकं पुन्हा तिच्या डोळ्यांसमोर पसरायला लागलं; 'इट' च्या लयीत तिच्या पोटात ढवळायला लागलं. तिला वाटत असलेल्या तिरस्काराच्या तीव्रतेमुळे आणि 'इट' च्या ताकदीमुळे तिचं अंग थरथर कापू लागलं.

अगदी किंचित शिल्लक असलेल्या देहभानाचा उपयोग करून तिनं आपल्या शरीराला आणि मनाला एका झटक्यासरशी ताळ्यावर आणलं. 'इट'कडे नसलेली गोष्ट म्हणजे तिरस्कार नाहीये. 'इट'ला तिरस्कार म्हणजे काय, हे फारच चांगलं माहितीये.' तिनं विचार केला.

"हे तू खोटं बोलतोयस, आणि तू सौ. व्हॉट्सइटबद्दलही खोटंच सांगत होतास!" ती किंचाळत म्हणाली.

"सौ. व्हॉट्सइट तुझा तिरस्कार करतात," चार्ल्स म्हणाला.

आणि इथेच 'इट'नं एक हानिकारक घोडचूक केली, कारण हे वाक्य ऐकून मेगच्या तोंडून आपोआपच निघून गेलं, "सौ. व्हॉट्सइट माझ्यावर प्रेम करतात,

त्यांनी असंच सांगितलंय मला, की त्या माझ्यावर खूप प्रेम करतात." अचानक मेगला लख्खपणे उमजलं.

समजलं तिला!

प्रेम.

तिच्याजवळ प्रेम आहे; 'इट' जवळ मात्र मुळीच नाही. हीच ती गोष्ट... तिच्याकडे आहे, पण 'इट'कडे नाही.

तिच्याकडे सौ. व्हॉट्सइटचं, तिच्या बाबांचं, आईचं, खऱ्याखुऱ्या चार्ल्स वॉलेसचं, तिच्या जुळ्या भावांचं आणि शिवाय आंट बीस्टचंही प्रेम होतं.

तीसुद्धा त्यांच्यावर तितकंच प्रेम करत होती.

पण या प्रेमाचा वापर कसा करणार होती ती? तिनं काय करायला हवं होतं?

जर तिनं 'इट'ला प्रेम दिलं असतं तर कदाचित 'इट' वाळून जाईल आणि मरेल. तिला खात्री होती, 'इट' ला प्रेम सहनच होणार नाही. पण कितीही मूर्ख समजली जात असली, दुबळी मानली जात असली, अत्यंत क्षुद्र, दुर्लक्षणीय मानली जात असली, तरी 'इट' वर मात्र ती अजिबात प्रेम करू शकली नसती. तिच्याकडून तशी अपेक्षा करणं फारसं जास्त नसलं, तरी तिला ते अजिबातच जमलं नसतं.

पण ती चार्ल्स वॉलेसवर नक्कीच प्रेम करू शकली असती.

इथे उभी राहून ती चार्ल्सला माया देऊ शकते.

तिचा आपला चार्ल्स, खराखुरा चार्ल्स, या छोट्याशा मुलासाठीच तर ती कॅमॅझॉट्झवर, 'इट'कडे परत आली होती. लहानसं बाळच तर होता तो अजूनही, आणि अगदी असुरक्षित, नाजूक, कुठल्याही गोष्टीचा सहज परिणाम होईल असा.

चार्ल्सवर नक्कीच प्रेम करते ती.

'चार्ल्स, चार्ल्स, माझं प्रेम आहे रे तुझ्यावर. माझा छोटासा भाऊ तो, नेहमी काळजी घेतो ना माझी! माझ्याकडे परत ये चार्ल्स, त्या 'इट'पासून दूर हो. परत ये रे... घरी परत ये. चार्ल्स, माझं प्रेम आहे रे तुझ्यावर. ए चार्ल्स... माझं खरंच खूप प्रेम आहे तुझ्यावर.'

तिच्या गालांवरून आसवं ओघळत होती, पण तिचं त्याकडे लक्षच नव्हतं.

आता ती त्याच्याकडे बघू शकत होती, हा जो चालता बोलता मुलगा होता, तो तिचा खरा चार्ल्स नव्हताच मुळी. तरी त्याच्याकडे बघणं, त्याला माया देणं जमलं तिला.

"मी प्रेम करते तुझ्यावर. चार्ल्स वॉलेस, माझा फार लाडका आहेस तू. माझ्या आयुष्यातला प्रकाश आहेस रे तू, माझ्या हृदयातला सर्वांत मौल्यवान ठेवा आहेस. मी खूप प्रेम करते रे तुझ्यावर. तुझ्यावर मी प्रेम करते... प्रेम करते... खूप प्रेम

करते.'' ती म्हणतच राहिली.

अगदी हळूहळू त्याचं तोंड बंद झालं. सावकाशपणे त्याच्या डोळ्यांचं फिरणं थांबलं. त्याच्या कपाळावरचे स्नायू 'इट'च्या घाणेरड्या लयीत आकुंचित होत होते, तेदेखील थांबले. हळूहळू तो तिच्या दिशेनं पुढे येऊ लागला. ''मी तुझ्यावर खूप प्रेम करते!'' ती ओरडली. ''मी तुझ्यावर प्रेम करते चार्ल्स! खूप प्रेम करते!''

मग अचानक तो तिच्याकडे पळतपळत आला. तिनं त्याला मिठीत घेतलं. तो हुंदके देत ओरडत होता, ''मेग! मेग! मेग!''

ती पुन्हा मोठ्यानं रडत ओरडली, ''माझं प्रेम आहे रे तुझ्यावर चार्ल्स!'' त्याच्यासारखेच मोठ्यानं हुंदके देत होती ती. एकमेकांच्या मिठीत तिची आसवं त्याच्या अश्रूत मिसळत होती. ''मी तुझ्यावर प्रेम करते!.. मी प्रेम करते! मी तुझ्यावर खूप प्रेम करते!''

अचानक गरगरणाऱ्या काळोखाचा विळखा. बर्फाळ थंडीचा झोत. एक संतप्त, अपमानित, कर्कश डरकाळी ऐकू आली. ती भयानक गर्जना आपल्याला फाडून टाकतीये, असं वाटलं तिला. पुन्हा अंधार. या अंधारात सौ. व्हॉट्सइटचं अस्तित्व तिला जाणवलं, जणू तिचं रक्षण करण्यासाठी. तिला कळलं की आता ती 'इट'च्या पकडीत नाहीये.

आणि नंतर तिच्या अंगाला जमिनीचा स्पर्श झाला, तिच्या मिठीत कोणीतरी होतं आणि ती त्याच्यासकट शरद ऋतूचा खास सुगंध असलेल्या मातीवर लोळत होती. चार्ल्स रडत ओरडत होता, ''मेग! ओह, मेग!''

तिनं त्याला आपल्या मिठीत घट्ट पकडलं. त्याच्या छोट्याशा हातांचा घट्ट वेढा तिच्या गळ्याभोवती पडला होता. ''मेग, तू वाचवलंस मला! तू मला वाचवलंस गं!'' तो पुन्हा पुन्हा म्हणत होता.

''मेग!'' तिला हाक ऐकू आली. तिचे बाबा आणि कॅल्विन काळोखातून तिच्याकडे घाईघाईनं येत होते.

चार्ल्सचा हात तसाच धरून ठेवत ती धडपडत उठली. तिनं इकडेतिकडे बघितलं. ''बाबा! कॅल! आपण कुठे आहोत आत्ता?''

चार्ल्सनं तिचा हात घट्ट पकडून ठेवला होता. तोदेखील आजूबाजूला बघत होताच. अचानक तो हसायला लागला, तेच त्याचं पूर्वीसारखं गोड, संसर्गजन्य हसू. ''आपण आपल्या जुळ्या भावांच्या भाज्यांच्या बगिच्यात येऊन पडलोय! आणि आपण ब्रोकोलीच्या वाफ्यात पडलोय!''

आता मेगलासुद्धा हसू यायला लागलं. हसतहसत ती बाबांना, कॅल्विनला मिठी मारायचा प्रयत्न करत होती आणि हे सगळं करताना चार्ल्सचा हात मात्र एक सेकंदही सोडत नव्हती.

"मेग, तू करून दाखवलंस गं!" कॅल्विन ओरडला, "तू चार्ल्सला वाचवलंस!"

"मला तुझा खूप अभिमान वाटतो गं माझ्या मुली!" श्री. मरींनी तिचा प्रेमानं पापा घेतला, आणि घराच्या दिशेला वळून ते म्हणाले, "आता मला आईला भेटायला आत जायला हवं." ते आपली चिंता आणि आतुरता लपवायचा प्रयत्न करतायत, हे मेगच्या लक्षात आलं.

"ते बघा!" तिनं घराकडे बोट दाखवलं. लांबून सौ. मरी आणि तिचे जुळे भाऊ ओलसर हिरवळीवरून त्यांच्याकडे चालत येताना दिसत होते.

"उद्या सगळ्यात आधी मला एक नवीन चश्मा आणायलाच हवा," रात्रीच्या चंद्रप्रकाशात श्री. मरी डोळे बारीक करत, दूरचे बघण्याचा प्रयत्न करत म्हणाले, आणि मग त्यांनी आपल्या पत्नीकडे धाव घेतली.

लांबून डेनिसचा वैतागलेला आवाज आला, "अगं, काय हे मेग, झोपायची वेळ झाली ना!"

सँडी एकदम ओरडला, "बाबा!"

श्री. मरी हिरवळीवरून धावत होते आणि सौ. मरी त्यांच्याकडे धावत येत होत्या. काही क्षणांत सगळे एकमेकांच्या मिठीत सामावले. अतिशय आनंदाची होती ही वेळ. सगळे एकमेकांना अत्यंत आनंदानं मिठी मारत होते, श्री. व सौ. मरी, मेग, चार्ल्स, सँडी आणि डेनिस सगळे. कॅल्विन आनंदानं हसत त्यांच्या शेजारी उभा होता. मेगनं त्याचा हात पकडून त्याला त्यांच्यात ओढलं. सौ. मरींनी त्याला, खास एकट्याला आपल्या जवळ घेतलं. ते सगळे एकाच वेळेला बोलत होते, हसत होते, आणि अचानक स्वयंपाकघराच्या दारातून उडी मारून फोर्टिनब्रास हिरवळीवरून उड्या मारत धावत आला. त्याला आनंदाच्या क्षणी एकटं ठेवलेलं अजिबात आवडत नसे. त्यांच्या आनंदात सामील होण्यासाठी त्यानं त्यांच्यावर झेप घेतली आणि सगळ्यांना खाली पाडलं.

मेगच्या अचानक लक्षात आलं की सौ. व्हॉट्सइट, सौ. हू आणि सौ. विच इथेच जवळपास असाव्यात; कारण तिला आनंदाचा, प्रेमाचा महापूर तिच्यापर्यंत पोचतोय असं जाणवलं. हा आनंद आणि प्रेम खूप जास्त आणि सखोल होतं, तिला सगळ्यांना भेटून झालेल्या आनंदापेक्षाही जास्त.

तिनं हसणं थांबवलं आणि कान देऊन ऐकू लागली, चार्ल्ससुद्धा तसंच करू लागला. "श्श." तिनं सगळ्यांना गप्प केलं.

तिथं हवेत घर्रऽऽघर्र आवाज येऊ लागला, सौ. व्हॉट्सइट, सौ. हू आणि सौ. विच त्यांच्या समोर प्रकट झाल्या. अतिशय आनंद, माया सगळ्या वातावरणात भरून राहिली. ही खुशी, माया, इतकी खरी, इतकी जास्त होती की या भावनांना जणू मूर्त स्वरूप मिळालं होतं. मेगला तर वाटलं की हवेत कुठे स्पर्श करायचा हे

कळलं, तर ती आपल्या दोन्ही हातांनी या भावनांना पकडू शकेल.

धापा टाकत सौ. व्हॉट्सइट म्हणाल्या, ''माझ्या सगळ्या लाडक्यांनो, तुमचा व्यवस्थितपणे निरोप घेण्याइतका वेळ नाहीये आमच्याकडे, माफ करा हं त्याबद्दल. समजून घ्या हं, आम्हाला आता कामं...''

वाऱ्याचा एक जोरदार झोत आला आणि त्या तिघी गायब झाल्या. सौ. व्हॉट्सइट, सौ. हू आणि सौ. विच यांना एवढं काय काम आहे, हे मात्र कोणालाच कळलं नाही.

❖

लेखिकेशी संवाद

प्रश्न :- तुम्हाला मोठं झाल्यावर काय व्हावंसं वाटायचं?

उत्तर :- लेखिका.

प्रश्न :- आपण लेखिका व्हावं असं तुमच्या लक्षात कधी आलं?

उत्तर :- लहानपणापासून. मला जेव्हा माझे विचार स्पष्टपणे मांडता येऊ लागले, अगदी तेव्हापासून. अगदी तेव्हापासूनच मला माहीत होतं की मला लेखिका बनायचंय. मी खूप वाचन करत असे. 'एमिली ऑफ न्यू मून' (Emily of New Moon) हे तर मला अत्यंत आवडत असे. आणि एल. एम. मॉंटगोमरी (L. M. Montgomery) यांची इतर पुस्तकंही मला खूप आवडत. माझा जीव जडला होता त्या पुस्तकांवर, त्यांनी मला प्रेरित केलं.

प्रश्न :- तुम्ही लेखनाची सुरुवात केव्हा केली?

उत्तर :- मी पाच वर्षांची होते तेव्हा, मी एका छोट्याशा मुलीची गोष्ट लिहिली होती.

प्रश्न :- तुमचं प्रकाशित झालेलं पहिलं लेखन कोणतं होतं?

उत्तर :- मी लहान मूल होते तेव्हा. 'चाइल्ड लाइफ' (Child Life) या मासिकात माझी एक कविता प्रकाशित झाली होती. एकाकी पडलेल्या घराबद्दल होती ती कविता. खूप भावनाप्रधान होती.

प्रश्न :- तुम्ही पुस्तकं कुठे आणि कशी लिहिता?

उत्तर :- कुठेही. मी आधी कागदावर माझ्या हस्ताक्षरात लिहिते, आणि मग ते टंकलिखित करते, म्हणजेच टाइप करते. माझ्या वडिलांचा, पहिल्या महायुद्धाच्या आधीचा, एक टाइपरायटर होता. तो माझा

पहिला टाइपरायटर होता. माझे वडील तो युद्धासाठी जाताना त्यांच्यासोबत घेऊन गेले होते. तो टाइपरायटर नक्कीच जगभर फिरला होता.

प्रश्न :- लेखनाबद्दल तुम्हाला मिळालेला सगळ्यात उत्तम सल्ला कोणता?

उत्तर :- फक्त लिहीत राहा.

प्रश्न :- बालपणीची तुमच्या लक्षात राहिलेली पहिली आठवण कोणती?

उत्तर :- मी खूप लहान होते. माझ्या आजीला भेटायला दोन-तीन आठवडे आम्ही फ्लोरिडाला गेलो होतो. उन्हाळा होता तेव्हा. आजीचं घर दलदलीच्या भागात, मध्यावर होतं. अवतीभोवती सुसरी असायच्या. मला अजिबातच आवडत नाहीत सुसरी, पण त्या होत्या तिथेच. मला फार भीती वाटायची त्यांची.

प्रश्न :- बालपणीची तुमची आवडती आठवण कोणती?

उत्तर :- माझ्या खोलीत राहणं.

प्रश्न :- लहान असताना तुम्हाला सगळ्यात जास्त कोणाबद्दल आदर वाटायचा, किंवा तुम्हाला आदर्श कोण वाटायचं?

उत्तर :- माझी आई. ती खूप छान गोष्टी सांगायची. मला तिच्या गोष्टी खूप आवडायच्या. तिला संगीत आणि त्याच्या रेकॉर्ड्स ऐकायला खूप आवडायचं. आम्ही दोघी पियानोवर द्वंद्वगीतं वाजवायचो.

प्रश्न :- शाळेत असताना तुम्हाला कोणते विषय आवडायचे नाहीत?

उत्तर :- गणित आणि लॅटिन. लॅटिन शिकवणारे शिक्षक मला अजिबात आवडायचे नाहीत.

प्रश्न :- आणि आवडता विषय?

उत्तर :- इंग्लिश.

प्रश्न :- शाळेत असताना तुम्ही कोणकोणत्या उपक्रमांत सहभागी व्हायचात?

उत्तर :- मी निवासी शाळेत (बोर्डिंग स्कूल) शिकत असताना विद्यार्थी संघटनेची अध्यक्ष होते आणि एका वाङ्मयीन मासिकाची संपादिका होते. मी नाट्य मंडळाचीदेखील सभासद होते.

प्रश्न :- तुम्हाला पहाटे उठून काम करायला आवडतं, का तुम्ही निशाचर आहात?

उत्तर :- निशाचर.

प्रश्न :- तुम्हाला मिळालेलं सगळ्यात पहिलं काम कोणतं होतं?

उत्तर :- महाविद्यालयीन शिक्षण संपल्यावर लगेचच मला अभिनेत्री इव्हा ला

गॅलियेन यांच्यासाठी काम करण्याची संधी मिळाली.

प्रश्न :- तुमचा सगळ्यात आवडता खाद्य पदार्थ कोणता?

उत्तर :- गव्हाची घट्टसर लापशी (Cream of Wheat). मी चमच्यानं खाते ती. त्यात लोणी आणि साखर घालून खायला मला फार आवडतं.

प्रश्न :- तुम्हाला कुत्रा किंवा मांजर, यातलं जास्त कोण आवडतं?

उत्तर :- मला दोन्ही आवडतात. माझ्याकडे पूर्वी एकदा टूश (Touche)नावाची खूप छान कुत्री होती. मध्यम आकाराची, चंदेरी रंगाची पूडल (Poodle) जातीची कुत्री होती ती. खूप सुंदर होती. तिला भुयारी रेल्वेमधून नेण्यास परवानगी नव्हती, आणि मला टॅक्सी परवडत नसे. म्हणून मग मी तिला माझ्या मानेभोवती एखाद्या स्टोलसारखं, किंवा स्कार्फसारखं बसवून फिरत असे. तीसुद्धा स्वतः स्कार्फ असल्याचं नाटक करायची. अभिनेत्रीच होती ती.

प्रश्न :- तुमच्या मित्रांमधला कोणता गुण तुम्हाला सगळ्यात जास्त आवडतो?

उत्तर :- प्रेम.

प्रश्न :- तुमचं आवडतं गाणं कोणतं?

उत्तर :- 'ड्रिंक टु मी ओन्ली विथ दाईन आईज (Drink to Me Only with Thine Eyes)'

प्रश्न :- वर्षातला कोणता मोसम तुम्हाला जास्त आवडतो?

उत्तर :- मला वाटतं, शरद ऋतू. त्या काळात पानांचा रंग बदलतो, ते खूप आवडतं मला. त्या ऋतूत येणारी गोल्डनरॉड (Goldenrod), क्वीन ॲन्स लेस (Queen Anne's lace) ही फुलं मला फार आवडतात.

प्रश्न :- या पुस्तकाचं आधीचं शीर्षक काय होतं?

उत्तर :- 'सौ. व्हॉट्सइट, सौ. हू आणि सौ. विच.'

प्रश्न :- तुम्हाला या पुस्तकाची कल्पना कशी सुचली?

उत्तर :- आम्ही आमच्या तीन मुलांसह ग्रामीण भागात राहत होतो. गोशाला होती तिथे, डेअरी फार्म. तिथे मी आइनस्टाईननी 'काळ' या संकल्पनेबद्दल लिहिलेले लेख वाचले. त्यातली बरीच तत्त्वं वापरून मी एक सर्जनशील आणि तरीही विश्वासार्ह असं विश्व उभारलं.

प्रश्न :- हे पुस्तक प्रकाशित करणं कितपत कठीण होतं?

उत्तर :- मला दोन वर्षं लटकत ठेवलं होतं. मला सातत्यानं, पुनःपुन्हा,

औपचारिक, छापील, नकार देणारं पत्र मिळायचं. अशा सव्वीस नकारार्थी पत्रांनंतर मी माझ्या एजंटला फोन करून सांगितलं, 'ते सगळं परत पाठवून दे. ते पुस्तक खूप वेगळं आहे. कोणीही ते प्रकाशित करणार नाही.' त्यानं ते परत पाठवलं, पण काही दिवसांनंतर माझ्या आईच्या मैत्रिणीनं मला जॉन फरार (John Farrar) या प्रकाशकास भेटण्याचा आग्रह केला. त्यांना माझं हस्तलिखित आवडलं, आणि त्यांनी ते प्रकाशित करण्याचं ठरवलं. हॅल वर्सल (Hal Vursell) हा माझा पहिला संपादक होता.

प्रश्न :- तुम्ही कादंबरीत रंगवलेल्या पात्रांपैकी कोणासारख्या आहात?

उत्तर :- कोणासारखीही नाही. ती सगळी पात्रं माझ्यापेक्षा सुजाण आहेत.

❖

न्यूबेरी पदक - स्वीकृतीपर भाषण

विस्तारणारे विश्व

ऑगस्ट – १९६३

एखाद्या कादंबरीलेखिकेसाठी शांत बसून भाषण लिहावं लागणं हे अत्यंत अवघड कार्य असतं. विशेषतः ज्या भाषणाद्वारा, तिनं तिच्या आयुष्यात मिळालेल्या सर्वोच्च सन्मानाबद्दल कृतज्ञता व्यक्त करायची असते, ते भाषण लिहिणं तिच्यासाठी खूप अवघड असतं. ती आता छापील कागदांच्या मागे लपू शकत नाही; तिच्या कादंबरीतील पात्रं तिच्या वतीनं बोलू शकत नाहीत. तिला आता अतिशय नामांकित अशा ग्रंथपाल, संपादक, प्रकाशक, लेखक यांच्या समूहापुढे उभं राहून बोलायचं असतं. उघडं पडल्यासारखं वाटतं तिला, स्वप्नात कधीकधी होतं तसं. मग, काय म्हणावं तिनं? आपल्या आयुष्यातल्या वेगवेगळ्या घटनांची नुसतीच माहिती सांगावी? हे पुस्तक कसं लिहिलं हे सांगावं? का तिनं विद्वत्तेचा आव आणायचा प्रयत्न करून अगदी ऐतिहासिक ठरेल असं भाषण लिहावं? म्हणजे ज्या भाषणाची तुलना फक्त गेटिसबर्गच्या अभिभाषणाशीच होऊ शकेल, असं भाषण? का तिनं अशा प्रसंगी नेहमीच बोलली जाणारी तीचतीच रटाळ, निरर्थक वाक्यं बोलावीत?, म्हणजे कोणाचंही मन दुखावलं जाणार नाही, अपमान होणार नाही असं बोलावं? असं भाषण लिहिण्याचे अनेक प्रकारचे प्रयत्न ती करते आणि मग फाडून टाकते; कारण तिला माहीत असतं, की तिनं ते कागद फाडले नाहीत तर तिचा पती ते काम करेल. आणि मग, तिला ज्या गोष्टींबद्दल अगदी मनाच्या गाभ्यातून वाटत असतं, त्या गोष्टींबद्दल बोलायचं ती सहजगत्या ठरवते.

लहान मुलांच्या पुस्तकांबद्दल तुम्हाला सगळ्यांना माहीत नाही, असं काहीच मी सांगू शकत नाही. मी तुम्हाला काहीही शिकवत नाहीये; तर तुम्ही मला शिकवताय. मला या न्यूबेरी पदकाबद्दल रुथ गॅग्लिआर्डो (Ruth Gagliardo) यांचा फोन आला होता. त्याचा माझ्यावर गेल्या काही वर्षांत काय परिणाम झाला,

निदान तेवढं तरी मी तुम्हाला सांगू शकते.

मि. मेल्चर (Mr. Melcher) यांनी मला लिहिलेलं पत्र हा माझ्याजवळचा अमूल्य ठेवा आहे. त्यांच्या अखेरच्या काही पत्रांपैकी एक पत्र होतं ते. त्यात त्यांनी या पदकाबद्दल लिहिलं होतं आणि 'कालपटलावरची सुरकुती (A Wrinkle in Time)' हे पुस्तक नुकतंच वाचलंय असंही लिहिलं होतं. त्यांना ते पुस्तक खूप आवडलंय असं लिहून त्यांनी या पुस्तकाबाबत ते खूप उल्हसित झाल्याचंदेखील त्यांनी नमूद केलंय. उल्हसित होऊ शकण्याच्या त्यांच्या याच क्षमतेमुळे त्यांचं व्यक्तिमत्त्व बहरून आलं होतं. बर्था महोनी मिलर (Bertha Mahony Miòer) यांनी आपल्या 'फ्रेडरिक जी. मेल्चर– ए ट्वेंटीएथ सेन्चुरी जॉन न्यूबेरी (Frederic G. Melcher—A Twentieth Century John Newberry)' या लेखात म्हटलंय, 'पुस्तकांच्या दुकानाचा व्यापार हा स्फोटक साहित्याचा असतो. सतत नव्या पिढीचं आयुष्य ढवळून काढत ताजेपणा आणतो...' मला येथे दुसऱ्या एका फ्रेडचा आवर्जून उल्लेख करायला आवडेल, ख्यातनाम ब्रिटिश शास्त्रज्ञ फ्रेड हॉयल (Fred Hoyle). त्यांच्या विश्व सिद्धान्तानुसार (Theory of Universe) भौतिक पदार्थांची सातत्याने निर्मिती होत असते आणि त्यासोबत विश्वाचा विस्तार होत असतो, ते विखुरलं जात नाही. आपल्या आकाशगंगेसारख्या ज्या इतर आकाशगंगा आहेत, त्या अनंताच्या दिशेने एकमेकांपासून दूर दूर होत जातात, आणि वायूंचे, ढगांसारखे नवे पुंज घनीभूत व्हायला सुरुवात होते. त्यातूनच नवीन आकाशगंगांची निर्मिती होते. जुने तारे मरतात आणि नवे तारे जन्माला येतात. मि. मेल्चर यांनी आपलं सगळं आयुष्य या अशा सतत विस्तारणाऱ्या सर्जनशील विश्वात व्यतीत केलं. पुस्तकांवर, विशेषतः लहान मुलांच्या पुस्तकांवर, त्यांचा किती जास्त प्रभाव होता, हे ठरवणं अशक्यच होईल. तसंच वाचकांवर, लेखकांवर, उत्साही साहित्यप्रेमी लोकांवर त्यांचा प्रचंड प्रमाणात प्रभाव होता. आज, त्यांच्या द्रष्टेपणामुळे आपण इथे जमलो आहोत. त्यांचा उत्साह आणि त्यांची विकासाची, बदल स्वीकारण्याची, विचारकक्षा विस्तारण्याची क्षमता जर आपण अंगीकारली तरच खऱ्या अर्थानं त्यांच्या स्मृतीला न्याय दिल्यासारखं होईल.

मी स्वतः, मि. मेल्चर यांच्या उत्साहाचा लाभ मिळणाऱ्या पहिल्या पिढीतली आहे. त्यांनी या न्यूबेरी पुरस्काराची सुरुवात करायच्या थोडासाच आधी माझा जन्म झाला. मी त्यांपैकी जवळजवळ सगळ्या पुस्तकांच्या सोबतीनं मोठी होत गेले. मानवजातीविषयी मी हेन्ड्रिक विलेम वॅन लून (Hendrik Willem van Loon) यांच्याकडून शिकले; डॉ. डूलिटिल (Dr. Dolittle) सोबत प्रवास केला. डॉ. डूलिटिल या पात्राची निर्मिती ह्यू लॉफ्टिंग (Hugh Lofting) या लेखकानं केली आहे, आणि मी लहानपणी त्यांच्या नावाचा उच्चार 'हग लॉफ्टिंग' असा करत

असे! विल जेम्सनं (Will James) मला 'स्मोकी'सोबत पश्चिमेकडील माहिती दिली. निवासी शाळेत शिकत असताना 'इन्विन्सिबल लुईसा'(Invincible Louisa) हे पुस्तक, शाळेच्या ग्रंथालयात आल्या आल्या, मी पटकन वाचायला घेतलं होतं, कारण त्या पुस्तकाची लेखिका लुईसा मे अल्कॉट (Louisa May Alcot) यांची आणि माझी जन्मतारीख एकच आहे. आमच्या आकांक्षादेखील समान आहेत. या सगळ्या लेखक-लेखिकांनी मला या विस्तारणाऱ्या विश्वात प्रवेश मिळवून दिला. या सगळ्या लेखकांच्या लांबलचक साखळीचा एक छोटासा दुवा बनणं हा माझ्यासाठी मोठा सन्मान आहे आणि तसंच मला मिळालेली जबाबदारीही आहे. या मोठ्या सन्मानाबद्दल मी मि. मेल्चर यांची आणि ज्या परीक्षक मंडळाने माझे हे पुस्तक पुरस्कारासाठी योग्य ठरवले त्या सगळ्यांची, अत्यंत आभारी आहे.

मला या जबाबदारीने, गेल्या काही महिन्यात, आध्यात्मिक कार्याबद्दल गंभीरपणे विचार करण्यास प्रवृत्त केले. आत्ता मी एका चित्रपटासाठी काम करतीये. हा चित्रपट एका पोर्तुगीज नन (Nun) बद्दल आहे. ही नन इ.स. १६००मधली असते, तिला कसलंही आध्यात्मिक कार्य सोपवलेलं नसतं, आणि ती एका फ्रेंच सैनिकाच्या प्रेमात पडते. तो सैनिक तिला लुबाडून तिची फसवणूक करतो. शेवटी खूप दुःखं सहन करून तिला आपला खरा आध्यात्मिक मार्ग गवसतो. इथे जमलेल्या प्रत्येकाला एक अतिशय महत्त्वाचं आणि सुस्पष्ट असं कार्य मिळालेलं आहे, याचा मला विश्वास आहे. हे कार्य धार्मिक कार्याइतकंच महत्त्वाचं आहे. नव्या पिढीला विस्तृत कल्पनाशक्तीच्या विश्वात नेण्याबद्दलचा, मि. मेल्चर यांचा उत्साह जिवंत ठेवण्याचं महत्त्वाचं कार्य आपल्याला करायचं आहे. आज आपलं जग ज्या स्वरूपाचं आहे, त्यामुळे मुलांना शाळेत शास्त्रीय आणि विश्लेषणात्मक विषयांचं फार मोठं ओझं दिलं जातं. म्हणूनच, ती मुलं आपल्या आनंदासाठी, मजेसाठी जे काय वाचत असतील, त्यातूनच आपण मुलांना सर्जनशीलतेच्या मार्गावर नेलं पाहिजे. मानवी इतिहासात कधी घडलं नसेल असं सगळ्याचंच प्रमाणीकरण करण्याचा, अतिकडक शिस्तबद्धता आणण्याचा आटोकाट प्रयत्न आज जगात सर्वत्र चालू आहे. मी त्याला कप-केक (Muffin) बनविण्याचा कारखाना म्हणते. कप-केकच्या खोक्यातले सगळे कप-केक कसे अगदी एकसारखे असतात, अगदी तसे. पण हे मर्यादित विश्व आहे, सुकत चाललेलं, विखुरणारं विश्व. हे असलं विश्व टाळण्यासाठी आपण आपल्या मुलांना हे 'स्फोटक साहित्य' देऊन मदत करू शकतो. नवीन पिढीचं आयुष्य सतत ढवळून काढून ताजेपणा देण्यास, हे 'स्फोटक साहित्य' सक्षम आहे.

मग आता हे कसं करायचं? आपण नुसतंच आपल्या टाइपरायटरपाशी बसून स्फोटक साहित्य निर्माण करू शकणार नाही. मी महाविद्यालयीन शिक्षण घेत

असताना अभ्यासक्रमात चॉसर (Chaucer) या कवीविषयी अभ्यास करीत होते. चॉसर हा अतिशय स्फोटक, कल्पक साहित्यिक होता. त्याचा सर्व लेखकांवर फार दूरगामी प्रभाव आहे. अंतिम परीक्षा तर मी कधीही विसरणार नाही. त्या परीक्षेत प्रश्न विचारला होता की 'चॉसरनं काही विशिष्ट शाब्दिक साधनांचा, काही विशिष्ट विशेषणांचा वापर का केला असावा? त्यानं काही विशिष्ट पात्रांना एका विशिष्ट प्रकारे वागायला का लावलं?' मला अत्यंत राग आला. संतापाच्या भरात मी उत्तर लिहिलं, 'त्यानं या सगळ्या गोष्टी का केल्या, याची चॉसरला स्वत:लादेखील कल्पना नसेल असं मला वाटतं. कोणीही लेखक अशा प्रकारे लिहीत नाही.'

या वाक्यावर आता तर माझा अधिकच विश्वास बसलेला आहे, अगदी त्या वेळेपेक्षाही जास्तच. उत्तम दर्जाचं साहित्य मुद्दाम, हेतुपुरस्सर निर्माण केलं जात नाही.

म्हणजे लेखकानं एखाद्या ढोंगी साधूसारखं एका जागी बसून, कॉफीचे कप रिचवत, प्रेरणा मिळण्याची वाट बघत राहायचं का? लेखक अशा प्रकारेदेखील लिहीत नाही. एका प्रसिद्ध लेखकाला मी बोलताना ऐकलं होतं. त्यांच्या मते, स्वतःला टाइपरायटरजवळ बसवणं, हा पुस्तक लिहिण्याच्या क्रियेमधला सर्वांत अवघड भाग असतो. त्यांना काय म्हणायचं होतं ते मला कळलं आहे. लेखकानं जर आपल्या व्यवसायासाठी आवश्यक असलेली सगळी साधनं सातत्यानं सुधारली, परिष्कृत केली नाहीत, तर जेव्हा तुम्हाला प्रेरणा मिळेल, नेमकी त्या वेळी ती साधनं निरुपयोगी ठरतील. हाच तो क्षण असतो, जेव्हा लेखकाकरवी काम करून घेतलं जातं. जेव्हा प्रेरणा मिळते, तो क्षण लेखकानं कृतज्ञतेनं, नम्रतेनं स्वीकारावा, आणि इतरांशी संवाद साधण्याचा सर्वतोपरी प्रयत्न करावा.

परीकथा, पौराणिक दंतकथा, कल्पनारम्य साहित्य लिहिणाऱ्या लेखकांनी एक गोष्ट आवर्जून लक्षात ठेवावी, ती म्हणजे अशा प्रकारचं लेखन करणारा लेखक स्वतःला असलेल्या माहितीतून, स्वानुभवातून लिहीत नसतो, तर त्यापेक्षाही सखोल, कक्षा रुंदावणारं असं काहीतरी मनात आणून लिहीत असतो. माझ्या मते, कल्पनाविलासानं लेखकास आपल्या ताब्यात घ्यावं, आणि लेखकाचा वापर करावा. 'कालपटलावरील सुरकुती (A Wrinkle in Time)' या पुस्तकाबाबत खरोखर असंच घडलंय. मी हे पुस्तक कसं लिहिलं, ते मी सांगूच शकत नाही. मला दुसरा पर्यायच नव्हता, मला हे पुस्तक लिहिणं भाग पडलं. ते लिहून पूर्ण झाल्यावर मग मला त्यातला काही भाग समजला.

जवळजवळ सगळ्या लहान मुलांची कल्पनाशक्ती विलक्षण असते. कल्पनाशक्ती विकसित न झालेली मुलं फारच कमी असतात. हे त्यांचं स्वतःचं जग असतं, त्यांच्या दैनंदिन आयुष्यातलं जग. मोठं होताना आपण त्यातून बाहेर पडतो, हा आपला तोटा आहे. आज इथं जमलेला समूह हा मात्र अजूनही त्या कल्पनारम्य

जगातच वावरतो आहे. आपल्या कामाच्या स्वरूपामुळेच आज आपण सगळे एकत्र जमू शकलो आहोत. आज आपल्यालासुद्धा समजू शकतं की ॲलिस त्या आरशातून पलीकडे असलेल्या देशात कशी जाऊ शकली; आपल्या मुलांनी स्वतः तसं किती वेळा करून पाहिलं असेल? आणि अर्थातच, आपल्या सगळ्यांनाच वेगवेगळ्या राजकन्या तर माहीतच आहेत. आपल्या सगळ्यांनाच त्या परीकथेतल्या राजकन्येसारखं मटारदाण्यांमुळे जखम झालीय, नाही का? आणि ती राजकन्या? बोलायला तोंड उघडलं की तिच्या तोंडातून बेडूक आणि साप बाहेर पडायचे? आणि ती दुसरी? तिच्या ओठातून सोनं बाहेर पडायचं, ती? बालपणीच्या त्या दिवसांत आपल्यालाही आपल्या तोंडातून शब्दांच्या ऐवजी बेडूक बाहेर पडतायत असं वाटायचं. ते सोनेरी दिवस पुनःपुन्हा येत नाहीत.

मोठं होईपर्यंत, लहान मुलांच्या लक्षात येत नाही की कल्पनारम्य लेखनाला, परीकथांना, पौराणिक दंतकथांना प्रतिसाद देतादेता ती मुलं एका सार्वत्रिक, वैश्विक भाषेशी जोडली जात असतात. जगातली ही एकमेव भाषा स्थळ, काळ, जात, संस्कृती या सगळ्याचे अडथळे दूर सारते. बरीचशी न्यूबेरी पारितोषिकप्राप्त पुस्तकं याच विभागातली आहेत. डॉ. डूलिटील यापासून सुरुवात होते. हिंदू पौराणिक कथा, चिनी लोककथा, बुद्धाचे चरित्र, अमेरिकन इंडियन यांच्या गोष्टी; अशी सगळी पुस्तकं आपल्या मुलांना सगळ्या सीमारेषा ओलांडून एकाच मानवतेच्या भाषेकडे घेऊन जातात.

सर्वप्रथम देवाने स्वर्ग आणि पृथ्वीची निर्मिती केली... 'जेनेसिस' हे किती अशास्त्रीय आहे, यापेक्षाही ते किती अचूक आहे, ही बाब अत्यंत आश्चर्यकारक, असामान्य आणि सुंदर अशी आहे. उत्क्रांतीबद्दलचं शास्त्रीय तत्त्व मांडलं जाण्याच्या हजारो वर्षं आधी, प्राचीन काळच्या इस्रायली लोकांना उत्क्रांतीचा अचूक क्रम कसा बरे समजला असेल? काळ, अवकाश यांचे सगळे अडसर दूर सारणारं सत्य आहे हे.

लहान मुलांसाठी लिहिली जाणारी जवळपास सगळीच उत्कृष्ट पुस्तकं हे काम करतात. ॲलिस इन वंडरलॅन्ड (Alice in Wonderland), विंड इन द विलोज (Wind in the Willows), प्रिन्सेस ॲण्ड द गॉब्लिन (Princess and the Goblin) फक्त हीच, अशीच पुस्तकं हे काम करतात, असं मात्र नाही. वरवर अगदी साध्यासोप्या वाटणाऱ्या कथांमध्येदेखील खूप गहन आशय दडलेला असतो. लिटिल वुमेन (Little Women), द सीक्रेट गार्डन (The Secret Garden), हकलबेरी फिन (Huckleberry Finn)... यांसारख्या पुस्तकात किती खोल अर्थ दडलाय, हे नंतर जाणवतं. ही पुस्तकं त्या वैश्विक भाषेचाच हिस्सा आहेत आणि म्हणूनच आपण ती पुनःपुन्हा वाचतो, लहानपणी आणि मोठं झाल्यावरसुद्धा.

वायव्य कनेक्टिकटमध्ये (Connecticut) मोहॉक नावाचा पर्वत (Mohawk Mountain) आहे. या पर्वताच्या शिखरावर एक मोठा सपाट खडक आहे. सूर्यास्त झाल्यानंतरही बराच वेळ या खडकात सूर्याची उष्णता टिकून राहते. आम्ही तिथे सहलीला जातो, आणि सूर्यास्तानंतर, त्या खडकावर आडवं पडून, गडद होत जाणाऱ्या काळपट निळ्या आकाशात एक एक तारा उगवत जाताना पाहत राहतो, अगदी सगळं आकाश ताऱ्यांनी भरून जाईपर्यंत.

एखादं पुस्तकही असाच एक तारा बनू शकतं, 'नव्या पिढीचं आयुष्य सतत ढवळून काढत, ताजेपणा देणारं स्फोटक साहित्य,' अंधकारावर मात करून तेजोमय प्रकाश देणारी धगधगती आग, त्या विस्तारणाऱ्या विश्वात प्रवेश मिळवून देणारा दीपस्तंभ.

❖

शब्दसूची

१. मेगापारसेक :- आकाशगंगांमधील अंतर मोजण्याचे एकक.
१ पारसेक = ३.२६ प्रकाश वर्षे. १ मेगापारसेक = १० लाख पारसेक.

२. जेलो :- फळे घातलेला जिलेटीनपासून बनवलेला एक गोड पदार्थ.

३. ग्रीक सेंटॉर :- ग्रीक पुराणातील वरचं शरीर मानवी आणि कमरेखालचं शरीर घोड्याचं असलेला प्राणी.

४. गेटीसबर्गचं अभिभाषण :- अब्राहम लिंकन यांनी १८६३ मध्ये दिलेलं अमेरिकेच्या इतिहासातलं अत्यंत उत्तम असं भाषण.

५. स्वातंत्र्याचा जाहीरनामा :- ४ जुलै १७७६मध्ये अमेरिकेस स्वातंत्र्य मिळून 'युनायटेड स्टेट्स ऑफ अमेरिके'ची स्थापना झाली. तेव्हा स्वातंत्र्याचा जाहीरनामा प्रसारित केला गेला.

६. Cream of Wheat :- हा खाद्य पदार्थ साधारणपणे आपल्या गव्हाच्या दलियाच्या घट्टसर लापशीसारखाच असतो. त्यात वेगवेगळी फळे किंवा इतर काही चव आणणारे पदार्थ घालून वेगवेगळ्या चवीचे बनवतात. नुसते लोणी-साखर घालून ही घट्ट लापशी खायचीदेखील पद्धत आहे.

❖

लेन्गल यांच्या व्यक्तिरेखा

मरी कुटुंब आणि ओ'कीफ कुटुंब यांचा समावेश असलेली पुस्तकं

कालपटलावरील सुरकुती (WT)
ए विंड इन द डोअर (WD)
ए स्विफ्टली टिल्टिंग प्लॅनेट (STP)
मेनी वॉटर्स (MW)
द आर्म ऑफ द स्टारफिश (AS)
ड्रॅगन्स इन द वॉटर्स (DW)
ए हाउस लाइक ए लोटस (HL)
ॲन ॲक्सेप्टेबल टाइम (AT)

ऑस्टिन कुटुंबाचा समावेश असलेली पुस्तके आणि व्यक्तिरेखा पुस्तके

मीट द ऑस्टिन्स (MA)
द मून बाय नाइट (MN)
द ट्वेंटीफोर डेज बिफोर ख्रिसमस (TDC)
द यंग युनिकॉर्न्स (YU)
ए रिंग ऑफ एंडलेस लाइट (REL)
ट्रबलिंग ए स्टार (TS)

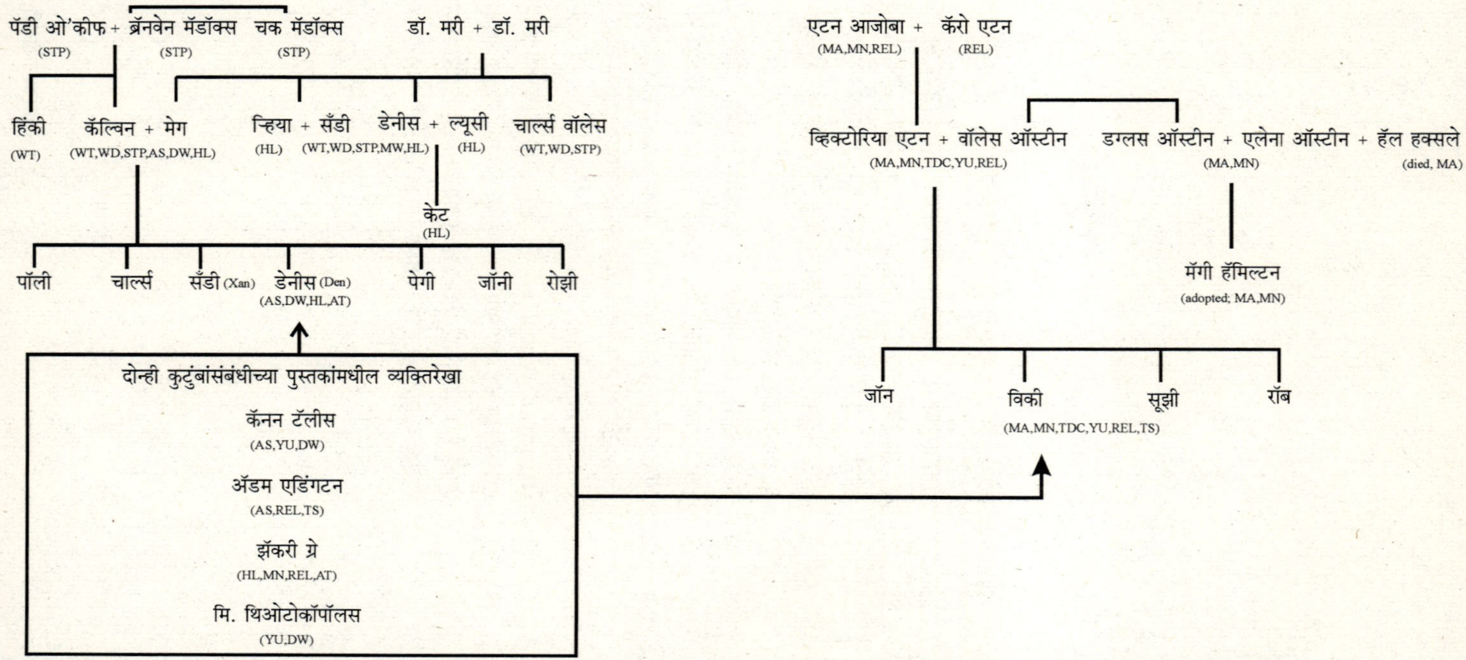